राजहंस प्रकाशन प्रा. लि.

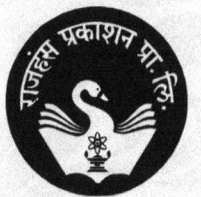

माझी शिक्षण परिक्रमा

हेरंब कुलकर्णी

राजहंस प्रकाशन

माझी शिक्षण परिक्रमा
हेरंब कुलकर्णी

संपादक : विशाखा पाटील

प्रकाशक
दिलीप माजगावकर
राजहंस प्रकाशन प्रा. लि.
१०२५, सदाशिव पेठ
पुणे - ४११ ०३०
फोन - (०२०) २४४७३४५९
E-mail : rajhansprakashan1@gmail.com
Website : www.rajhansprakashan.com

© मुखपृष्ठ, अंतर्गत मांडणी,
निर्मितिसंलग्न बाबी :
राजहंस प्रकाशन प्रा. लि.

Mazee Shikshan Parikrama
Heramb Kulkarni

© हेरंब कुलकर्णी
महालक्ष्मी मंदिराजवळ
मु.पो. तालुका - अकोले
जिल्हा - अहमदनगर
पिन कोड - ४२२ ६०१
भ्रमणध्वनी - ९२७०९४७९७१
E-mail :
herambkulkarni1971@gmail.com

अक्षरजुळणी
मुग्धा दांडेकर
श्रीडी ग्राफिक्स, ९८२२७०७९७१

मुखपृष्ठ
चंद्रमोहन कुलकर्णी

आवृत्ती पहिली : जानेवारी २०१८
आवृत्ती दुसरी : जुलै २०२२

राजहंस क्र. A-01-2018
ISBN 978-93-86628-20-6

माझी
शिक्षण
परिक्रमा

मनोगत

शिक्षण क्षेत्रात मला काम का करावेसे वाटले असेल, याचे उत्तर शोधताना मी मागे वळून बघतो. मी महाविद्यालयात असतानाच्या काळात बीएडची क्रेझ होती. शिक्षकाची नोकरी मिळत होती, हा व्यावहारिक भाग आणि कुठेतरी शिक्षक होण्याचे आकर्षण वाटत होते. साने गुरुजी, ना. य. डोळे यांची पुस्तके वाचल्याने शिक्षक होणे ही सकारात्मक प्रेरणाही होती. स्पर्धा परीक्षांचे वेड तेव्हा ग्रामीण भागात फारसे नव्हते. तसे मार्गदर्शनही नव्हते आणि पुन्हा आपण खूप साधे आहोत, याची एक विरक्ती नशा होती. त्या वेळी एका मित्राला मी लिहिले होते, मला अधिकारी व्हायचे नाही; कारण मला अधिकार गाजवण्याचेच आकर्षण नाही. मला गाडी, बंगला, मान नको आहे. आज तो बावळटपणा वाटतो.

काही प्रथमवर्ग अधिकारी संपूर्ण जिल्ह्यात प्रशासकीय शिस्त निर्माण करतात. शिक्षण सचिव, आयुक्त, संचालक, शिक्षणाधिकारी या उतरंडीत शेवटच्या शिक्षक पदावर आपण आहोत, हे बघितल्यावर खूप अगतिकता जाणवते. देशाच्या केंद्रीय नियोजन आयोगात राहूनही शेवटी प्रत्यक्ष नोकरीत आपण सामान्य असतो. समोरचा तुमची योग्यता तुमच्या नोकरीवरून जोखतो, तेव्हा खूप वाईट वाटते. शिक्षणावर इतकी पुस्तके लिहिली, काम केले, शिक्षणमंत्री ऐकून घेतात; पण प्रत्यक्ष अधिकार म्हणावेत तर शेजारच्या वर्गावरच्या शिक्षकालाही आपण काही सुचवू शकत नाही. ही मर्यादा बघितली, की एखाद्या क्षेत्रात काम करून दाखवायला आपण अधिकारी व्हायला हवे होते, असे वाटते. गावागावांत हवाई फवारणी करण्यापेक्षा एखाद्याच ठिकाणी ठिबक सिंचन करून दाखवायला हवे होते, असे आता बहर ओसरल्यावर वाटते. खूप हुशार माणसे स्पष्टता नसल्याने प्रभावशाली कामात राहिली नाही, नोकरीत निराश झाली.

माझा मूळ पिंड संशोधकीय अंगाने पत्रकारितेच्या नजरेने लिहिण्याचा आहे. खूप काही लिहिण्यापेक्षा एखादी आकडेवारी समस्येवर नेमकेपणाने प्रकाश टाकते. बोर्डाच्या परीक्षेला पूर्वी गुणवत्ता यादी असायची. गुणवत्ता यादीत आलेल्या मुलांच्या मुलाखती यायच्या. तुला कोण व्हावेसे वाटते, हा प्रश्न विचारला जायचा. हमखास उत्तर असायचे; डॉक्टर, इंजिनीअर. मला मोठी उत्सुकता वाटायची, की या मुलांना शिक्षक, पत्रकार, चित्रकार, लेखक असे का व्हावेसे वाटत नसेल. मी निकालाच्या दुसऱ्या दिवशीचे पेपर शोधून काढले. प्रत्येक जिल्ह्यातल्या आवृत्तीतून १९६ मुलांचे मनोगत गोळा केले. यात एकाही विद्यार्थ्याने शिक्षक व्हायचे आहे, असे सांगितले नाही. लहानपणापासून समोर शिक्षकच मॉडेल म्हणून असतानाही आणि आपल्या गुणवत्ता यादीतल्या यशाचे सारे श्रेय शिक्षकांना देताना या मुलांना शिक्षक बनायचे

माझी शिक्षण परिक्रमा / ५

नव्हते. विशेष म्हणजे यांतील २२ जणांचे वडील, आजोबा हे शिक्षक होते. ९९ जणांना डॉक्टर, तर ७१ जणांना इंजिनीअर बनायचे होते.

त्या वर्षी १०वीचा निकाल हा ११ जूनला लागला होता. ११ जून हा साने गुरुजींचा स्मृतिदिन. ज्या साने गुरुजींच्या प्रेरणेने अनेक प्रतिभावंतांनी शिक्षक व्हायचे ठरवले होते, त्याच महाराष्ट्रातले हे नवे बुद्धिवंत शिक्षक व्हायला तयार नव्हते. ना. य. डोळेंसारख्यांनी केवळ एस. एम. जोशींच्या सांगण्याने मराठवाड्यात जाऊन शिक्षक होणे स्वीकारले. नरहर कुरुंदकर, वि. म. दांडेकरांनी समाजशिक्षकाची भूमिका स्वीकारली. मी त्यावर एक लेख लिहिला. *'महाराष्ट्र टाइम्स'*ने तो लेख शिक्षकदिनानिमित्त रविवार पुरवणीच्या पहिल्या पानावर छापला. शीर्षक होते, 'गुणवंतांना गुरूचे वावडे'. वयाच्या ऐन पंचविशीत हा लेख एका मुख्य पेपरच्या पुरवणीत यावा यातून माझ्यातील लेखकाला प्रोत्साहन मिळाले. तेव्हापासून मला एखादा मुद्दा पुढे आणायला सांख्यिकीचे महत्त्व पटले. सर्वांना माहीत असलेले वास्तव केवळ मतप्रदर्शनातून न मांडता आकड्यांमधून मांडले की मुद्दा अधिक टोकदारपणे स्पष्ट होतो. माझ्या कच्च्या संशोधनाची ती सुरुवात होती.

पुढे मला गुणवत्तेचा मुद्दा इतका महत्त्वाचा का वाटला असेल आणि वंचितांचे शिक्षण इतके आकर्षित का करत असेल याचा विचार जेव्हा मी करतो, तेव्हा माझे लक्ष शाळेतील माझ्या पहिल्या नोकरीच्या प्रेरणेत जाते. बीएड झाल्यावर नगरच्या सीताराम सारडा हायस्कूलच्या शाळेत मला पहिली नोकरी लागली. शाळा झोपडपट्टी परिसरात होती. शाळेत मुस्लीम, दलित, पदमसाळी व झोपडपट्टीतील मुले ६० टक्के होती व उरलेली मुले पोलिसांची व अनाथालयातील होती. ज्यांचे वडील पोलिसांची नोकरी वगळता इतर सरकारी नोकरी करतात, अशी संख्या फार तर २५ असेल. अशा शाळेत काम करायला मिळाल्यामुळे मुलांचे प्रश्न, त्यांच्या घरची स्थिती हे सारे प्रश्न मला अभ्यासायला मिळाले. मी एका मध्यमवर्गीय, सुखासीन कुटुंबात वाढलेलो. तेव्हा गरिबी वगैरे परिचित नव्हती, पण नोकरीत एक नियम केला. शाळेत मुलगा गैरहजर असला, की संध्याकाळी त्या मुलाच्या घरी जायचे. त्यातून पालकांना मुलाचे गुण कळायचे व मलाही वास्तव कळायचे.

शाळेजवळच रामवाडी नावाच्या झोपडपट्टीत खूप दाटीवाटीने वसलेल्या झोपड्या होत्या. भंगार गोळा करण्यापासून सर्वच व्यवसाय करणारी माणसे. पुरुष व महिला दोघेही कष्टकरी. मुलांची संख्या हजारात, तेव्हा खेळायला मित्रच मित्र. आई-वडील कामाला बाहेर. तेव्हा मी मुलांच्या घरी गेलो, तरच पालकांना आपला मुलगा शाळेत गेला नव्हता, हे कळायचे. गटारांवरून मी उड्या मारत फिरायचो. त्या पालकांना फार अप्रूप वाटायचे. चहा करायचे. तेव्हा त्या झोपडीतील दैन्याने माझ्यातल्या मध्यमवर्गीयाचे भावविश्वच उद्ध्वस्त होत गेले. आपल्या घरातल्या अंघोळीच्या बाथरूमएवढ्या जागेत कुटुंब राहते. तिथेच आडपडदा केलेला. त्याला

स्वयंपाकघर म्हणायचे. घराबाहेर कोपरा केलेला. त्यात महिला अंघोळ करायला गेली की जाणाऱ्या-येणाऱ्यांना दिसू शकते, अशी अवस्था. अब्रू, इज्जत, लज्जा हे शब्दसुद्धा आर्थिकदृष्ट्या परवडावे लागतात.

सकाळीच महिला कामाला जायच्या. पोरे उनाड झाली होती. अभ्यास तर सोडाच, साधी शाळेत जायची नाहीत. पण या बायकांना आपल्या पोरांनी शिकावे, असे मनापासून वाटायचे. पावसाळ्यात गटारांचे पाणी झोपड्यांत शिरायचे. एकदा एक मुलगी शाळेत आली नाही, म्हणून दुसऱ्या दिवशी विचारले. तिने सांगितले, रात्रभर पाऊस चालू होता, त्यामुळे पाणी उपसून रात्रभर बाहेर टाकत होती. जागरणाने तिचे डोळे लाल झाले होते. एकदा मुलांना ३० रुपयांचे पुस्तक आणायला सांगितले, तेव्हा एका मुलाने प्रेसमध्ये रात्रभर काम केले. ५० रुपये मजुरी मिळाली व त्यातून पुस्तक आणून दाखवले... मला हे सारे कल्पनेपलीकडचेच वाटले. काही कुटुंबांत तर नवऱ्याने बायको सोडलेली. त्या महिला एकट्याने मुलांना वाढवायच्या. काही महिला विधवा. नवरा दारूने तरुणपणीच गेलेला. एकदा माझ्या एका शिक्षकमित्राने एका विद्यार्थ्याची भीक मागणारी आई लांबून दाखवली. अशा मुलांना आपण शिकवायचे आहे आणि इतक्या फाटलेल्या आकाशाला ठिगळे लावायची आहेत, हे कळायचे.

पदमसाळी मुलांची भाषेची समस्या. त्या समाजातील महिला-पुरुष हातमागावर काम करायचे. तेही सारे बिचारे गरीबच. पोलिसांची मुले तुलनेत चांगल्या घरात राहणारी, पण पोलिसांच्याच मुलांना कोण भीती दाखवणार? त्यातून ही मुले काहीशी बिनधास्त, शिस्तीच्या समस्या जास्त. मुली मात्र खूप मनापासून शिकणार. पोलिसांच्या अवेळी कामामुळे त्यांना मुलांच्या शिक्षणाकडेही लक्ष देता येत नव्हते.

आमच्या संस्थेचे एक अनाथालय होते. या बालगृहातील मुलांची एक एक कहाणी ऐकवत नव्हती. कुणाच्या वडलांनी आईचा खून केलेला. बाप तुरुंगात आणि बिचारी अनाथ मुले बालगृहात. अशा किती तरी कहाण्या. वसतिगृहात जायचो. यातून विश्व विस्तारत गेले. एकदा 'स्नेहालय'च्या गिरीश कुलकर्णी यांनी कामानिमित्त वेगवेगळ्या वेश्या वस्तीत जाताना मला सोबत नेले. तेव्हा वेगळेच विश्व उलगडले. हळूहळू सामाजिक प्रश्न नेमके कशाला म्हणायचे, हे समजत गेले आणि मुख्य म्हणजे शिक्षणात या मुलांसाठी काहीतरी करायला हवे, असे वाटू लागले.

एकदा मी मुलांना बाबा आमटेंची गोष्ट सांगितली. ती गोष्ट अशी होती, महारोग्याकडे त्यांनी बघितले आणि ते पुढे गेले. नंतर अपराधी वाटून ते मागे फिरले. मी अगदी कीर्तनकाराच्या रसाळतेने हा प्रसंग सांगितला. चार दिवसांनी अनाथ वसतिगृहातील मुले माझ्याकडे आली आणि म्हणाली, "सर, सरकारी रुग्णालयाबाहेर एक रुग्ण पडला आहे. दोन दिवस झाले. त्याच्या पायात जखम आहे आणि जखमेत अळ्या पडलेल्या आहेत." पुढे ती मुले जे म्हणाली, ते मला

जास्त हलवून गेले, "सर, तुम्ही बाबा आमटेंची गोष्ट सांगितली होती; त्यामुळे आम्हाला तिथून पुढे जाताना लई कसेतरीच वाटते."

आता परीक्षा माझीच होती. जर मी काहीच केले नसते, तर मुलांच्या मनांतून उतरलो असतो. मुलांसोबत तिथे गेलो. रिक्षावालेही असा अळ्या पडलेला पेशंट घेईनात. बळेबळे जास्त पैसे दिले, तर डॉक्टर घेईनात. त्यांनीच त्या महारोग्याला बाहेर आणून सोडलेला. मला म्हणाले, "एवढी समाजसेवेची हौस असेल, तर खासगी दवाखान्यात न्या." कसेतरी सरकारी दवाखान्यात दाखल केले. ही वसतिगृहाची मुले रोज त्याच्यासाठी डबा घेऊन जायची. त्यांनी सलूनवाला आणून महारोग्याची कटिंग केली. मुले त्याला अंघोळ घालायची. पुढे त्याच्या बातम्या झाल्या. मुलांचे शहरभर कौतुक झाले. यातील दोन मुले अनाथ होती. मुलांना किती प्रकारे आपण सामाजिक जाणीव करून देऊ शकतो, हे मला त्या वेळी कळले.

१९९७ची गोष्ट. मला एक मुलगा भेटला. तो ३०० रुपयांत ३ जणांचे कुटुंब चालवत होता. ते कळल्यावर मी हादरलोच. त्यातूनच मग मी ५व्या वेतन आयोगाला विरोध करायचा निर्णय घेतला. त्या निर्णयावर पुढे खूप वादळ झाले. माझ्यावर खूप जहरी टीका झाली. पण माझी प्रेरणा ही मुलांच्या जगण्यातून आली होती. मुलांच्या दारिद्र्यातून माझ्यात एक अपराधी भावना निर्माण झाली होती. तेव्हा मला अर्थव्यवस्था वगैरे काहीच कळत नव्हते. पण माझ्या दृष्टीने मी शोधलेले हे माझ्यापुरते उत्तर होते. मी वंचितांच्या शिक्षणाशी कायमचा जोडला गेलो.

शिक्षणातील गुणवत्तेचा मुद्दाही असाच लक्षात आला. ५वीत येणारी मुले आणि अगदी ९वी-१०वीतल्या किमान लेखन-वाचन करू न शकणाऱ्या मुलांची संख्या खूपच मोठी. अशा मुलांना काय आणि कसे शिकवायचे? मुले कोरी करकरीत पुढे ढकलली जातात आणि १०वीत आल्यावर शासन, पालक, शिक्षक सगळेच एकदम जागे होणार. पण ९वीपर्यंत ज्या प्रकारे मुले पुढे ढकलली जात होती, त्यातून मला गुणवत्तेची विदारक स्थिती लक्षात आली आणि विशेष म्हणजे सर्वच शाळांमध्ये हेच चाललेले असायचे. अशा मुलांना १०वीला इंग्रजी शिकवताना दमछाक व्हायची. अशा वेळी मुलांना मारणे हा एकच पर्याय शिक्षकाची सुटका करणारा असतो. आपल्याला मुले घाबरतात, ही गोष्ट खूप सुखावणारी असते. पण मुलांना मारूनही अभ्यास येईना, तेव्हा मात्र अंतर्मुख झालो आणि थेट मुले का शिकत नाही याबाबत वाचन केले, काही लोकांना भेटलो. अशा वेळी लीलाताई पाटलांची पुस्तके हाताला लागली. मुलांना शिकवण्याच्या आनंददायी शिक्षणाविषयी कळले. याच काळात जे. कृष्णमूर्तींविषयी वाचले आणि कृष्णमूर्तींच्या प्रेमातच पडलो. त्यांची जवळपास ७० पुस्तके आणली आणि माझा दृष्टिकोनच बदलला. शिक्षण म्हणजे काय, ते कळू लागले. पुण्याजवळ राजगुरुनगरजवळची कृष्णमूर्तींची शाळा बघायला भर उन्हात टेकडी चढून गेलो.

१०वी नापास झालेल्या मुलांना नापासाच्या शिक्क्यातून बाहेर काढावे, याच भावनेतून माझा मित्र विठ्ठल बुलबुले व मी नापासांची शाळा सुरू केली. हा एक वेगळाच प्रयोग होता. विस्तार सेवा केंद्रानेही मदत केली. रोज संध्याकाळी या मुलांचे तास होत व चांगला निकाल लागला. याद्वारे कॉपीच्या समस्येलाही उत्तर शोधण्याचा तो प्रयत्न होता. एकदा जवळच्या शाळेत सुपरव्हिजनला गेलो होतो. तिथे मुलांच्या गुंडगिरीला तोंड द्यावे लागले. एकदा तर पेपर झाल्यावर कॉपी करू न दिलेली मुले सायकल अडवून मारायला धावली होती. पण समस्येच्या मुळाशी मला पुन्हा गुणवत्तेचाच मुद्दा सापडला. किमान लेखन-वाचन न येणारी मुले पुढे पुढे ढकलली जातात आणि दहावीच्या परीक्षेत ही बिचारी घाबरून जातात. त्यातून कॉपी हे जवळचे उत्तर वाटते. आम्ही कॉपी का करतो, हे मी एकदा मुलांकडून लिहून घेतले होते. मुलांनी दिलेली उत्तरे अंतर्मुख करणारी होती. एका मुलाने लिहिले होते, की नापास झाल्यावर घरचे नातेवाईक आणि सगळेच चर्चा करतात; पण पास झाल्यावर कसा पास झाला, ते विचारत नाही. पालकांची आणि समाजाची भीती, नालस्ती यातून मुले हे करतात, पण ही चर्चा मुख्य प्रश्न सोडून करता येणार नाही.

हेच आकलन मी पुढे प्राथमिक शिक्षणाकडे वळायला कारण ठरले. २००५ साली शिक्षणमंत्री वसंत पुरके यांनी वाचन-लेखन प्रकल्प सुरू केला होता. जवळपास ८ लाखांपेक्षा जास्त मुलांना लेखन-वाचन येत नाही, असे आढळले होते. तेव्हा या मुलांसाठी लेखन-वाचन प्रकल्प सरकारने सुरू केला. वास्तविक याला विरोध न करता आपल्याच मुलांना चांगले शिकवण्याची ही संधी होती, पण शिक्षक संघटनांनी त्या विरोधात मोर्चा काढला. तेव्हा या प्रकल्पाच्या बाजूने मी 'लोकसत्ता'त एक लेख लिहिला. या लेखात धारदार वाक्ये वापरून मी लिहिले होते, की आज सरकारी शाळेत शिकणारी मुले ही ग्रामीण भागातील गरिबांची आहेत. वाचन व लेखन न येणाऱ्या मुलांचे जेव्हा जेव्हा जातवार सर्वेक्षण झाले, तेव्हा ही मुले शेतमजूर, दलित, आदिवासी, मुस्लीम यांचीच असल्याची आढळली आहेत. तेव्हा ब्राह्मणी व्यवस्थेने ज्यांना शिक्षणापासून वंचित ठेवले, त्यांनाच आज बहुजनांचीच शिक्षक झालेली मुले निरक्षर ठेवताहेत, आम्ही या मुलांना शिकवणार नाही; हे बहुजन शिक्षक विधानसभेसमोरच्या महात्मा फुलेंच्या पुतळ्याच्या साक्षीने सांगत आहेत. या लेखावर शिक्षकांनी त्या तापलेल्या वातावरणात खूप टीका केली. प्राथमिक शिक्षणाशी हा माझा आलेला पहिला संबंध. मला फक्त एवढेच कळत होते, की गरिबांची मुले शाळेत येऊन निरक्षर राहता कामा नयेत.

सर्वशिक्षण अभियान योजनेला खरी गती २००५ नंतर आली. या योजनेत शिक्षक पूर्णवेळ नेमायचे होते. एक धडाडीचे व वंचितांविषयी माया असलेले गटशिक्षणाधिकारी उमेश डोंगरे व तत्कालीन मुख्य कार्यकारी अधिकारी प्राजक्ता लवंगारे यांनी माझी निवड केली. माझ्या तर हे ध्यानीमनीही नव्हते. त्यांना शिक्षणात

काही तरी करून दाखवण्याची प्रामाणिक इच्छा होती, त्यामुळे माझ्यासारख्या प्राथमिक शिक्षण क्षेत्राबाहेरच्या व्यक्तीला त्यांनी घेतले. आज शिक्षणतज्ज्ञ वगैरे काय काय पदव्या लावल्या जातात; पण मला हे कबूल केले पाहिजे की, २००५ साली मला केंद्रप्रमुख, विस्तार अधिकारी ही पदेसुद्धा माहीत नव्हती. सादिल, टिप्पणी, आराखडा हे शब्द ऐकलेसुद्धा नव्हते. पहिली ते ४ चौथीला विषय कोणते असतात, हेही माहीत नव्हते. प्राथमिक शिक्षणात मी इतक्या अनोळखी रीतीने प्रवेश केला. या योजनेत माध्यमिक स्तरावरचे महाराष्ट्रात खूप कमी शिक्षक घेण्यात आले. मला यात काम करायला मिळण्याचे श्रेय अर्थात माझ्या संस्थेच्या पदाधिकाऱ्यांना आहे. त्यांनी उमदेपणाने मला ७ वर्षे सोडले. पुन्हा त्याच जागेवर घेऊ, असा करारसुद्धा करून दिला. सर्वशिक्षा अभियानाचे तेव्हाचे प्रमुख ज. मो. अभ्यंकर व भाऊ गावंडे यांनी विशेष परवानगी दिली, त्यामुळेच आयुष्यातला हा एक महत्त्वाचा अनुभव घेता आला.

हे पुस्तक रूढ अर्थाने माझी त्या ७ वर्षांची दैनंदिनी नाही किंवा माझे शैक्षणिक आत्मचरित्रही नाही, तर ललित पद्धतीने मी घेतलेल्या अनुभवांचा कॅलिडोस्कोप आहे. यातून आजच्या शिक्षणाची झलक कळावी. यात व्यक्तिगतता आहे, पण सार्वत्रिकताही तितकीच आहे. या ७ वर्षांत खेड्यांतील पाड्यावरच्या चावडीपासून तर दिल्लीच्या नियोजन आयोगापर्यंत, चहाच्या टपरीपासून पंचतारांकित हॉटेलपर्यंत, सरपंचापासून मंत्र्यांपर्यंत, शिक्षकापासून शिक्षणमंत्र्यांपर्यंत, आश्रमशाळेपासून इंग्रजी चकचकीत शाळा बघून चर्चा केल्याचा विविधांगी अनुभव आहे. माझ्याइतका अनुभव क्वचितच खूप थोड्यांनी घेतला असेल. ७००पेक्षा जास्त शाळांचा कॅलिडोस्कोप मी बघितलाय. प्रत्यक्ष काम करताना एक अभिनिवेश असतो, पण आता काही काळ गेल्यावर अनुभवाविषयी एक तटस्थता येते, मीपणा कमी होतो, त्या अनुभवाचे सर्व पैलू दिसतात. या अनाग्रहीपणे ललित शैलीत हे सारे अनुभव मांडलेत. निष्कर्ष कोणताच काढत नाही. परिक्रमा वाचून शिक्षण कसे आहे, हे ज्याने त्याने ठरवावे.

शिक्षणात काम करणाऱ्यांना, सामाजिक भान असणाऱ्या वाचकांना, समाजचिंतक आणि कार्यकर्त्यांना, आणि मुख्य म्हणजे धोरण ठरवणाऱ्या प्रशासनाला उपयुक्त ठरावे म्हणून हे सारे अनुभव ललित शैलीत मांडले आहेत. जाणीवपूर्वक शिक्षणाचे तात्त्विक विश्लेषण करणे टाळले आहे. हेतू हा, की ते अनुभवच वाचकांशी बोलावेत आणि त्यातून शिक्षणाचे एक चित्र उभे राहावे. घटनेला एक कर्ता असावा म्हणून फक्त त्यात मी आलो आहे, अन्यथा तो कर्ता हा या देशातील अनुभव घेणारा सामान्य नागरिकच आहे. नर्मदा परिक्रमा करणारी व्यक्ती ही व्यवहारात कोणत्याही पदावर असली, तरी ही परिक्रमा करताना तिची ओळख ही साधक किंवा परिक्रमावासी हीच तर असते. तसे या रस्त्यावरून जाणारा कुणीही म्हणजे मी आहे इतकेच.

या अनुभवांना शब्दरूप देताना दूर बहारीन देशातून सतत संपर्कात राहून अतिशय बारकाईने संपादन केलेल्या आणि मला खूप बारकावे शिकवलेल्या विशाखा पाटील, तळातले हे वास्तवचित्रण प्रकाशनासाठी स्वीकारून विचारी वाचकांपर्यंत पोचवणारे दिलीप माजगावकर, स्क्रिप्ट वाचून सतत सूचना करणारे लेखक शांताराम गजे, या ललित लेखनाचा आग्रह धरणारे चित्रकार श्रीधर अंभोरे, नरेंद्र लांजेवर, राज्यभरात फिरताना मला मदत केलेले अनेक सामाजिक कार्यकर्ते, सामाजिक संस्था, शिक्षणक्षेत्रातील अधिकारी आणि माझ्यावर प्रेम करणारे राज्यभरातील शिक्षक बंधू-भगिनी या सर्वांचा मी ऋणी आहे.

अनुक्रम

विभाग १

यंत्रणेची परिक्रमा करताना...

१. शाळेच्या गल्लीतून शिक्षणाच्या दिल्लीत / १७
२. लाल दिव्याला परिक्रमा करताना... / २८
३. परिक्रमा मंत्रालयातल्या लाल फितीची... / ३३
४. नेते, स्थानिक प्रशासन आणि शिक्षक संघटना : एक त्रिकोण / ३९
५. शिक्षणातला भ्रष्टाचार / ४७

विभाग २

वंचितांच्या शिक्षणाची परिक्रमा करताना...

६. 'शाळा आहे शिक्षण नाही'ची व्यथा... / ६१
७. दुर्गम भागांतील शाळा आणि बरेच काही... / ६८
८. दुर्गम भागांतील शैक्षणिक गुणवत्ता / ८१
९. परिक्रमा आश्रमशाळांची... / ९६
१०. वीटभट्टीतले आणि उसाच्या थळातले जग... / ११३
११. शालाबाह्य मुलांच्या वेदनेची परिक्रमा... / १२९
१२. बालकामगार आणि बालविवाहाचे धगधगते वास्तव / १३९
१३. शालाबाह्य मुलांच्या सर्वेक्षणाचा अनुभव / १४९

विभाग ३

परिक्रमा आशेच्या बेटांची

१४. इतर राज्यांतील शिक्षण परिक्रमा / १५९
१५. महाराष्ट्रातील आशेची बेटे... / १६९
१६. ग्रामीण भागांतील शुभ वर्तमान... / १८४
१७. ग्रामीण भागांतील प्रेरणादायी उपक्रम / १९६
१८. एज्युकेशन व्हाउचर्सची मांडणी करताना... / २०४
१९. शिक्षणगप्पा / २१०
२०. परिक्रमेच्या वळणावर स्वल्पविराम घेताना... / २२४

विभाग १

यंत्रणेची परिक्रमा करताना...

नर्मदा परिक्रमेत पाण्यापर्यंत नेणारे नावाडी आणि पुजारी भेटतात. कुणी इमानदारीने सेवा करणारे, तर कुणी लूट करणारे. शिक्षणाच्या या घाटावरून उतरताना घाटाची निगराणी करणारे राजकारणी आणि नोकरशहा त्या त्या पायरीवर भेटतात. काही समर्पित, काही कर्तव्यबुद्धीने काम करणारे, काही सर्वसाधारण तर काही त्या पाण्यात हात धुवून घेणारे. या सर्वांना ओलांडून शिक्षणाच्या प्रवाहात थेट उतरताच येत नाही. ठेकेदार, बडवे, पंडे पायरी पायरीवर उभे आहेत.

शिक्षणात काम करताना मंत्री, राजकारणी, नोकरशहा, प्रशासन आणि शिक्षणव्यवस्था मला कशी दिसली, याचा हा धांडोळा.

- शाळेच्या गल्लीतून शिक्षणाच्या दिल्लीत
- लाल दिव्याला परिक्रमा करताना...
- परिक्रमा मंत्रालयातल्या लाल फितीची...
- नेते, स्थानिक प्रशासन आणि शिक्षक संघटना : एक त्रिकोण
- शिक्षणातला भ्रष्टाचार

१.
शाळेच्या गल्लीतून शिक्षणाच्या दिल्लीत

मला कधी कधी वैराग्याची हुक्की येते. २००९ सालची गोष्ट. असेच एकदा प्रयोग म्हणून मी एक वर्षासाठी मोबाइल आणि टीव्ही बंद करून टाकला. शांतपणे जगत होतो. तालुक्यात गावपातळीवर जाऊन शालाबाह्य मुलांचे काम करत होतो. एक दिवस आमच्या ऑफिसच्या फोनवर आमच्याच गावच्या कॉलेजच्या सरांचा फोन आला. "पुणे विद्यापीठाच्या चाकणे सरांनी फोन करायला सांगितलाय." त्यांना फोन केला तर ते म्हणाले, "दिल्लीच्या किशोर रकताटेंना फोन करा." मी विचारले, "कोण हे रकताटे?" ते म्हणाले, "ते केंद्रीय नियोजन आयोगाचे सदस्य, नरेंद्र जाधवांचे स्वीय साहाय्यक आहेत."

तपशील असा होता, नियोजन आयोगाच्या विविध समित्यांवर सदस्य नेमताना महाराष्ट्रातल्या विविध कार्यकर्त्यांना नरेंद्र जाधव सरांना जाणीवपूर्वक घ्यायचे होते. अर्थतज्ज्ञ नरेंद्र जाधव सर मनमोहन सिंग सरकारच्या काळात नियोजन आयोगाचे सदस्य होते. *'आमचा बाप आन् आम्ही'* या आत्मकथनाने तरुणांना आयकॉन वाटणारे जाधवसर नियोजन आयोगातील मनुष्यबळ विकास विभागही बघत होते. या विभागाला सल्ला देण्यासाठी समिती असते. यापूर्वी इतर राज्यांतले खूप सदस्य या समित्यांवर घेतले गेले आहेत. तेव्हा जाधव सरांनी असे जाणीवपूर्वक ठरवले, की आता महाराष्ट्रातल्या सदस्यांनाही घ्यावे. सरांनी माझे *'शाळा आहे, शिक्षण नाही'* पुस्तक वाचलेले होते. पुणे विद्यापीठात संजीव सोनवणींनी २००६ साली माझे शिक्षणावर व्याख्यान आयोजित केले, तेव्हा सर कुलगुरू होते. सरांनी त्या व्याख्यानाची पुस्तिका करायला सांगितली होती. ते सारे लक्षात ठेवून त्यांनी माझी निवड केली होती.

रकताटेंनी माझ्याशी फोनवर संपर्क साधण्याचा प्रयत्न केला, पण माझा फोन बंद. एखाद्याने संपर्क होत नाही म्हणून नाद सोडला असता, पण किशोरने पुणे विद्यापीठात संपर्क केला. विद्यापीठाने अकोल्याच्या महाविद्यालयात फोन केला व

मला शोधून काढले. साधी मोबाइलची रेंज गेली, तरी जग आपल्याला विसरेल असे आजकाल आपल्याला वाटते. पण माझा मोबाइल बंद असतानाही इतक्या मोठ्या निवडीवर काहीच परिणाम झाला नाही. मला इतक्या छोट्या गावातून शोधून काढले गेले. यातून मला हे शिकायला मिळाले, की उगाच चमकोगिरी करून काही होत नाही तर प्रत्यक्ष काम करणे महत्त्वाचे असते.

दिल्ली नियोजन आयोग वगैरेबद्दल अति कौतुकमिश्रित भीतीची भावना आपल्या मनात असते. विमानाने पहिल्या मीटिंगला बोलावल्यावर ''माझा पासपोर्ट नाही. पासपोर्ट काढावा लागेल का?'' असा बावळट प्रश्न मी किशोरला विचारला. ''पासपोर्ट हा आंतरराष्ट्रीय प्रवासाला लागतो,'' असे त्याने शांतपणे सांगितले तेव्हा माझी मलाच लाज वाटली. वरून कितीही सहजता दाखवली, तरी विमानाने मी जातोय हे ऐकवण्यात आणि समोरच्यांनाही कौतुक करण्यात थ्रिल वाटत होते. मुळात अनिल अवचट म्हणतात, तसे आपल्या प्रत्येकाच्या मनात अमेरिका वसलेली असते. सुखासीन उच्चभ्रूंच्या जीवनशैलीचे आकर्षण आपण कितीही सामान्य असलो, तरी आपल्या मनात दबा धरून बसलेले असतेच. जेव्हा ती संधी येते, तेव्हा आपण आपले कार्यकर्तेपण विसरून ते थ्रिल साजरे करतो. कौतुक करणारेही त्याच मानसिकतेचे बळी असतात. आपण पंचतारांकित हॉटेलात जातो, एखाद्या मंत्र्याला भेटतो, विमानात बसतो; तेव्हा उच्चभ्रूंच्या जीवनशैलीचे आपण भाग बनत असल्याचे समाधान मनात असते. तसेच माझेही झाले.

'मुंबईत देशी विमानतळावर जायचंय' असे सांगूनही रिक्षावाल्याने विमानाला अर्धा तास राहिला असताना आंतरराष्ट्रीय विमानतळावर सोडले. इथून आता तुम्हाला तिकडे टॅक्सीने जावे लागेल, असे सांगितले. पुढे लगेच टॅक्सीवाला तयार. ४ किलोमीटरचे बिल ७०० रुपये. वाद घालायलाही वेळ नव्हता. दिल्ली विमानतळावरून शहरात जायचे. बिल पुन्हा ७०० रुपये. तेव्हा टॅक्सीपेक्षा बसस्टॉप शोधत निघालो. कॅनॉट प्लेसला हॉटेलचे दर रु. ५०००पेक्षा जास्त. तेव्हा महाराष्ट्र सदनात गादी भाड्याने घ्यायची आणि तिथल्या हॉलमध्ये एका कोपऱ्यात झोपायचे.

नियोजन आयोगाची पहिली बैठक चांगली झाली. महाराष्ट्रातील बरेच जण असल्याने दडपण आले नाही. कुमार सप्तर्षी, भाई वैद्य, रमेश जोशी वगैरे परिचित होते. मी बरीच तयारी करून गेलो होतो. इंग्रजीतली नोटही नेली व तोडक्यामोडक्या इंग्रजी व हिंदीत बोललो. नरेंद्र जाधवांचे हावभावयुक्त इंग्रजी ऐकल्यावर असे इंग्रजी आपल्याला बोलता आले पाहिजे, असे मनापासून वाटले. त्यांच्यात कोणताच न्यूनगंड नव्हता. आत्मविश्वासाने प्रथम दर्जाच्या सचिवांशी बोलत होते. पहिल्या बैठकीत आम्ही शिक्षणातली आमची निरीक्षणे मांडावीत आणि शासनाकडून असलेल्या अपेक्षा व्यक्त कराव्यात, अशी अपेक्षा होती. प्रत्येकाने मते मांडली.

मी त्या काळात प्रशासनात काम करत असल्याने उपस्थित अधिकाऱ्यांना माझे

विचार अधिक जवळचे वाटले. मी तात्त्विक काहीच बोलत नव्हतो, पण प्रत्यक्ष तळात दिसणारे प्रश्न, आश्रमशाळांमधले भयावह वास्तव व व्यवस्थेत कोणत्या सुधारणा हव्यात हे मांडले. सचिव लिहून घेत होते. त्यांना तळातला फीडबॅक मिळत होता. त्यानंतरच्या प्रत्येक बैठकीत कोणत्याही फीडबॅकसाठी मला विचारले जाई.

मी असे सुचविले की, शालेय पोषण आहार मध्यमवर्गीय मुले खात नाहीत, तेव्हा त्यांच्याकडून हा आहार आम्हाला नको, असे फॉर्म भरून घेतले जावेत. त्यामुळे शाळांची खोटे रेकॉर्ड करण्यातून सुटका होईल. त्यावर देशाचे शालेय पोषण आहाराचे काम बघणारे सचिव आश्चर्याने म्हणाले, "म्हणजे हा नियम केलेला आहे, हे महाराष्ट्रात माहीत नाही का?" याचा अर्थ महाराष्ट्राने हा नियम नीट बघितलेलाच नव्हता. त्यानंतर काही दिवसांत वरिष्ठ स्तरावरून खालच्या स्तरावर पत्र आले. माझ्या सूचनेनंतर वरून विचारणा झाली असावी. ते बघता सूचना केली तर काही गोष्टी होऊ शकतात, असे वाटले.

प्रत्येकाने आपले मत मांडायचे, असे बैठकांचे स्वरूप होते. पण आराखडा आधीच तयार होता. बहुधा फक्त आमच्या मतांवरून प्राधान्यक्रमाची तीव्रता, फीडबॅक याआधारे काही बदल करत असावेत. कोणत्या विभागाचे प्रश्न किती तीव्र आहेत व महत्त्वाचे आहेत, या भावना कार्यकर्त्यांकडून जाणून घेतल्या की त्या आधारे अधिकारी आर्थिक निधी कमी-जास्त करत असावेत, नव्या योजना मंजूर करत असावेत. 'पब्लिक प्रायव्हेट पार्टनरशिपची' सूचना आमच्यापैकी कोणीही केली नव्हती. त्यावर कधी चर्चाही झाली नाही. एक अक्षरही न बोलता जेव्हा तो विषय अंतिम मसुद्यात आला, तेव्हा नियोजन आयोगाचे उपाध्यक्ष मॉंटेक सिंग अहलुवालिया यांचा प्रभाव लक्षात आला. त्या काळात जागतिक बँकेने आपला अजेंडा पुढे रेटण्यासाठी त्यांना नेमल्याची चर्चा होती. 'पब्लिक प्रायव्हेट पार्टनरशिप' ही संकल्पना जागतिक बँकेने मांडलेली. सरकारी संसाधने आणि खासगी भांडवल यांचे एकत्रीकरण करायचे आणि हळूहळू खासगी क्षेत्राने सरकारी क्षेत्रावर मक्तेदारी निर्माण करायची, असा हा कार्यक्रम असल्याचे डाव्यांचे म्हणणे.

तेव्हा लक्षात आले, की मसुदा हा तयारच असतो, फक्त सामाजिक कार्यकर्त्यांच्या भावना जाणून घेणे, एवढाच आमच्या समितीचा उद्देश आहे. ही समितीची मर्यादाही लक्षात आली. फक्त समाधान एवढेच होते, की आपल्याला जे वाटते, ते आपण देशाच्या सर्वोच्च ठिकाणी मांडू शकतो. देशाच्या शिक्षण सचिवांच्या नजरेला नजर देऊन अधिकाराच्या उतरंडीतला शेवटचा शिक्षक बोलू शकतो, हे आश्वासक होते. पण त्या बोलण्याचा थेट परिणाम धोरणावर होत नाही, हेही कळले. आपल्या मागे त्यासाठी जनशक्ती आवश्यक आहे, केवळ तर्क आणि युक्तिवादाने आपण दिल्ली हलवू शकत नाही, हे वास्तव लक्षात आले.

नरेंद्र जाधव सरांना सर्वशिक्षा अभियानाचे मूल्यमापन करणारी नोट पंतप्रधानांना द्यायची होती. तो अभ्यास करताना सरांनी आवर्जून माझी निरीक्षणे मागितली. मी स्पष्टपणे लिहून पाठवले. त्यातली सरांनी किती स्वीकारली, पंतप्रधानांनी किती वाचली व धोरणात किती उतरली हे जरी मला माहीत नसले, तरी तळात काम करताना माझा उद्वेग, त्रागा थेट पंतप्रधानांपर्यंत जाऊ शकला, हे मला या निवडीचे यश वाटले.

नरेंद्र जाधवांनी निवडले म्हणून कौतुक करत नाही, पण मला त्यांच्यात एक रोलमॉडेल दिसले. जाधव सरांना नंतर सोनिया गांधींच्या शासकीय सल्लागार मंडळातही घेण्यात आले. सरांनी भटक्या विमुक्तांविषयी एक टिपण सोनिया गांधींना दिले, त्याचा भटक्यांविषयी धोरण ठरवायला उपयोग झाला. भटक्यांमध्ये काम करणे, पालावर फिरून लिहिणे ही जशी गरज असते, तशी सर्वोच्च धोरण ठरवताना प्रभाव टाकणे हीसुद्धा गरज असते. पण सरकारमध्ये काम केले, की आपल्याकडे लगेच अशा माणसांना 'चळवळीचे शत्रू' म्हणून हिणवतात. मला स्वत:ला सर्वशिक्षण अभियानात वसंत पुरकेंच्या काळात काम करताना हाच अनुभव आला. चळवळीतले कार्यकर्ते जणू आपण सरकारचे दलाल आहोत, असे बघत असतात. मला हे फारच अगम्य वाटले. पण फक्त अट एकच असली पाहिजे, तुम्ही व्यक्तिगत लाभ घेता कामा नये. असे असेल, तर शासनात काम करण्यात गैर काहीच नसते. मी पुरकेंच्या भूमिकेसोबत राहिलो, गुणवत्तेच्या प्रश्नावर लिहिले. पण त्या काळात एका अधिकाऱ्यांनी माझे नाव राष्ट्रपती शिक्षक पुरस्कारासाठी सुचवायचे का, असे विचारले, तेव्हा मी नम्रपणे नकार दिला. सुप्रिया सुळेंसोबत काम केले, पण त्यांच्या वाढदिवसाला कधी लेखही लिहिला नाही. हा विवेक राहिला, तर मला वाटते, सरकारमध्ये काम करायला हरकत नाही.

केंद्रीय नियोजन आयोगाच्या समितीवर काम करताना प्राथमिक शिक्षणाचे तळातले वास्तव आणि वरच्या पातळीवर निर्णय घेणारी मंडळी यातला सांधाच कुठे जुळत नाही, हे लक्षात आले. बैठकीत भावनिक बडबड ऐकायला वेळच नसतो. आकडे, आकडे आणि आकडे याचीच चर्चा. रिपोर्ट, आकडेवारी आणि कमिट्या हेच अधिकारिवर्गाचे भांडवल. १२व्या पंचवार्षिक योजनेच्या मसुदा समितीच्या पहिल्याच बैठकीत शालाबाह्य मुलांची संख्या खूपच कमी दाखवली जात असल्याचे मी बोललो, परंतु त्याकडे अधिकारिवर्गाने नेहमीच्या खास शैलीत दुर्लक्ष केले.

नंतरच्या एका बैठकीत शिक्षण कायद्याला एक वर्ष पूर्ण झाल्याबद्दलचा एक अहवाल देण्यात आला. त्या अहवालातील आकडेवारी तर धक्कादायक म्हणावी अशीच होती. २०१० साली संपूर्ण भारतात ८१ लाख शालाबाह्य मुले दाखवली होती आणि २०११ साली हीच संख्या फक्त २७ लाख उरली होती. इतकी वेगवान वजाबाकी बघून मी तर चक्रावूनच गेलो. मी पुन्हा पुन्हा या मुद्द्यावर बोलू

लागल्यावर नरेंद्र जाधव सरांनी हस्तक्षेप केला आणि म्हणाले, "आता पुढच्या बैठकीत तुम्ही हा मुद्दा सविस्तर मांडा. फार तर एक प्रेझेंटेशन द्या."

मला विलक्षण आनंद झाला. जवळपास २ महिने माहिती जमवत राहिलो. सरकारचेच वेगवेगळे रिपोर्ट नेटवरून गोळा केले. अशा कामाची सवय नसल्याने खूपच दमछाक झाली. पुन्हा मी आकड्यांना आकडे जोडत होतो. फक्त एक विश्वास प्रत्यक्ष कामातून होता, तो म्हणजे संख्या कितीही असली, तरी २७ लाख तर अगदी नक्कीच नाही. माझ्या एका छोट्या तालुक्यात जर ४०० मुले सापडत असतील; तर बिहार, राजस्थान, मध्य प्रदेश, छत्तीसगड, झारखंडसारख्या मागास राज्यांत किती मुले शालाबाह्य असतील? एवढे एकच तर्कशास्त्र घेऊन मी काम करत होतो.

आणि अखेर माझ्या साध्यासुध्या इंग्रजीत मी अहवाल तयार केला. अहवाल घेऊन दिल्लीच्या बैठकीला गेलो. बैठकीत जाधव सरांनी मला १० मिनिटे दिली. देशाच्या मनुष्यबळ विभागाच्या सचिव तिथे होत्या. उपसचिव, सहसचिव, अप्पर सचिव वगैरे मला न कळणारे सर्वच पदांवरील अधिकारी उपस्थित होते. एन. सी. ई. आर. टी. व शिक्षण, प्रशासन व नियोजन करणाऱ्या न्यूपा (NUEPAA - National University Educational Planning and Administration) वगैरे संस्थांचे प्रमुख होते. शिक्षण क्षेत्रातील अनेक अधिकारी व्यक्ती उपस्थित होत्या. मला पहिलेच वाक्य बोलताना लोकशाहीची म्हणा किंवा जाधव सरांच्या प्रयत्नांची ताकद लक्षात आली. माझ्यासारखा, अधिकाराच्या उतरंडीतला सर्वांत शेवटचा शिक्षक पहिल्या क्रमांकाच्या अधिकारिवर्गाला तुम्ही फसवत आहात, हे थेटपणे सुनावत होता. मी २७ लाखांची संख्या ही फसवणूक आहे, असे अत्यंत स्पष्टपणे सांगितले. पुरावा म्हणून देशातील बालकामगार, रस्त्यावर राहणारी मुले, वेश्या, मुस्लिमांतील शालाबाह्य मुले, आदिवासी भागातील गळतीचे प्रमाण, शहरी झोपडपट्ट्यांमधील मुले, भटक्या विमुक्तांची मुले हे सारे सारे मांडले. स्थलांतरित मजूर, ऊसतोड कामगार, दगडखाण कामगार, बांधकाम मजूर, वीटभट्टी मजूर यांच्या मुलांची संख्या हे सारे एकत्र करून मांडले. सुरुवातीला माझ्यासारखा एक शिक्षक फारतर भाबडेपणाने काहीतरी बोलेल आणि फारतर माझ्या गावाची परिस्थिती सांगेल, राज्याची स्थिती बोलेल, असा त्या अधिकाऱ्यांचा समज होता. पण मी आंतरराष्ट्रीय संस्थांपासून सुरुवात केली आणि शासनाचेच अभ्यास मांडत गेलो, तसतसा सेक्रेटरीबाईंचा चेहरा बदलत गेला. त्या अस्वस्थ झाल्या.

मी सुरुवात बालकामगारांपासून केली. मी म्हणालो, "या देशात बालकामगारांची संख्या २ कोटींपेक्षा जास्त असल्याचे आंतरराष्ट्रीय संस्था सांगतात. शेतीत काम करणारी बालकामगारांची संख्या त्यात मिळवली, तर ती संख्या कितीतरी जास्त होईल. युनिसेफने काही वर्षांपूर्वी भारतात रस्त्यावरच्या मुलांची संख्या ही १ कोटी

१० लाख सांगितली होती. वेश्या व्यवसायात आज १५ टक्के वेश्या या १५ वर्षांपेक्षा कमी वयाच्या आहेत, तर ३५ टक्के मुली या १८ वर्षांपेक्षा कमी वयाच्या आहेत. ही यूनिसेफची आकडेवारी आहे. या वेश्या व्यवसायात आज प्रत्येक वेश्या ही तिच्या वयाच्या १८व्या वर्षापूर्वीच प्रवेश करते आहे.'' हे सांगून मी विचारले की, ''भले १५ वर्षे वयाच्या या व्यवसायात ढकललेल्या मुलींना तुम्ही शाळेत आणू शकणार नाही, पण तुमच्या ६ ते १४ वयोगटाच्या यादीत या मुलींना तुम्ही मोजणार की नाही? या मुली भारतातल्या नाहीत का?'' वातावरण गंभीर झाले.

दिल्लीतल्या 'अमेरिका इंडिया फाउंडेशन' या संस्थेने स्थलांतराचा खूप चांगला अभ्यास केलेला आहे. त्यांच्या अहवालात भारतात दरवर्षी होणाऱ्या हंगामी स्थलांतराची गंभीर अशी आकडेवारी दिली होती. हंगामी स्थलांतर म्हणजे दिवाळीनंतर किंवा वर्षातील विशिष्ट दिवस रोजगारासाठी स्थलांतर करणे होय. दर वर्षी आपल्या देशातले किमान ८ कोटी मजूर असे स्थलांतर करतात व त्यांच्यासोबत त्यांची किमान ६० ते ७० लाख शालाबाह्य मुले असतात. मी त्याचा संदर्भ देत म्हणालो, ''केवळ फक्त एवढीच जरी संख्या मोजली, तरीसुद्धा २७ लाख ही शासनाची संख्या खोटी ठरते.'' ते ऐकून बाईंचा पारा चढला.

त्यानंतर मी आदिवासी भागातील गळतीचा मुद्दा मांडला. ''भारतात ६२५ जिल्ह्यांपैकी ५० जिल्हे असे आहेत, की ज्या जिल्ह्यात आदिवासींची लोकसंख्या ५० टक्क्यांपेक्षा जास्त आहे आणि ७५ जिल्हे असे आहेत, की ज्यातील आदिवासींची लोकसंख्या ही २५ टक्क्यांपेक्षा जास्त आहे. त्या जिल्ह्यांमधील गळतीचा तर अंदाजच करता येणार नाही.''

सगळे शांतपणे ऐकत होते. पुढे मी विचारले, ''देशात भटक्या विमुक्तांची संख्या ११ कोटी आहे. यातल्या शालाबाह्य मुलांची संख्या किती असावी?'' शेवटी मी म्हणालो, ''देशात माझ्या अंदाजाने ३ कोटींपेक्षा जास्त शालाबाह्य मुले आहेत. ३ कोटींपेक्षा जास्त संख्या शालाबाह्य मुलांची असताना केवळ २७ लाख दाखवणे, ही या लेकरांची क्रूर चेष्टा आहे.''

''प्रश्नच मान्य करायचा नाही म्हणजे उत्तरांची जबाबदारी आपल्यावर येत नाही, अशीच शिक्षण विभागाची दिल्लीपासून गल्लीपर्यंत भूमिका असते,'' असे म्हणून मी थांबलो. नरेंद्र जाधव सर माझ्याकडे कौतुकाने बघत होते. त्यांनी सचिवबाईंना विचारले, ''आता यावर तुमचे म्हणणे काय आहे?''

सचिव बाई वैतागून म्हणाल्या, ''हे अहवाल कोणत्या वर्षाचे आहेत, कुठे आहेत, हे आम्हाला काहीच माहीत नाही. त्यावर विश्वास कसा ठेवायचा?''

मी लगेच उत्तर दिले, ''हा मुद्दा तुम्ही उपस्थित करणार, हे मला माहीतच होते, त्यामुळे पेनड्राईव्हमध्ये सगळे अहवाल घेऊन आलो आहे.''

सर्वत्र शांतता पसरली.

जाधव सर त्यांना म्हणाले, "हेरंब म्हणतो ती संख्या कदाचित अतिरंजित असेलही. पण हे सारे ऐकल्यावर तुम्ही २७ लाख संख्येवर अजूनही ठाम आहात का?"

यावर त्यांनी 'नाही' असे उत्तर खालच्या आवाजात दिले. त्यावर न्यूपाचे अभ्यासू संचालक आर. गोविंदा माझ्या बाजूने बोलले. ते म्हणाले, की वेगवेगळ्या अहवालांचे वास्तव आणि शालाबाह्य मुलांची संख्या एकमेकांशी जुळत नाही, ही वस्तुस्थिती आहे. अनिता रामपालसारख्या कार्यकर्त्याही याच अर्थाचे बोलल्या.

शेवटी मीटिंगनंतर काही सचिवांनी "आप बहोत अच्छे बोले" असे कौतुक केले. त्यानंतर १२व्या पंचवार्षिक समितीच्या अंतिम मसुद्यात या विषयावर गंभीर चिंता करणारा परिच्छेद मात्र आला. त्या एका परिच्छेदाने ती ३ कोटी मुले शाळेत येणार नाहीत की निबर व्यवस्थेला काही धक्काही पोचणार नाही, पण समाधान फक्त पणतीच्या कवितेसारखे मिळाले. अंधाराला भगदाड पाडल्याचे.

ढळढळीत खोटेपणाला केवळ भावनिक प्रामाणिकपणा असून आव्हान देता येत नाही, तर शासनाच्या अहवालांचा आधार घेत आकडेवारीच्या भाषेतच आव्हान द्यावे लागते. आपल्यासारख्या कार्यकर्त्यांना गावपातळीवर काम करताना या व्यवस्थेला पॉवर पॉइंटच्या भाषेत, आलेख-आकडेवारीच्या भाषेत आव्हान द्यायला शिकावे लागेल, हा धडा मला मिळाला.

दिल्लीच्या अनुषंगाने आणखी काही निरीक्षणे मांडावीशी वाटतात. दिल्लीत बस, मेट्रोने मी फिरायचो. दिल्लीत लहान मुलांमध्ये काम करणाऱ्या संस्थांची माहिती इंटरनेटवरून जमवायचो. त्यांना भेटायचा प्रयत्न करायचो. हाऊज झेड १०३ हा पत्ता असायचा, पण उतरल्यावर लक्षात यायचे, ए टू झेड अशी मोठी नगरेच असतात. एका विभागात २०० बंगले. प्रत्येकाबाहेर सिक्युरिटी गार्ड असायचे. त्या संस्था शिक्षणात नेमके काय काम करतात, हे काहीच समजेना.

एका संस्थेच्या कार्यालयाला फोन केला. संवाद असा होता.

"आप कौन बोल रहे हैं?"

"मैं एक टीचर और रायटर हू. आपकी संस्था को देखना चाहता हू।"

"किससे मिलना हैं? आपका अपॉइंटमेंट हैं क्या?"

"नहीं।"

"तो आप ई-मेल डालीये। हमारे लोग देखकर डिसाइड करेंगे और बुलायेंगे।"

"मैं तो ऐसेही आपका कार्य जाननेके लिये आना चाहता था। कोई मिलेंगे क्या?"

"नहीं, अभी हमारे सब डायरेक्टर फिल्ड और मीटिंग पे गये हैं। और जानना हैं तो हमारी वेबसाईट पे सब लिखा हैं।"

मी निरुत्तर. अगदी असाच अनुभव राजीव गांधी फाउंडेशनसारख्या सामाजिक

संस्थेतही आला. एका राज्यातून आलेला माणूस आपल्या संस्थेला काही दृष्टी देऊ शकतो, अनुभव विस्तारू शकतो, त्याचा राज्यात उपयोग होऊ शकतो हा दृष्टिकोनच नाही. केवळ त्यांच्या फंडिंग करणाऱ्या देणगीदारांशी बोलणार. म्हणजे संस्था समजून घेणे अशी भानगडच नाही.

मात्र त्या तुलनेत युनिसेफ व युनेस्कोसारख्या जागतिक संस्थांची कार्यालये सौजन्यशील वाटली. त्यांनी केवळ समजून घेण्याला चांगला प्रतिसाद दिला. विजया चौहानांनी शिफारस केल्यामुळे युनिसेफच्या सुंदर कार्यालयात युनेस्कोचे खूप अहवाल मिळाले. युनेस्कोचे प्रतिनिधी तर इतके सभ्य, की मी अगोदर मेल केला होता. त्या बाई बाहेर होत्या. त्यांनी असिस्टंटला भेटायला सांगितले व आमचा सर्व संवाद तिने लिहून घेतला व त्याची नोट त्या बाईंना दाखवली. इतकी तफावत आपल्यात व त्यांच्यात दिसली.

ऑक्सफर्ड प्रेसची लेखकांशी वागण्याची पद्धतही अतिशय आदराची होती. दिल्लीत साहित्य अकादमीच्या पुस्तकांचे दुकान बघितले. केवळ मेडिकल सायन्सवरच्या पुस्तकांचे तीन मजली वातानुकूलित दुकान बघून तर मी चकितच झालो. सेज पब्लिकेशन या प्रसिद्ध संस्थेत शिक्षणाची पुस्तके घ्यायची होती. सुंदर संस्था. उन्हाची वेळ. मी घामाघूम. मला जाताना त्यांच्या कॅन्टीनमध्ये त्यांनी जेवण करून पाठवले. इतक्या मोठ्या प्रकाशन संस्थेचा हा मानवी भाग प्रभावित करून गेला. सेजची शिक्षणविषयक पुस्तके आणली, तेव्हा माझ्या लक्षात आले, की जे अनुभव आपण घेतो, ते जागतिक स्तरावर मांडण्याची एक पद्धत असते. त्या लेखकांपेक्षा माझे अनुभव जास्त विस्तृत होते, पण ते व्यापक परिघावर इंग्रजीत मांडणे, संशोधकीय पद्धतीने मांडणे हा खरा मुद्दा आहे. आपण ७०० शब्दांत लेख लिहून विषय संपवून टाकतो. इंग्रजी मासिके, वर्तमानपत्रात तुम्ही सतत लिहिले पाहिजे, तरच तिथल्या वर्तुळात तुम्ही दखलपात्र असता.

दिल्लीत शेवटच्या फेरीत मी मित्राला म्हणालो, ''दिल्लीत तुम्ही स्वीकारले जाण्यासाठी तीन निकष आहेत. एक तर तुमच्या मागे जनसंख्येचे बळ असले पाहिजे. दुसरे तुम्ही खूप बुद्धिमान असले पाहिजे. प्रशासनाला समजेल अशा प्रशासकीय भाषेत तुम्हाला बोलता आले पाहिजे. संदर्भ, युक्तिवाद, संभाषण कौशल्य, इंग्रजीवर प्रभुत्व असे सारे असले पाहिजे. तुमचे इंग्रजीत लेखन मोठ्या प्रमाणात असले पाहिजे. लेखनाला बुद्धिवादी नियतकालिकांची विशिष्ट मान्यता असली पाहिजे आणि हे नसेल, तर तिसरी बाब तुमच्या राज्यात तुमचे जमिनीवरचे मोठे काम असले पाहिजे. तर आणि तरच दिल्लीत तुम्हाला जागा आहे.''

माझ्यातल्या आत्मसंतुष्टतेला दिल्लीने खूप काही शिकवले. खास वैचारिक विश्वाला भावेल असे इंग्रजीतले लेखन आणि संभाषण कौशल्य आपण मिळवायला हवे, हे लक्षात आले. वंचितांची वकिली जर तुम्हाला राष्ट्रीय पातळीवर करायची

असेल, तर हे शिकावेच लागेल. इंग्रजीत लेखन सुरू करायला हवे, तरच आपल्या आस्थेचे प्रश्न दखलपात्र होतील आणि आपल्या अनुभवाला एक संशोधकीय डूब देऊन राष्ट्रीय परिप्रेक्ष्यातून ते मांडता आले पाहिजेत. हे केवळ महत्त्वाकांक्षेसाठी नाही, तर देशपातळीवरची निर्णयप्रक्रिया वंचितांच्या बाजूने प्रभावित करण्यासाठी गरजेचे आहे. पी. साईनाथ, मेधा पाटकर, शरद जोशींना दिल्लीत मिळणारा आदर बघितल्यावर त्यांचे सामर्थ्य नव्याने लक्षात आले.

दिल्लीत भेटलेली माणसे हा समृद्ध करणारा अनुभव होता. आज तरुण तेजपाल हे तेजोभंग झालेले नाव असले आणि त्यांच्या वागण्याचे किंचितही समर्थन होऊ शकत नसले, तरी त्या काळात *तहलका*मुळे कोणत्याही लिहिणाऱ्या माणसाला त्यांचे आकर्षण वाटायचे. आमच्या गावचे उद्योजक सुरेश कोते हे त्यांचे मित्र. त्यांनी संपर्क करून दिला. तेजपाल नुकतेच फ्रान्सवरून आले होते. मोठ्या उत्साहाने त्यांना भेटायला गेलो. महाराष्ट्रात यवतमाळ जिल्ह्यातील आदिवासी मुलींचे आंध्र प्रदेशातील मिरची व्यापाऱ्यांकडून होणारे लैंगिक शोषण हा विषय मी त्यांना सांगितला. त्यांनी लगेच एक स्वतंत्र प्रतिनिधी महाराष्ट्रात पाठवण्याची तयारी दाखवली. मी शिक्षणातील अनेक गंभीर मुद्दे सांगितल्यावर त्यांनी लेखमाला करण्यासाठी संपादक विभागाशी माझी चर्चा घडवली.

शांता सिन्हा आमच्या समितीत भेटल्या. त्यांनी आंध्र प्रदेशातील ६ लाख बालकामगार मुक्त केले आहेत. ११ जिल्हे बालकामगार मुक्त केले आहेत. या कामासाठी त्यांना 'मॅगसेसे' पुरस्कार मिळाला. एन. सी. ई. आर. टी.चे तेव्हाचे संचालक कृष्णकुमार भेटले. कृष्णकुमार हे शिक्षणावर अत्यंत मूलगामी चिंतन करणारे तत्त्वचिंतक आहेत. मी त्यांचे खूप लेखन वाचले होते. किती विनम्र भावाने व प्रेमाने समोरच्याशी बोलता येते, ते कृष्णकुमारांकडे बघून समजले. मी माझे *'परीक्षेला पर्याय काय?'* हे संपादित पुस्तक त्यांना दिले, तेव्हा परीक्षा-मूल्यमापन असा विषय घेऊन पुस्तक निघाले आहे, याचे त्यांना कौतुक वाटले. हे पुस्तक हिंदीत आले पाहिजे, असे ते म्हणाले. अनिता रामपाल या अशाच विदूषी. दिल्ली विद्यापीठातल्या प्राध्यापिका - त्यांना भेटलो; तेव्हा त्यांचा व्यासंग, तळातल्या कार्यकर्त्यांविषयीची अपार आस्था भारावून टाकणारी होती. मनापासून तळमळीने बोलणे काय असते, हे त्यांच्याकडून शिकलो.

दिल्लीतील मंत्रालयांच्या प्रचंड मोठ्या इमारती नव्या माणसांना धडकी भरवतात. प्रत्येक मंत्रालयाची रचना पार गोंधळून टाकते. अरुंद निमुळत्या बोळीतून दोन्ही बाजूला अधिकाऱ्यांची दालने दिसतात. जनरल सेक्रेटरी, असिस्टंट सेक्रेटरी, जॉइंट सेक्रेटरी, डेप्युटी सेक्रेटरी इ. पदे काहीच समजत नाहीत. कोणाच्या कामाचे स्वरूप नेमके काय आहे? हे काही केल्या कळत नाही. 'शास्त्री भवन' या अतिभव्य मंत्रालयाच्या इमारतीत मला देशाचे शिक्षण मंत्रालय बघायचे होते. पण त्या इमारतीत

जायचे कसे? पोलिस बंदोबस्त. कुणाला भेटायचे? माहीत नाही. त्यांची वेळ घेतली आहे काय? नाही. मग थांबूच नका.

जर तुम्हाला अधिकाऱ्यांनी भेटायची वेळ दिली असेल, तरच तुम्ही या प्रासादात जाऊ शकता, अन्यथा नाही. शिक्षण, आरोग्य वगैरे विभागांच्या अधिकाऱ्याचे नाव तुम्हाला माहीत असणे आवश्यक आहे, फोन नंबरही आवश्यक आहे. समजा फोन नंबरही मिळवला, तरी ते फोनवर वेळ देतील का? थोडक्यात कोणताही अनोळखी माणूस त्याचा प्रश्न घेऊन आत जाऊ शकत नाही. कितीही मोठा अन्याय असला, तरीसुद्धा हे दरवाजे किलकिले होण्याची अजिबातच शक्यता नाही. मी बराच वेळ बाहेर रस्त्यावर उभा राहिलो. त्यानंतर आठवले, आमच्या नियोजन आयोगाच्या समितीवर एक शिक्षण सचिव आहेत. त्यांचा नंबर फिरवला. त्या आढेवेढे घेत म्हणाल्या, या ऑपरेटरशी बोलून पास मिळणार व मग वर जायचे. मनात होते, की त्या मॅडम सर्वशिक्षण अभियानाची देशस्तरावर अंमलबजावणी बघत होत्या, त्यांना तळातले चित्र सांगावे. सेक्रेटरी तशा सुस्वभावी होत्या.

प्रत्यक्षात त्यांच्या कार्यालयात पोचताच त्यांचे हावभाव बदलले. मी फारसा वेळ देऊ शकणार नाही, थोडा वेळ थांबा, असे म्हणाल्या. मी आपला शांतपणे बसून राहिलो. त्यांना अचानक काहीतरी माहिती द्यायची होती. असा अर्धा तास निघून गेला. त्यानंतर बंगलोरहून कुणीतरी त्यांचे परिचित आले. त्यांनी यांना कशाला तरी निमंत्रित केलेले होते. मग तो कार्यक्रम कसा घ्यावा, याचे नियोजन सुरू झाले. त्यांना जे अतिमहत्त्वाचे काम होते, ते बाजूलाच राहिले. त्यातही अर्धा तास असाच निघून गेला. ते लोक उठले.

एक तास झाल्यावर माझी सहनशक्ती संपली. मी त्या सेक्रेटरीबाईंच्या समोर जाऊन बसलो. त्यांचा चेहरा त्रासिक झाला. काम मागे राहिल्याचे त्यांना आठवले. मी बोलू लागताच २-४ वाक्यांत त्यांनी औपचारिक उत्तरे दिली. बोलताना त्या देशाच्या सर्वोच्च सचिव आहेत व मी एक सर्वांत तळातला शिक्षक आहे, ही भावना स्पष्ट जाणवत होती. नियोजन आयोगाच्या बैठकीत समपातळीवर माझ्याशी बोलणे, हा त्यांचा नाइलाज होता. नरेंद्र जाधवांसारख्या व्यक्तीने आमच्यासारख्या कार्यकर्त्यांना गावातून उचलून तिथे नेऊन बसवले होते. केंद्रातली सचिव मंडळी जिथे राज्याच्या शिक्षणसचिवांशी नीट बोलत नाहीत, तिथे सर्वांत शेवटच्या घटकाशी कशी नीट बोलतील?

चार वाक्यांचा संवाद संपल्यावर नंतर कधीतरी भेटू, असे म्हणत जवळपास बोलणे संपवलेच. मी रिपोर्ट मागितल्यावर काही प्रती दिल्या आणि हुकमी हसून मला कटवले...! ते हसणे मात्र तसेच होते. अगदी नियोजन आयोगाच्या बैठकीसारखेच.

खरे तर हा प्रसंग माझ्या अपमानाचा आहे, पण तो अशासाठी नोंदवावासा वाटतो, की या देशातील सर्वोच्च नोकरशाहीचे मन लक्षात यावे... खरे तर

दिल्लीतून अब्जावधी रुपये राज्याराज्यांत पाठवताना त्या पैशांचे काय होते, हे कळण्यासाठी गावपातळीवरचा माणूस दिल्लीत आल्यावर खरेतर त्या अधिकाऱ्याने त्याच्याकडून जाणून घ्यायला हवे होते. परंतु तळातले चित्र समजावून घेण्यापेक्षा अधिकाराची प्रतिष्ठा राखणे महत्त्वाचे वाटले...

बाहेर पडताना केंद्रीय नियोजन आयोग समिती सदस्य, राज्य पुरस्कारविजेता लेखक, तथाकथित शिक्षणतज्ज्ञ वगैरे माझा सारा अहंकार गळून पडला... आपण फक्त भाजणीच्या तळातला एक कर्मचारी आहोत, एवढीच ओळख खरी आहे... तळातले शैक्षणिक वास्तव जाणून घेण्याची दिल्लीला गरजही नाही... एकाच कमिटीवर काम करणाऱ्या सदस्याला ही वागणूक असेल, तर खरेच एखादा अन्याय झालेला शिक्षक इथे आला तर काय होईल?

अशी ही दिल्ली... खूप काही शिकवणारी. अनेकदा चकवणारी. तिचे राजकीय वर्णन लोहियांपासून अनेकांनी केले आहे. पण शिक्षणाच्या तळातला एक माणूस म्हणून एक गोष्ट लक्षात आली. आम्ही बघत असलेल्या जगातले शैक्षणिक विश्व आणि दिल्लीतली शिक्षणाचे निर्णय घेणारी सर्वोच्च यंत्रणा यात कुठेच सांधा जुळताना दिसेना. शिक्षणावर फाडफाड इंग्रजीत बोलणारी ही माणसे आणि मेळघाटातील आश्रमशाळेतील शिक्षक एकाच वेळी डोळ्यांसमोर येतात.

पण माझ्या शैक्षणिक वाटचालीत दिल्लीचा हा आलेला अनुभव खूप महत्त्वाचा ठरला. महाराष्ट्रातले एकूण वैचारिक विश्व, माध्यमांचे जग हे संख्येने खूप कमी लोकांचे असल्याने तुम्ही खूप पटकन प्रकाशात येता आणि त्यातून आपल्यात एक आत्मसंतुष्टता येते. स्वत:विषयीच्या प्रतिमेचा फुगा फुगवायला हितचिंतक मदत करतात. त्याला टाचणी लावून जमिनीवर आणण्याचे काम दिल्लीने केले. तेव्हापासून कुणी कितीही स्तुती केली, तरी हुरळून न जाता मला कृष्णकुमार, शांता सिन्हा, अनिता रामपाल, नरेंद्र जाधव आठवतात आणि या फूटपट्टीने मी स्वत:ला जोखत राहतो.

◻

२.

लाल दिव्याला परिक्रमा करताना...

एकदा वर्गावर असताना शिपाई पळत आला. म्हणाला, "सर, लवकर चला, शिक्षणमंत्री साहेबांचा फोन आलाय." तेव्हाचे शिक्षणमंत्री वसंत पुरकेंचा फोन होता. २००५मध्ये वाचन-लेखन प्रकल्पाला राज्यभर विरोध होत असताना या प्रकल्पाची बाजू घेऊन मी लेख लिहिला होता. तो त्यांना आवडला म्हणून त्यांनी फोन केला होता. सर्वांनाच अप्रूप वाटले. मलाही खूप विशेष वाटले, ते माझ्या कौतुकापेक्षा त्यांच्या गुणग्राहकतेचे. नंतर पुरकेंना खूप वेळा भेटलो. पुरकेंवरचा शिक्षकांचा राग मी बराचसा वाटून घेतला, असे म्हटले तरी वावगे ठरणार नाही. पुरकेंच्या गुणवत्तेबाबतच्या भूमिकेला माझा पाठिंबा होता. त्यांची व्यक्तिगत भलावण मी केली नाही. त्या काळात राष्ट्रपती पुरस्काराला अधिकाऱ्यांनी माझी शिफारस केली असताना ती मी नाकारली. पण मला एक खंत वाटायची, की असा कोणताच लाभ न घेता किंवा भाटगिरी न करताही मला अनेकदा खूप ऐकावे लागले. पुरके माझ्याबद्दल म्हणायचे, 'शिक्षक संघटनांना बंदूक आणि दोन गोळ्या दिल्या, तर ते पहिली गोळी मला व दुसरी गोळी हेरंबला घालतील...' इतका रोष मी केवळ भूमिकेसाठी अंगावर घेतला....

पुरके मंत्री म्हणून खूप ठाम होते. लोकप्रियतेचे हिशोब त्यांनी मांडले नाहीत. सर्वांत जास्त शाळांना प्रत्यक्ष भेटी देणारा शिक्षणमंत्री म्हणूनही त्यांची नोंद करावी लागेल. शाळेत जाऊन तिथे फळ्यावर मुलांना गणिते देणारा, पेटीवर गाणी वाजवणारा शिक्षणमंत्री. सतत अधिकारी वर्गाच्या बैठका घेणारे व शिक्षणखाते सर्वांत चर्चेत आणणारे म्हणूनही त्यांची नोंद घ्यावी लागेल. त्यांचा साधेपणाही खूप होता. सामान्य शिक्षकाचाही ते फोन घ्यायचे. परंतु माध्यमांमुळे ते सतत स्वत:च्याच खात्यावर टीका करत असल्याचा संदेश गेला. त्यात शहरी भागातल्या खासगी शाळाही वाचन-लेखन प्रकल्पात असल्याने मध्यमवर्गातून व शहरी माध्यमातून गैरसमजाने खूपच टीका झाली. ग्रामीण भागात गुणवत्तेची स्थिती किती

भयानक होती, हे शहरी माध्यमात पोचले नव्हते. कोणत्याही जिल्ह्यात इतर मंत्री येतात, आढावा घेतात व जातात, असे पुरके यांचे कधीच झाले नाही. त्यांच्या भेटी गाजायच्या. त्यामुळे सतत टीका होत राहिली. ती कधीकधी खूप अनाठायी असायची. एकदा विदर्भातील सर्व केंद्रप्रमुख व विस्तार अधिकारिवर्गाची बैठक त्यांनी नागपूर व अमरावतीत घेतली. तळातल्या अधिकारिवर्गाला थेट शिक्षणमंत्र्यांना आपले म्हणणे सांगता येणार होते. मी दोन्ही दिवस हजर होतो. पुरके दोन्ही दिवस प्रत्येकाचे म्हणणे लिहून घेत होते. किती मूलभूत गोष्ट घडत होती. फीडबॅक थेट मिळत होता. पण दुसऱ्या दिवशी चॅनलवर बातमी होती, ती मध्यंतरात जेवणाच्या वेळी उष्ट्या पत्रावळीत अन्न खूप टाकले गेले त्याची. त्याचे शूटिंग करून पुरकेंवर टीका करण्यात आली होती.

दुसरा मुद्दा त्यांना मंत्रिमंडळाचा पाठिंबा मिळायला हवा होता. ते एकटेच बोलत होते आणि कुणीच त्यांच्या पाठीशी नव्हते. त्यांच्या प्रकल्पाची तुलना मला राजेंद्र दर्डांच्या पटपडताळणीशी करावीशी वाटते. पृथ्वीराज चव्हाण यांच्या मंत्रिमंडळात असताना दर्डा यांनी शाळेतील बोगस पटसंख्या शोधायला सर्व शाळांची एकाच दिवशी पटपडताळणी केली. या पटपडताळणीतल्या भ्रष्टाचाराच्या मुद्द्यावर त्यांनी उपमुख्यमंत्र्यांना बोलायला लावले व मंत्रिमंडळात सतत तो विषय मांडत कारवाया केल्या. पण पुरकेंच्या पक्षपातळीवरही अडचणी होत्या. पुन्हा दोन्ही पक्षांना शिक्षकांना दुखवायचे नव्हते. पण वाईट याचे वाटले होते, की शिक्षणात मागे पडलेल्या मुलांचा प्रश्न पहिल्यांदा इतक्या ताकदीने पुढे आला होता, तो उलथवला गेला. त्यांच्या काळात शिक्षण संचालकापासून सर्व वरिष्ठ अधिकारी शाळेत जाऊन चाचणी घ्यायचे. प्रशासन खूप गतिमान झाले. शालाबाह्य मुलांच्या प्रश्नाला ज. मो. अभ्यंकर आणि भाऊ गावंडे यांच्या मदतीने त्यांनी खूप गती दिली. लाखो मुले शाळेत आली आणि टिकली, हे सर्वस्वी या तिघांचे श्रेय आहे.

पण काही नकारार्थी गोष्टीही सांगितल्या पाहिजेत. 'सर्वशिक्षण अभियानात' काम करताना शिक्षण मंत्रालयाचा जवळून परिचय झाला. या अभियानात पैसा खूप आला; पण त्यामुळे मंत्रालय, अधिकारी पातळीवरचा भ्रष्टाचार खूप वाढला. बदल्यांचे दर जाहीर झाले. ते रोखले गेले नाही. दुसरे असे झाले, की 'सर्वशिक्षण अभियानाची अंमलबजावणी करणारी महाराष्ट्र प्राथमिक शिक्षण परिषद' खूप प्रभावी झाली व इतर विभाग कमकुवत होत गेले. एका चांगल्या शिक्षणमंत्र्याचा ज्या प्रकारे बळी घेतला गेला, ते मला फार क्लेशदायक वाटते. यात ग्रामीण शिक्षणाचे खूप नुकसान झाले. मला मात्र शिक्षण क्षेत्रातल्या कार्यकर्त्यांच्या मानसिकतेचे आश्चर्य वाटत राहिले. सरकारच्या विशिष्ट भूमिकेला पाठिंबा देणे, हे फार मोठे पाप मानले जाते. त्यामुळे शिक्षक, शिक्षक संघटना यांच्याकडून एक प्रकारचा अघोषित बहिष्कार मला अनेक वर्षे जाणवत राहिला...

पुढे आमच्या गावाशेजारचे संगमनेरचे बाळासाहेब थोरात शिक्षणमंत्री झाले. एकदा सहज त्यांना भेटायला मी, माझे मित्र गजे सर, शेवाळे सर साखर कारखान्यावर पोचलो. त्यांची गाडी निघाली होती. त्यांनी थांबवली. ते गमतीने म्हणाले, "बसा पटकन. लग्नाला निघालोय. गाडीतच आपली मीटिंग करू आणि गाडीतून उतरेपर्यंत आज काहीतरी शिक्षणाचा निर्णय करूच." त्या काळात मुलांच्या आत्महत्या खूप होत होत्या. शिक्षण विभागावर टीका होत होती. तेव्हा हा विषय छेडला. किमान २५ मिनिटे मी बोलत होतो, ते ऐकत होते. त्यानंतर शासन काय करू शकते, ते सांगितले. त्यानंतर चर्चा झडली ती गुणवत्तेच्या प्रश्नावर. पुरकेंइतके ते आक्रमक नव्हते आणि दोन खात्यांचा अधिभार असल्याने वेळही नव्हता. त्यांना भ्रष्टाचार कुठेकुठे होतो, त्या जागा लक्षात आणून दिल्या. लग्नात पोचलो. तो माहोल, भाषणे... गर्दीतून आम्हाला घेऊन पुन्हा चर्चा सुरू. त्यांचा स्वभाव अंगावर घेण्याचा नाही, पण व्यवस्थेत सुधारणा करण्याचा आहे. "अशा सूचना काढा, की ज्यात अंगावर फार येणार नाही, वेळही हातात कमी आहे पण सुधारणा होतील," असे त्यांनी स्पष्टपणे सांगितले.

मग गजे सर, शेवाळे सर व मी अशा ३ मित्रांनी एकत्र येऊन १८ सूचना काढून दिल्या. त्यात ग्रामशिक्षण समित्यांना पुरस्कार सुरू करण्याची क्रेडिट देणारी एक सूचना होती. गाडगेबाबा पुरस्कारासारखे हे ऐतिहासिक झाले असते, पण नंतर १०वीचे निकाल-सी. बी. एस. ई. हा वाद वाढला. त्यात ते अडकून पडले. मी सतत फोन करायचो... १८ कलमीचे काय झाले... ते हसायचे. प्रांजळपणे वेळ होत नाही सांगायचे. पुढे मंत्रीच बदलले.

आमच्याच जिल्ह्यातले दुसरे शिक्षणमंत्री राधाकृष्ण विखे पाटील. एकदा त्यांना भेटायला कारखान्यावर गेलो. तर ते नुकतेच नाशिकला निघालेले. मी फोन केला. म्हणाले, २ किलोमीटर गावाच्या पुढे आलो आहे. मी म्हणालो, "मलापण त्याच दिशेला यायचंय, प्लीज थांबता येईल का? बोलणं होईल." आणि चक्क लाल दिव्याच्या गाड्यांचा ताफा रस्त्यावर थांबला. मी धावत पळत पोचलो. औपचारिक बोलणे झाल्यावर मिळालेल्या अर्ध्या तासात मी शिक्षणाचे माझे विश्लेषण, तक्रारी ऐकवल्या. सूचना केल्या. 'माझे अधिकारी सोबत असताना तुमच्या या सूचना करा,' असे म्हणत तो प्रवास संपला. पण त्यांनी संपर्क ठेवला. माझा एक प्रयत्न होता, की राज्यातील प्रयोगशील शाळा, शिक्षणातले कार्यकर्ते आणि शिक्षणमंत्री यांनी एकत्र यावे व एकत्र विचारमंथन करावे. यादी-पत्ते सगळे झाले. स्वत: विखेंनीच दोन वेळा फोन केला. पुण्यात बैठक ठरली. नियोजनही ठरले. पण दुर्दैवाने ती बैठक झाली नाही. दहावीला एटीकेटीचा त्यांचा निर्णय वादाचा ठरला. एकदा मी हा विषय त्यांच्याकडे काढला. ते म्हणाले, "या निर्णयाची सामाजिक बाजू का बघत नाहीस? ग्रामीण भागात नापास मुलीचं लग्न ठरतं. शिक्षण थांबतं. मुलगाही

कामाला लागतो. या पार्श्वभूमीवर हा निर्णय बघावा.'' त्यांचे म्हणणे मला खूप वेगळे वाटले. पुढे माझ्याविषयी काही हितशत्रूंनी तथ्यहीन तक्रारी केल्या. त्या खोट्या तक्रारींतून माझ्यावर प्रशासकीय कारवाईचा प्रयत्न झाला, तेव्हा विखे आणि मधुकरराव पिचड यांनी केवळ माझ्या कामाकडे बघून माझे वेगळेपण प्रशासनाला सांगितले. हा राजकीय व्यक्तींचा चांगला अनुभव गाठीशी आहे.

२०१० साली पतंगराव कदम शिक्षणमंत्री म्हणून खूप थोडे दिवस होते. तेव्हा खाते आल्याच्या पहिल्याच दिवशी त्यांच्या स्वीय सचिवाने स्वत: होऊन फोन केला व साहेबांना काही सूचना द्याव्यात, असे म्हटले. मी सूचना करण्यात तरबेज झालोच होतो. थोरातांना दिलेल्या १८ सूचना नंतर तशाच त्यांना पाठवून दिल्या. पण पाठपुरावा केला नाही.

दिलीप वळसे पाटील मंत्री असताना २००८ साली पुणे जिल्ह्यातल्या प्रत्येकी १० प्रयोगशाळांतील शिक्षकांचे २ दिवसांचे प्रशिक्षण बाबू गेनूंच्या गावाला ठरले. त्याचे संपूर्ण नियोजन माझ्याकडे दिले. मला हे नियोजन करताना खूप आनंद मिळाला. तो अशासाठी, की मला नेहमी असे वाटायचे की प्रयोगशील शाळा आणि सरकारी शाळा यांच्यात एक सेतू निर्माण व्हायला हवा. त्या शाळांनी केलेले प्रयोग हे आमच्या मुख्य प्रवाहातल्या शिक्षकांपर्यंत पोचायला हवेत. या हेतूने मग मी महाराष्ट्रातील सर्व प्रयोगशील शिक्षक व शिक्षणतज्ज्ञ या शिक्षकांसमोर आणले. जिल्हा परिषदेचे शिक्षक काहीतरी वेगळे ऐकायला मिळत आहे, हे बघितल्यावर खूप प्रभावित झाले. त्यांचा दृष्टिकोन बदलला. प्रेरणा निर्माण झाली. प्रयोगशील शाळा व जिल्हा परिषदेचे शिक्षक यात सेतू बांधला जायला हवा, हा माझा प्रयत्न होता.

राजेंद्र दर्डांना त्यांच्या अगदी मंत्रिपदाच्या शेवटच्या महिन्यात भेटता आले. आम्ही जो सिसकॉम अहवाल शासनाला सादर केला, तो त्यांना द्यायला आम्ही औरंगाबादला जाऊन भेटलो. तेव्हा जवळपास २ तास त्यांनी वेळ दिला. आपला समज असतो, की मंत्र्यांना शिक्षणातले तळातले प्रश्न माहीत नसतात. त्यामुळे शिक्षकांमध्ये टाळ्या घेणारे एक वाक्य असते, की मंत्री ए. सी.मध्ये बसून निर्णय घेतात, त्यांना काय आमच्या अडचणी माहीत? पण जेव्हा मी दर्डांना एक एक वास्तव सांगायला लागलो, तेव्हा ते त्याच्या पुढचे तपशील सांगत होते. त्यांनी आमच्या अहवालाचे कौतुक केले आणि विशेष म्हणजे चॅनलवरही हा अहवाल स्वीकारत असल्याचे घोषित केले, नंतरही त्यांच्याशी बोलत राहिलो... दर्डांच्या कारकिर्दीचा एक विशेष असा वाटला, की त्यांनी अनेक धाडसी गोष्टी केल्या, पण त्यांच्या अंगावर आल्या नाहीत. पटपडताळणीसारखा धाडसी निर्णय त्यांनी ज्या खुबीने अमलात आणला, ते कौतुकास्पद होते. त्यांनी अगोदर त्यावर अजित पवारांना बोलायला लावले व सरकारचा निर्णय म्हणून तो पुढे नेला. कॉपीमुक्तीचा विषयसुद्धा असाच पुढे नेला.

या काळात साधारण दोन वर्षांनी एक मंत्री बदलले. प्रत्येक मंत्री बदलले की कितीही नाही म्हटले तरी धोरण, कार्यपद्धती बदलतेच आणि त्याचा परिणाम शिक्षणावर होतो. आपण साधे ५ वर्षे एकच शिक्षणमंत्री ठेवू शकत नाही. एकदा मंत्र्यांना शिक्षणातले महत्त्वाचे मुद्दे पटवून दिले, की त्याची राज्यभर अंमलबजावणी होईल, अशी माझी भाबडी आशा असायची. पण माझ्या लक्षात आले की, त्यांच्यावरचे कामाचे दडपण व त्यांची समज, त्यांच्या आजूबाजूची माणसे, इतर कामे हे सारे इतके मोठे असते, की हा प्राधान्यक्रम बनतच नाही. पुन्हा त्यांचा भरवसा ज्या अधिकारिवर्गावर असतो, ते आपला स्वप्नाळूपणा अजिबात स्वीकारत नाहीत. त्यांना नवीन लोढणे नको असते. माझ्यात आग्रहीपणा यामुळे आला, की मी खूप शाळा बघितल्या आहेत. गुणवत्तेची खूप निराशाजनक अवस्था बघितली आहे. त्यामुळे मी खूप टोकाला जाऊन सुधारणांसाठी त्यांना बोलत राहायचो. पण मंत्र्यांपैकी एक पुरके सोडले तर तळातल्या शाळांना कुणीच मंत्र्यांनी फारशा भेटी दिल्या नाहीत. त्यामुळे शाळांमधले वास्तव नेमके काय आहे, हे तितक्या तीव्रतेने त्यांनी जरी ऐकले असले तरी अनुभवलेले नव्हते आणि पुन्हा ज्या अधिकाऱ्यांच्या फीडबॅकवर ते अवलंबून राहायचे, ते अधिकारीही आजकाल फारशा भेटी करत नाहीत. त्यामुळे तेही वास्तवापासून दूर असतात.

प्रश्न शेवटी मंत्री किंवा अधिकारी यांच्या इच्छाशक्तीचा असतो. पण काहीतरी करावे, ही प्रत्येक मंत्र्याची इच्छा नक्कीच असते. त्यामुळे चाकोरीबाहेरच्या कार्यकर्त्यांची आणि मंत्री, अधिकारी यांची भेट होत राहिली पाहिजे. ती दोघांनाही समृद्ध करते... फक्त मंत्री भेटणे, हे महादिव्य असते. पुन्हा भेटले, तरी आजूबाजूला सतत लोक बसलेले असतात. अधिकारी तातडीची कागदपत्रे समोर आणतात आणि एवढ्या व्यवधानातून ते आपल्याशी बोलत असतात... भेटीला जाताना गर्दीतून वाट काढणे, वाट पाहणे हे अक्षरश: थकवणारे असते. त्या गर्दीकडे बघून वाटते, की आपल्याला निर्हेतुक भेटायचय तरी आपण इतके वैतागतो; पण ज्यांच्यावर अन्याय झालाय, त्यांचे या गर्दीत काय होत असेल?

❑

३.

परिक्रमा मंत्रालयातल्या लाल फितीची...

शिक्षण सचिवांपासून अगदी तळातल्या केंद्रप्रमुखासोबत काम केल्याने महाराष्ट्रातल्या प्रशासनाचे अनेक अनुभव गाठीशी आहेत. या अनुभवातून प्रशासनाच्या शिक्षणविषयक आस्थेचा अंदाज येतो. गेल्या १० वर्षांतल्या जवळपास सर्वच शिक्षण सचिवांना मला भेटता आले. त्यातून या प्रश्नाविषयीची काहींची कळकळ दिसली, तर काहींना या जबाबदारीच्या कामाविषयी काहीही घेणे-देणे नव्हते.

शिक्षण सचिवांसोबत एक बैठक होती. त्यात शिक्षणक्षेत्रात काम करणारे काही प्रमुख कार्यकर्ते उपस्थित होते. शिक्षण सचिव म्हणाले, "काही विचारायचे असेल, तर विचारा."

मी म्हणालो, "पाठ्यपुस्तक बदलल्यावर संपूर्ण पुस्तकाचे प्रशिक्षण एका आठवड्यात घेतले जाते. संपूर्ण अभ्यासक्रम एकाच वेळी शिक्षकांना शिकवला जातो. नंतर ते विसरूनही जातात. तेव्हा जर त्या अभ्यासक्रमांचे प्रशिक्षण तीन तीन महिन्यांच्या अंतराने असे तीन वेळा ठेवले, तर सर्व युनिट नीट समजतील, शिकवताना येणाऱ्या अडचणी कळतील."

त्यावर ते त्यांच्या खास आय.ए.एस. शैलीत म्हणाले, "पण प्रशिक्षणाची गरजच काय? शिक्षक डी.एड., बी.एड. आहेत. त्यांनी पुस्तक समजून घ्यावे..."

मला साक्षात्कार असा झाला, की ज्या सचिवांच्या सहीने कोट्यवधी रुपये खर्चून पाठ्यपुस्तक प्रशिक्षण होत असते, त्यांना असे काही प्रशिक्षण होत असते, हेच माहीत नव्हते... वास्तव आणि अधिकारी यांच्यात इतका प्रचंड दुरावा असतो. अशी प्रशिक्षणेच जिथे माहीत नसतात, तिथे ती प्रशिक्षणे किती वाईट होतात, हे समजणे आणि त्यात सुधारणा करणे तर दूरच राहिले.

प्रशासकीय अधिकाऱ्यांकडून अनेकदा निराशा येते. असाच एक अनुभव.

सुप्रिया सुळेंसोबत आम्ही यशवंतराव चव्हाण प्रतिष्ठानच्या वतीने शिक्षणमंच

सुरू केला. त्यात काम करताना एकदा दत्ता बाळसराफ आणि आमचे ठरले की आपण शिक्षणक्षेत्रामध्ये बदल घडवण्यासाठी प्रभावी सूचना तयार करू. अशा प्रशासकीय सुधारणांच्या सूचनांचे एक पत्र तयार करून सुप्रिया सुळेंच्या सहीने शिक्षण सचिवांना देऊ.

मला तळात काम करताना ज्या ज्या गोष्टी खटकत होत्या, त्या त्यात मांडल्या. गावाच्या शाळेपासून ज्या ज्या अडचणी वाटत होत्या, त्या सगळ्या त्यात टाकल्या. दत्ता बाळसराफ व आम्ही अनेक वेळा चर्चा करून अगदी बारीकसारीक सूचनांचे पत्र तयार केले. जणू ते पत्र उद्या अमलात येणार आहे अशा थाटात कॉमा, फुलस्टॉपपासून चर्चा करून पत्र तयार केले. अनेकदा या सूचनेने काय होईल? टीका होईल का? शब्दरचना अशी असावी का, की थोडी बदलावी? असे करत करत त्या सूचना बदलत होतो. आम्ही ते पत्र अशा थाटात करत होतो, की जणू पत्र दिल्यावर लगेच त्या सूचनांवर समिती नेमली जाईल व अंमलबजावणी होईल. त्या सूचना सुप्रिया सुळे यांच्या असल्याने सचिव गंभीरपणे घेतील, असा आमचा भाबडा आशावाद.

शेवटी पत्र तयार झाले आणि शिक्षण सचिवांना द्यायला सुप्रियाताईंसोबत ४ कार्यकर्ते निघाले. मी नेमका मंत्रालयाजवळ उशिरा पोचलो. सुप्रियाताई व कार्यकर्ते पुढे गेले. मला वाटले, एका एका मुद्द्यावर घमासान चर्चा होईल, किमान एक तास सचिव चर्चा करतील, तोपर्यंत आपण पोचतोच आहोत. मी १० मिनिटांत मंत्रालयाच्या गेटवर पोचलो, तर कार्यकर्ते भेटले. मी विचारले, "वर मंत्रालयात गेला नाहीत का?" तर ते म्हणाले, "जाऊन निवेदन देऊन आलोसुद्धा. आम्ही फक्त मोजून ६ मिनिटे शिक्षण सचिवांच्या केबिनमध्ये होतो. त्यातील ३ मिनिटे त्या सचिवांचा फोन चालला होता. सुप्रियाताईंनी आपले निवेदन दिले. नंतर ताई आल्या म्हटल्यावर ते सचिव उत्साहाने इतर विषयांवर बोलले व निघताना म्हणाले, 'नक्की नक्की, तुमचे निवेदन वाचून बघतो...' आम्ही निघालो."

माझ्यासारख्यांच्या अभ्यासपूर्ण सूचना आणि सुप्रियाताईंसारखे प्रभावी राजकीय नेतृत्व एकत्र येऊन तयार झालेल्या शैक्षणिक सुधारणांचीही अशी स्थिती बघितल्यावर निराशा अधिकच गडद झाली... मी मंत्रालयाच्या त्या विशाल महाकाय इमारतीकडे केविलवाणा आणि बारीक चेहरा करून बघत होतो...आपले निवेदन कोणत्या खोलीत कोणत्या फाइलीत आता गेले असेल, याचा अंदाज बांधत होतो.. त्या महाकाय इमारतीपुढे आपले खुजेपण खूपच गडद होत होते.

या महाकाय इमारतीतून महाराष्ट्राच्या कानाकोपऱ्यातल्या जिल्ह्यांचे निर्णय घेतले जातात. मुंबईच्या चकचकीत दुनियेपेक्षा दूरवरचा गडचिरोली जिल्हा. आपल्यासारखा खुजा. तिथे फिरताना बघितले, की मुले उपाशीपोटी आश्रमशाळेत बसत. शाळेत असूनही निरक्षर असणाऱ्या मुलांची इतकी भयावह स्थिती बघितल्यावर मी नरेंद्र

दाभोळकरांना गडचिरोलीवरून फोन करून ते सारे सांगायचो. तेव्हाचे आदिवासी सचिव दाभोळकरांचे मित्र होते. तत्कालीन आदिवासी सचिवांना दाभोळकरांच्या ओळखीने भेटलो. मुले कशी उपाशी ठेवली जातात, मुलांना शिक्षण कसे चांगले मिळत नाही, असे सगळे तपशील सांगितले. ते म्हणाले, तुमच्या सर्व सूचनांचे पत्र करतो. त्याप्रमाणे मार्गदर्शक सूचना त्यांनी कनिष्ठ पातळीला दिल्या. त्या सूचनांच्या आधारे मंत्रालयात राज्यातील प्रकल्प अधिकाऱ्यांची मीटिंग झाली. पुढे बदल घडला की नाही ते कळले नाही, पण तळातले वास्तव मंत्रालयापर्यंत पोचल्याचे किमान समाधान मला मिळाले.

एखाद्या प्रश्नाच्या बाबतीत आपण पोटतिडकीने सांगायला जावे आणि समोरच्याने त्याकडे दुर्लक्ष करावे, असे अनुभव वारंवार येणारे. परीक्षेतल्या तणावामुळे दरवर्षी ४००० मुले आत्महत्या करतात. या विषयावर मी *'परीक्षेला पर्याय काय?'* हे पुस्तक संपादित केले. या पुस्तकाला महाराष्ट्र शासनाचा उत्कृष्ट संपादनाचा राज्य पुरस्कार मिळाला होता व तेव्हा 'मुलांच्या आत्महत्या' हा विषय सुरू होता. मंत्रालयात एका कामाला गेलो होतो. मंत्रालयात शिक्षण विभागात डोकावलो, तर शिक्षण सचिव केबिनमध्ये होते. त्या विषयावर चर्चा सुरू असल्याने पुस्तक उपयुक्त ठरेल म्हणून द्यायला गेलो. पीएने त्यांना कल्पना दिली व भेटीबाबत विचारले. ते पीएला म्हणाले, २ मिनिटे मिळतील. मी आत गेलो. पुस्तक देण्यात, पाहण्यात एक मिनीट गेला. पुस्तकाचे वेगळेपण सांगण्यात एक मिनीट गेला. पुढे मी काही बोलताच सचिवांनी मला थांबविले आणि ते म्हणाले, २ मिनिटे संपली. शिक्षण व्यवस्थेच्या तळातला एक शिक्षक सध्याच्या एका ज्वलंत महत्त्वाच्या विषयावर ३०० पानांचे पुस्तक संपादित करतो आणि राज्यातील एका महत्त्वाच्या प्रश्नावर काही सांगू पाहतो आणि शिक्षण सचिव मुलांच्या आत्महत्या मोजण्याऐवजी घड्याळातील सेकंद मोजतात.

हे अपमानही लिहिणे मला गरजेचे वाटतात ते यासाठी, की प्रशासन काय असते हे कळावे. शिक्षण विभागातले चैतन्य का हरवले आहे? चांगली माणसे या व्यवस्थेत निराश का होतात? याची कारणे कळावीत. अजून एक प्रशासनातली समस्या असते, ती अधिकाऱ्यांच्या एका खात्यातून दुसऱ्या खात्यात होणाऱ्या बदल्यांची.

बऱ्याचदा दुसऱ्या विभागातून आलेल्या अधिकाऱ्यांची समस्या समजून घेण्याची आस्थाच नसते. आदिवासी भागातल्या २०० शाळांना भेटी देताना मी ठिकठिकाणच्या अधिकारिवर्गाला भेटायचो. असेच एकदा एका आदिवासी प्रकल्प अधिकाऱ्याला भेटलो. तो अधिकारी याआधी नगरपालिकेचा अधिकारी होता. मी उपाशी मुले वगैरे सांगत होतो आणि तो वरही न बघता मोबाइलमध्ये मेसेजेस बघत होता. शिक्षणाशी संबंधित नसलेल्या विभागातून आलेल्या अधिकारिवर्गाची जाणीव

जागृती करण्याची गरज असते, हे मला त्यातून कळले.

अहवाल तयार करून प्रशासनासमोर मांडण्याचे महत्त्व कळल्यावर 'सिसकॉम' अहवाल तयार केला. माझ्या गावचा एक मित्र राजेंद्र धारणकर पुण्यात असतो. राजकीय पक्ष, ग्राहक पंचायत यात काम केलेल्या या संघटक मित्राने 'सिस्टिम करेक्टिंग मुव्हमेंट' या संस्थेची स्थापना केली. यात व्यवस्थेतील सुधारणा हा मुख्य मुद्दा होता. विविध शासकीय खात्यांत काय सुधारणा सुचवाव्यात, यावर ही संस्था काम करते. मी नकळत या संस्थेचा भाग बनलो. राजेंद्र धारणकर, विनीत धारणकर, सतीश लोखंडे यांच्याशी चर्चा करताना शिक्षणात काय करता येईल, यावर विचार झाला. त्यावर आधारित एक अहवाल करावा आणि त्या अहवालाच्या आधारे प्रशासकीय सुधारणांचा पाठपुरावा करावा, असे ठरले.

हा अहवाल तयार करण्यासाठी आम्ही खूप कष्ट घेतले. अनेक वेळा हे सारे अधिकारी आणि आम्ही भेटलो. अनेक बैठका झाल्या. अगदी छोट्या छोट्या बदलांवर वादविवाद केले. अखेर शेवटी ४० सूचना असलेला हा अहवाल आम्ही तयार केला आणि हा अहवाल घेऊन आम्ही मंत्रालयात गेलो. मोठ्या उत्साहात होतो... शिक्षण सचिवांची वेळ घेतली होती. अश्विनी भिडे या शिक्षण सचिव होत्या. त्यांच्यासमोर अहवालाचे सादरीकरण केले. पूर्ण ४० मिनिटे मन लावून त्या ऐकत होत्या. नंतर सौम्यपणे त्यांनी त्यांचे अनुभव सांगितले. खूप जिव्हाळा जाणवला. आम्हाला केलेल्या कष्टाचे चीज झाल्यासारखे वाटले.

तिथून मुख्यमंत्री पृथ्वीराज चव्हाण यांना भेटायला गेलो. केबिनबाहेर प्रचंड गर्दी. तेवढ्यात महसूलमंत्री थोरात बाहेर आले. मंत्री बाळासाहेब थोरात आमच्या गावाजवळच्या संगमनेरचे. त्यांनी 'काय विशेष' विचारले. आम्ही फक्त अहवाल द्यायचा आहे सांगितले. ते पुन्हा मागे फिरले आणि मुख्यमंत्र्यांना म्हणाले, 'ही चांगली काम करणारी माणसं आहेत, यांच्याशी थोडं बोला.' मुख्यमंत्र्यांनी अहवाल घेतला.

पुढे प्रत्येक वर्तमानपत्राने या अहवालावर लिहिले. शिक्षणमंत्र्यांना भेटायला आम्ही औरंगाबादला गेलो. राजेंद्र दर्डा यांनी उत्साहाने विषय समजून घेतला आणि विशेष हे जाणवले, की त्यांना जमिनीवरचे सर्व प्रश्न बारकाईने माहीत होते. राजकीय मर्यादेत त्यावर उत्तरे शोधण्याचे कौशल्यही होते. त्यांच्या आणि शिक्षण सचिव यांच्या प्रतिसादाने आम्ही अगदी निश्चिंत झालो.

नंतरच्या आठवड्यात शिक्षण सचिव अश्विनी भिडे यांनी सर्वशिक्षण संचालकांची मीटिंग लावली आणि अडीच तास हे कसे अमलात आणता येईल यावर अतिशय तपशीलवार चर्चा केली. आमच्या दृष्टीने तो सार्थकतेचा क्षण होता... नंतर शिक्षण आयुक्त चोकलिंगम यांनीही आमची बैठक घेतली आणि अधिकाऱ्यांसोबत चर्चा केली. मग अधिकाऱ्यांना विषय वाटून देण्यात आले. अधिकारी त्यावर चर्चा करू

लागले. शिक्षण संचालक कार्यालयात आम्हाला अनेकदा बोलावण्यात आले. तिथे या आदेशांचे शासन निर्णय कसे करायचे, यावर चर्चा झाली. अगदी शासन निर्णयाचे कच्चे नमुनेसुद्धा आम्ही बनवून दिले. एस.सी.ई.आर.टी.च्या म्हणजे महाराष्ट्र राज्य शैक्षणिक संशोधन व मूल्यमापन परिषदेच्या अतिथी कक्षात रात्री ११ वाजता आम्ही चर्चा करत बसलो असल्याचे अजून आठवते आहे. तिथून रात्री विद्याधर शुक्लांच्या घरी गेलो. तिथेही काम केले.

नंतर रोज पाठपुरावा सुरूच होता. शेवटी शासननिर्णय तयार झाले. आम्हीच ते पेन ड्राइव्हमध्ये घेऊन मंत्रालयात मेलने पोचवले आणि आता फक्त त्याचे अधिकृत रूपांतर करायचे बाकी राहिले. शेवटी व्हायचे तेच झाले. विधानसभेच्या निवडणुका जाहीर झाल्या. मंत्री मंत्रालयाबाहेर गेले. आचारसंहिता सुरू झाली. टोलवाटोलवी सुरू झाली. सरकार बदलले. मंत्री बदलले. मंत्र्यांनी सचिव बदलले. नवीन शिक्षणसचिव काहीच कारण नसताना या अहवालाच्या विरोधी बोलायला लागले. धारणकर त्यांना एकदा भेटले, तर संदर्भ सोडून एक वाक्य वाचले आणि म्हणाले, यातले मी पुढचे काहीच वाचणार नाही. आमच्यासोबत जे सरकारी निवृत्त अधिकारी होते, त्यांच्याविषयी नकारार्थी शेरेबाजी करू लागले. वास्तविक व्यक्तींच्या प्रामाणिकपणाविषयी बोलणे खूप चुकीचे होते. दोन शिक्षण सचिवांतील हा फरक खूप निराश करणारा होता. अडीच तास या अहवालावर मीटिंग घेणारे सचिव एकीकडे आणि मी वाचणारसुद्धा नाही, असे म्हणणारे हे सचिव दुसरीकडे. आम्ही स्वतःच्या खर्चाने जात होतो. धारणकरचा तर या प्रक्रियेत खूप खर्च झाला होता. यातून अखेर अगदी शेवटच्या टप्प्यात असलेला अहवाल बासनात गुंडाळला गेला. आजही हे सर्व जवळपास ३० आदेश तयार आहेत.

मला खूप उदासी आली. सरकारच्या नादी लागणे किती क्लेशदायक असते, किती खचून जायला होते... हे लक्षात आले. नंतर अनेक महिने मंत्रालयाची पायरी चढलो नाही की एकाही सरकारी अधिकाऱ्याला भेटलो नाही...मला अजूनही कधीकधी मध्यरात्री आम्ही त्या पुण्याच्या खोलीत शासन आदेश तयार करत बसलेलो आठवते आणि आमची धडपड कशी निष्फळ ठरली, ते आठवते आणि डोळ्यांत पाणी येते....

या परिक्रमेत काही चांगले अनुभवही आले. असाच एक अनुभव. '*शाळा आहे शिक्षण नाही*' हे पुस्तक आल्यानंतर सचिव शर्वरी गोखले यांनी ते वाचले. माझे हे काहीसे वादग्रस्त ठरलेले पुस्तक. ते त्यांनी राज्यातील सर्व शिक्षकांच्या प्रशिक्षणाला लावले. अधिकारी सचिवांना खूप घाबरायचे. पुस्तक प्रशिक्षणाला लावल्यावर प्रशिक्षणाच्या राज्यस्तरीय तज्ज्ञांच्या शिबिराला त्या स्वतः आल्या. माझे भाषण दुपारच्या सत्रात होते. त्या मला म्हणाल्या, "मी तुमचं भाषण थोडावेळ मागे बसून ऐकेन." मी भाषणात त्यांच्या नावाचा उल्लेख करायचा नाही, ही ताकीद

त्यांनी मला दिली होती. जे पुस्तक शिक्षक संघटनांनी जाळले होते, ते त्यांनी अधिकृत शासकीय प्रशिक्षणात वाचायला लावले. शिक्षण सचिवांचे हे धाडस आणि आस्था...

सचिव म्हणून सर्वांत सुखद अनुभव हा अश्विनी भिडे यांचा होता. त्यांना शालाबाह्य मुलांचा विषय सांगितला, तर पुण्यात त्यांनी लगेच या क्षेत्रातील सर्व संस्था व कार्यकर्त्यांची एक दिवसाची कार्यशाळा 'यशदा'त घेतली. त्यानंतर या मुलांच्या समस्या सोडवण्यासाठी एक कार्यगट स्थापन केला. त्या शिफारशींच्या आधारे या प्रश्नाला एक टोक आले. त्यांचा संवाद करण्याचा आवाका प्रचंड होता. ई-मेलला त्या एक तासाच्या आत उत्तर पाठवत. मी रात्री १०नंतर पाठवलेल्या अनेक सूचनांना मध्यरात्री उत्तरे आलीत. स्वयंसेवी संस्था आणि शासकीय अधिकारी यांच्या समन्वयातून अश्विनी भिडे यांनी शिक्षणाला खूप गती दिली. पुन्हा अतिशय चांगले इंग्रजी आणि मराठी वाचन असल्यामुळे कोणत्याही विषयाचे खूप चांगले आकलन त्यांना होत होते.

मधल्या काळात मी निराश होऊन मंत्रालय आणि शासकीय अधिकारी हा विषयच सोडून दिला होता, पण भिडे मॅडमच्या काळात पुन्हा उमेद जागली... असे वाटले, की प्रशासन झटकन बदलून जाईल. पण पुन्हा तेच घडले आणि त्यांची बदली अवघ्या दीड वर्षांत झाली...त्यांना त्या जेथून आल्या, त्या मेट्रोकडे पाठवले आणि शिक्षणाची गाडी त्यांनी जी रुळावर आणली होती, ती पुन्हा एकदा रुळावरून घसरली.

नव्या मंत्र्यांनी त्यांची बदली करताना त्यांनी केलेले काम अजिबात विचारात घेतले नाही. पुन्हा नवे अधिकारी, पुन्हा नवीन सगळे काही. किमान ५ वर्षे एक सचिव ठेवावा इतकी साधी सुधारणा होत नाही.

अशी ही लाल फितीची परिक्रमा... विविधांगी अनुभवांची...

❑

४.

नेते, स्थानिक प्रशासन आणि शिक्षक संघटना : एक त्रिकोण

राजकारणी, स्थानिक पातळीवरचे अधिकारी आणि शिक्षक संघटना हा एक त्रिकोण आहे. म्हणून मंत्री आणि शिक्षणातले वरच्या पातळीवरचे अधिकारी यांच्यानंतर हे प्रकरण काय आहे, हे समजून घ्यावे लागेल.

सिंधुदुर्गाच्या निसर्गरम्य वातावरणात शिक्षक संघटनेचे अधिवेशन सुरू होते. देश पातळीपासून राज्य पातळीपर्यंत सर्व नेते हजर. सर्व जण शिक्षक किती महत्त्वाचा आहे आणि त्यांचे सर्व प्रश्न सोडवणारच, हे पटवून देतात. मंडपात टाळ्या. ५ दिवस राज्यातील सर्व चॅनल्सवर फक्त हीच एक बातमी असते. खरी भानगड वेगळीच असते. शिक्षक संघटनांच्या अधिवेशनाला शासनाने ७ दिवसांची विशेष रजा मंजूर केलेली असते. हेतू हा, की शिक्षकांनी या अधिवेशनाला जावे. त्यांनी तेथे उपस्थित असल्याचे प्रमाणपत्र आणायचे असते. पण यातला भ्रष्टाचार वेगळाच असतो. दोन ते अडीच लाख शिक्षकांनी अधिवेशनाच्या पावत्या फाडून सुट्टी घेतलेली असते आणि अधिवेशनाला ४० हजार शिक्षक हजर! म्हणजे जवळपास २ लाख शिक्षक विशेष रजा घेऊन गावातच थांबले आहेत. ५०० रुपयांची पावती फाडून त्या बदल्यात त्यांना तेथे उपस्थित असण्याचे प्रमाणपत्र घरपोच मिळणार असते. पावत्या फाडणारे अडीच लाख, तर इथे उपस्थित ४० हजारच का? हा प्रश्न कोणत्याच शासकीय अधिकाऱ्यांना पडत नाही. कुणालाच व्यासपीठावरून खटकत नाही.

पुन्हा अधिवेशनाला जाणारे थेट पूर्णवेळ अधिवेशनातच जातील, याची खात्री नाही. अधिवेशन होते सिंधुदुर्गला आणि वेगवेगळ्या चॅनलवर संघटनेच्या गाड्या गोव्याच्या समुद्रकिनारी उभ्या दाखवलेल्या. एका चॅनलवर तर बारपुढे गाडी दाखवलेली. पण व्यासपीठावरून यावर एकही भाष्य नाही. 'शिक्षकांचे प्रश्न आम्ही सोडवणार', 'आम्ही अशैक्षणिक कामे कमी करणार' अशी आश्वासने दिली जातात.

इतकी टीका होऊनही नेते मात्र तिथे जातातच. शिक्षक नेत्यांचे कौतुक करणारच आणि नेते शक्तिप्रदर्शनाने स्वत:चे वजन वरिष्ठ नेत्यांकडे वाढवणारच. मंडपात टाळ्या आणि संघटनेच्या नावावर राजकीय पुण्य आणि पावत्यांचे लाखो रुपयांचे उत्पन्न...

हे अधिवेशन भरवणाऱ्या संघटनेवर प्रचंड टीका होताना विरोधी संघटना खूश झाल्या. त्या माध्यमांना आवर्जून बंद शाळा दाखवत होत्या आणि आपली संघटना किती 'विद्यार्थिदक्ष' आहे, हे दाखवत होत्या. विरोधी संघटनेचे अधिवेशन ६ महिन्यांनंतर महाबळेश्वरला ठरले. पुन्हा तोच प्रकार. जितक्या पावत्या फाडल्या, त्याच्या ३० ते ४० टक्केच शिक्षक हजर. पुन्हा शिक्षकांसाठी शासनाची विशेष रजा मंजूर होते, पावत्या फाडल्या जातात. कोणत्या संघटनेच्या जास्त पावत्या फाडल्या जातात, यावर संघटनेचे स्थान ठरते. पुन्हा तोच खोटेपणा - पावत्या फाडून बहुसंख्य शिक्षक गावातच. पुन्हा माध्यमांमध्ये बंद शाळा दाखवल्या जातात. इतका गदारोळ होऊनही मुख्यमंत्री हजर. पुन्हा पावत्या, शाळा बंद या खोटेपणाविषयी एकही शब्द नाही. पुन्हा तेच 'अशैक्षणिक कामे कमी करणार', 'शिक्षकांचे प्रलंबित प्रश्न सोडवणार'. टाळ्या आणि संघटनेच्या नावावर राजकीय पुण्य आणि पावत्यांचे लाखो रुपयांचे उत्पन्न. इतर विषयांवर इतके आक्रमक होणारे राजकीय नेते शिक्षक संघटनांपुढे इतके दबून का राहत असतील? त्यांच्या चुकांविषयी बोलणे दूरच, पण पाठीशी का घालत असतील? २००६मध्ये आर. आर. पाटील यांनी डान्स बारमुळे होत असलेल्या सामाजिक प्रदूषणाचा मुद्दा काढला. मुद्दा नक्कीच महत्त्वाचा होता. तेव्हा कॅबिनेट मंत्र्यांपासून गावच्या सरपंचापर्यंत सर्व जण त्यावर बोलू लागले. अनेक लोकप्रतिनिधी जाहीरपणे त्या मुद्द्यावर बोलले. पण अगदी त्याच वेळी शिक्षणमंत्री पुरकेंनी वाचन-लेखनाचा मुद्दा काढला. लोकप्रतिनिधी काय सरपंचसुद्धा त्यांच्या बाजूने बोलले नाहीत. शिक्षणमंत्री पुरके त्या मुद्द्यावर एकटे पडले. त्यांच्यामुळे शिक्षक संघटना नाराज होतील म्हणून त्यांचा राजीनामा घेण्यात आला. वास्तविक ही अप्रगत मुले ग्रामीण महाराष्ट्रातलीच होती. डान्सबारवर इतके संवेदनशील असणारे महाराष्ट्रातील गावोगावचे लोकप्रतिनिधी शिक्षणाच्या गुणवत्तेच्या प्रश्नावर मात्र काहीच बोलले नाहीत, ही विसंगती समजण्यापलीकडची होती...

एका तालुक्यात गट शिक्षणाधिकारी शाळाभेटीला जातात. मस्टर तपासतात. एका शिक्षकांची सही आहे, पण ते शाळेत नाहीत. त्यांचा पारा चढतो. "कुठंयत हे? त्यांचा रजेचा अर्ज आहे का?" मुख्याध्यापक बाजूला घेऊन सांगतात, "तालुक्यातल्या एका नेत्याचा वाढदिवस आहे. संघटनेच्या वतीनं शुभेच्छा द्यायला त्यांचे १० शिक्षक गेलेत." गट शिक्षणाधिकारी गप्प. अजून ९ शाळांवर हेच दिसायचे. कारवाई करावी तर आपणच डोळ्यांवर... शाळाभेटी थांबवून स्वत:ही शुभेच्छा द्यायला रवाना.

जिल्हा परिषदेच्या उपाध्यक्षांचे केबिन. काही शिक्षक बसलेले. दिवस शाळेचा. तिथे एक पत्रकार येतो.

पत्रकार मिस्कीलपणे विचारतो, "तुम्ही इतके शिक्षक आज इकडे रजा काढून आलात का?"

"त्याचं काय आहे, आमच्या संघटनेच्या १००० शिक्षकांचा हा महत्त्वाचा प्रश्न आहे. एवढ्या सगळ्यांच्या शाळा बुडण्यापेक्षा आमच्या १० जणांवरच आम्ही भागवतो..."

सगळे हसतात, उपाध्यक्षही जोरात हसतात.

तेवढ्यात चहा येतो आणि शिक्षणाची गुणवत्ता चहाच्या कपात बुडून जाते...

ही भानगड नेमकी काय आहे? राजकारण आणि शिक्षणाचे नाते नेमके काय आहे? सोपे उत्तर आहे. दोघांनाही एकमेकांची गरज आहे. बदल्या, शिक्षकनेत्यांची व्यक्तिगत कामे, कर्तव्यकठोर अधिकारी गप्प करणे यासाठी संघटनेला नेत्यांची गरज आहे आणि नेत्यांना चुरशीच्या निवडणुकीत ही मोक्याची मते हवी आहेत. शिक्षक या बोलक्या वर्गाला कुणालाच दुखवायचे नाही. कडक वागणाऱ्या अधिकाऱ्याची तातडीने बदली होते. एखाद्या गट शिक्षणाधिकाऱ्याने एखाद्या शाळेला भेट देऊन कारवाईचा निर्णय घेतला, की ऑफिसला पोचेपर्यंत नेत्याचा फोन येतो आणि कारवाई करू नये, असे सांगितले जाते. जिल्हा परिषदांच्या विविध समित्या असतात. त्या बैठकात या समित्यांचे सदस्य सातत्याने शिक्षकांची बाजू मांडत राहतात. बैठकांमध्ये तर शिक्षकांचे प्रश्न कोण चांगले मांडतो, यावर चुरस लागलेली असते. याचे कारण हा बोलका वर्ग आहे.

याचे एक कारण आजच्या राजकारणाच्या अस्थिर परिस्थितीतही आहे. काँग्रेसचे दोन तुकडे झाले. शिवसेनेचेही दोन तुकडे झाले. ग्रामीण भागात निवडणुकीत चुरस वाढली, गट वाढले. कमी मताधिक्यानेच उमेदवार निवडून येतो. आमदार १० हजारांच्या मताधिक्यापर्यंत तर जि. प. सदस्य २०००पर्यंत खाली. प्रत्येक तालुक्यात प्राथमिक शिक्षक ते प्राध्यापक असे कुटुंबासह ५ ते १० हजार मतदान शिक्षकांचे आहे. पुन्हा सोशल मीडिया वापरणारा हा बोलका वर्ग. तेव्हा या बोलक्या आणि संघटित वर्गाला कुणीच दुखवत नाही. उलट शिक्षकांना जे अधिकारी दुखावतील, त्यांनाच नेते दुखवतात.

गडचिरोलीतले एक गाव. रविवारचा दिवस असूनही केंद्रप्रमुख बाई चक्क शाळेची पाहणी करायला आल्या होत्या. शिक्षणमंत्र्यांपासून गटशिक्षणाधिकाऱ्यांपर्यंत केंद्रप्रमुख नीट काम करत नाहीत, यावर एकमत असते. या पार्श्वभूमीवर धात्रक बाई महिला केंद्रप्रमुख असूनही कार्यक्षम निघाल्या. तरीही तुम्ही मंडळी नीट काम करत नाहीत, हे मी ऐकवत राहिलो. त्यात ५वीच्या मुलांना २२०९ संख्या लिहिता आली नाही. दोन मुलांना स्वतःचे नाव लिहिता आले नाही. मग जरा मी चिडलोच.

यंत्रणेची परिक्रमा करताना... / ४१

बाईंना म्हणालो, "तुम्ही कडक का होत नाही? तुम्ही आक्रमक झाले पाहिजे," वगैरे बराच उपदेश केला...

इतक्या वेळेपर्यंत गप्प राहिलेल्या धात्रकबाई आता मात्र ढसाढसा रडायला लागल्या. मी जरा गडबडलो, बाहेर गावकरी उभे. बाई म्हणाल्या, "साहेब, तुम्ही आम्हाला कडक व्हायला सांगता; पण कडक होण्यामुळे मी काय भोगलंय, याची तुम्हाला कल्पना आहे का?" मला हे अनपेक्षित होते. मी बाईंना धीर दिला.

धात्रकबाईंनी जे सांगितले, ते धक्कादायक होते. धात्रकबाई सर्व तालुक्यात अतिशय कर्तव्यदक्ष व कडक अधिकारी म्हणून प्रसिद्ध होत्या. एखाद्या वर्गात गेल्या की अतिशय तपशीलवार वर्ग तपासायच्या. वार्षिक नियोजनापासून तर प्रत्येक मुलांचे वाचन-लेखन बघायच्या.

असे बाईंचे छान दिवस चालले होते. पण एक गंभीर चूक त्यांनी केली. शिक्षक संघटनेच्या एका नेत्याचा वर्ग त्यांनी एकदा तपासला. त्याला वार्षिक नियोजन न केल्याबद्दल जाब विचारून नोटीस दिली. बाईंनी अक्षम्य अपराध केला होता. संघटनेचा नेता भयंकर चिडला. बाईंना शिवीगाळ करणे, बदनामी करणे, शिक्षकांना त्यांना सहकार्य न करायला सांगणे अशा प्रकारे अत्यंत हीन पातळीवर बाईंना त्रास देणे त्याने सुरू केले. प्रशिक्षण हा प्रकार केंद्रप्रमुखाकडे असतो. प्रशिक्षणाचा खर्च, त्याचा हिशोब, प्रशिक्षणात नाश्ता देणे ही जबाबदारी केंद्रप्रमुखाची असते. त्या नेत्याने एका प्रशिक्षणात डाव साधला. नाश्ता निकृष्ट आहे, त्यात बाईंनी जास्त पैसे खाल्ले म्हणून त्याने आवाज उठवला. शिक्षकांच्या सह्या घेतल्या. सी.ई.ओ.कडे तक्रार केली. तक्रारीचा पाठपुरावा केला. आंदोलनाचा पवित्रा घेतला. नाश्ता निकृष्ट होता की नाही, याचा पुरावा बाई कसा ठेवणार?

सी.ई.ओ.नी दबावाखाली येऊन बाईंवर वेतनवाढ बंद करण्याची कारवाई केली. नेत्याला आनंद झाला. तेव्हापासून बाई ढेपाळल्या. ताठ मानेने फिरेनात. शिक्षकांवर कडक कारवाई करेनात. कोणताही गुन्हा केलेला नसताना विनाकारण अपराधी असल्यासारख्या वावरू लागल्या. शिक्षकही त्यांना हिणवू लागले.

बाईंना मी विचारले, "बाई, वरिष्ठ अधिकाऱ्यांनी तुमची बाजू घेतली नाही का?" बाईंनी धारिष्ट्य करून तेव्हाच्या एका अधिकाऱ्याचे वाक्य सांगितले, ते लाज वाटायला लावणारे आहे. तो म्हणाला, 'बाई चूक तुमचीच आहे. मरतुकड्या बैलाला हात लावायचा, तुम्ही सांड बैलाला हात लावला.' एका स्त्रीपुढे असली भाषा त्याने वापरली...

बाई रडतच होत्या. अधिकाऱ्यांनी कठोर व्हावे असे म्हणताना त्यांना संघटनांकडून, राजकारण्यांकडून जो त्रास होतो, त्याला जे भोगावे लागते, तेव्हा पाठीशी कोण उभे राहणार? वरिष्ठ अधिकारी काहीच भूमिका निभावत नाहीत... माणसे यातून धडा घेतात. कातडी पांघरून घेतात. कारवाया करत नाही. कुणाशी

वाईटपणा घेत नाहीत. गडचिरोलीच्या जंगलात आमच्या धात्रक बाईंच्या पाठीशी कोण उभे राहणार? बाईंच्या अश्रूंनी मला लज्जित केले...

अशीच आमची एक आढावा बैठक...तालुक्याच्या सर्व विभागांचे काम बघणारे साहेब ही बैठक घेणार होते. थेट आमच्या कार्यालयात येऊन आमची झाडाझडती होणार असल्याने सर्वांच्या चेहऱ्यावर एक तणाव दिसत होता. झाडून सारे केंद्रप्रमुख आणि विस्तारअधिकारी उपस्थित होते. 'माहिती नीट आहे ना' असले काहीतरी कुणालाही विचारून साहेब आम्हाला अस्वस्थ करत स्वत: निर्धास्त होत होते. आम्ही आपले सर्व जण माहिती घेऊन बसलेलो. माहिती काही चुकणार नाही ना? माहितीपलीकडे काही विचारले तर...

साहेबांनी हागणदारी मुक्तीवर खूप मोठे काम केले होते. तरीही अजून चांगले काम तालुक्यात होत नाही म्हणून त्यांच्यावर वरचे प्रशासन नाराज होते. साहेब एका एकाला प्रश्न विचारत होते, चिडत होते, हसत होते. सर्वांत शेवटी ते माझ्याकडे वळले. मला म्हणाले, "बोला कुलकर्णी, तुमच्याकडे कोणता विषय?"

"शालाबाह्य मुले, सर..."

"छान, फारच महत्त्वाचा विषय आहे तुमच्याकडे. सांगा, किती शालाबाह्य मुले आहेत सध्या?"

माझ्या विषयाला इतके महत्त्व आहे म्हटल्यावर मला उगाचच आपण व आपला विषय खूप महत्त्वाचा आहे, असे वाटू लागले... मी चेकाळलो. पटापट आकडे फेकायला लागलो.

"साहेब, आपल्या तालुक्यात एकूण ४५७ शालाबाह्य मुले आहेत."

"बरं कुलकर्णी, मला सांगा, ही जी ४५७ शालाबाह्य मुले आहेत, यात मुलांची व मुलींची संख्या किती?"

माझा उत्साह आणखीनच वाढला. साहेब माझ्या विषयाचे सामाजिक पैलू विचारत होते.

"साहेब, १९८ मुले आणि २५९ मुली सर..."

साहेबांचा चेहरा खुलला.

"बरोबर. मुलींचे शाळा सोडण्याचे प्रमाण मुलांपेक्षा नक्कीच जास्त असणार. त्याची कारणे तुम्हाला काय आढळलीत, कुलकर्णी?"

साहेब विश्लेषणात घुसल्याने मला आणखीनच चेव आला. विविध शासकीय अहवाल डोळ्यांसमोर नाचू लागले. मी यादी सुरू केली, "गरिबी, भावंडे सांभाळणे, ८वीचा वर्ग लांब असणे, पालक कामावर गेल्यावर घरी काम करणे, बालमजुरी, वाचन-लेखन कौशल्य नसणे."

साहेबांनी मला मध्येच तोडले आणि म्हणाले, "एक खूप महत्त्वाचे कारण तुमच्या विश्लेषणातून सुटले आहे."

माझा चेहरा उतरला. देशपातळीवर अभ्यास करून आपल्याला साधी गळतीची कारणे सांगता येऊ नयेत...

साहेब म्हणाले, "मुली शाळा सोडतात, याचे सर्वांत महत्त्वाचे कारण जर कोणते असेल, तर शाळेत मुलींसाठी शौचालय बांधलेले नाही. त्यामुळे मुली शाळा सोडतात." आणि जमलेल्या केंद्रप्रमुखांकडे बघत ते बोलू लागले. "म्हणून मुलींची गळती थांबवायला आपल्याला प्रत्येक शाळेत आणि गावात शौचालये बांधली पाहिजेत."

नंतर अर्धा तास ते फक्त शौचालय, हागणदारीमुक्तवरच बोलत होते. पुन्हा माझ्याकडे त्यांनी वळूनही बघितले नाही. माझा विषय त्यांनी कीर्तनाचा सुरुवातीचा अभंग म्हणून वापरला होता.

ग्रामविकास खात्याचा हागणदारीमुक्तीचा अजेंडा शिक्षण खात्यावर कशी मात करतो, याची ही फक्त एक झलक...

जिल्हा परिषदेत नेहमीच असे घडते. जिल्हा परिषदेची यंत्रणा ग्रामविकास खात्यासाठी काम करते. शिक्षण विभाग हा जिल्हा परिषदेतर्फे चालवला जातो. त्यामुळे जिल्हा परिषदेचा शिक्षण विभाग हा ग्रामविकास खात्याच्या नियमांनीच जास्त चालतो. ग्रामविकास खात्याचा जो उपक्रम सुरू असेल, तो जिल्हा परिषदेच्या सी.ई. ओ.ना अमलात आणावयाचा असतो. त्यामुळे ते शिक्षण विभागाची यंत्रणा त्या अजेंड्याला जुंपतात. शिक्षण विभागाचा आढावा जरी घ्यायचा असला, तरीसुद्धा अजेंड्याच्या आधारेच घेतात. त्यामुळे हागणदारीमुक्त गाव, ग्रामस्वच्छता अभियान, बंधारे बांधणे असे काही अजेंडा शाळांना नकळत राबवावे लागतात. पुन्हा बदल्यांचे आदेश व सेवाशर्ती हे सर्व काही ग्रामविकास विभागच काढतो. त्यामुळे त्या खात्याचा शब्द शिक्षणाधिकारी मनापासून पाळतात. आज खरी गरज शिक्षण विभाग ग्रामविकास खात्यापासून स्वतंत्र करण्याची आहे, तरच राजकीय दडपणातून शिक्षण विभाग मुक्त होईल.

गट शिक्षणाधिकारी आणि शिक्षणाधिकारी यांचे अनेक प्रकार बघितले. एकदा मी किनवटला रात्री ११ वाजता पोचणार होतो. शिक्षणाधिकाऱ्यांनी गटशिक्षणाधिकाऱ्यांना तसे सांगितले. गटशिक्षणाधिकारी शहरातून अप-डाऊन करणारे. पण शहरातून फोनवर ते शिक्षणाधिकाऱ्यांना म्हणाले, "बिलकूल, मी स्वत: तिथे आहे." प्रत्यक्षात त्यांनी फक्त शिक्षक असलेल्या विषय तज्ज्ञाला स्टँडवर रात्री ११ वाजता उभे केले. मला अपेक्षित त्यांनी थांबावे असे नव्हते, तर हे सर्व अधिकारी या शिक्षक असलेल्या प्रतिनियुक्तीवरील कर्मचाऱ्यांना कसे वागवत होते, एवढेच दाखवायचे आहे.

शिक्षण विभागातील संचालकांच्या खालची फळी किमान संवादात मानवी असते. महाराष्ट्रात फिरताना अनेक शिक्षणाधिकारी, गटशिक्षणाधिकारी यांनी अतिशय

सहृदयतेने मदत केली. मुंबईत ज. मो. अभ्यंकर व भाऊ गावंडे यांच्यासोबत गुणवत्ता व वस्तीशाळा समितीत काम केले; तेव्हा या दोघांची निष्ठा, कष्ट, रात्रंदिवस काम करणे म्हणजे काय हे अनुभवले. त्यांची शालाबाह्य मुलांविषयी अपार आस्था बघितली. महाराष्ट्रभर सर्वशिक्षण अभियान ज्या प्रतिनियुक्तीवरच्या शिक्षकांनी मोठ्या कष्टाने पेलले, त्या सर्वांचे अपार कष्ट मी बघितले.

काही आस्थेने काम करणारे अधिकारीही भेटले. दिलीप गोगटे, विद्याधर शुक्ला, दिगंबर देशमुखांसारखे संचालक, गोविंद नांदेडे, लक्ष्मीकांत पांडे यांच्यासारखे उपसंचालक यांनी संपूर्ण विदर्भ विविध उपक्रमांनी हलवून टाकलेला बघितला, प्रशासनात प्रेरणा भरली. शहाजी ढेकणे, दिनकर टेमकरसारखे उपक्रमशील शिक्षकांना प्रेरणा देणारे शिक्षणाधिकारी बघितले. उमेश डोंगरेसारख्यांना एकाच वेळी कठोर व प्रेरणादायी प्रशासन चालवताना बघितले. तृप्ती अंधारेसारखी शिक्षिका संधी मिळाली तर किती चांगली अधिकारी असते, हे प्रत्यक्ष तालुका फिरून बघितले. चांदवडची विरोधाला न जुमानता उपक्रम राबवणारी किरण कुँवरसारखी कणखर अधिकारीही बघितली.

हे दीपस्तंभ असताना मूकस्तंभही बघितले.

मला तर सगळा महाराष्ट्र फिरल्यावर खरी समस्या शिक्षणाधिकारी व गटशिक्षणाधिकारी इथेच आहे, असेच वाटू लागले आहे. हे अधिकारी मुळात शिक्षक असल्याने शिक्षक असतानाचा व्यक्तिमत्त्वाला बुजरेपणा अधिकारी झाले, तरी तसाच असतो. ते वरिष्ठांना भयानक घाबरतात. शिक्षक संघटनांच्या भीतीने शाळाभेटी टाळणारे तर खूप अधिकारी बघितले. राजकीय पदाधिकारी, संघटना, अधिकारी या सर्वांना त्यांना एकाच वेळी तोंड द्यावे लागते, त्यात ते भांबावून जातात. सतत द्यावी लागणारी माहिती व मीटिंगांनी उरलेसुरले अवसानही गळून जाते. पुन्हा प्रयोगशील शाळा, उपक्रमशीलता, शिक्षण शास्त्रातील नवे संशोधन हे काहीच माहीत नसते. वाचनही नसते. त्यामुळे अधिकारी म्हणून त्यांच्याविषयी शिक्षकांमध्ये आदरही निर्माण होत नाही व ते प्रेरणाही देऊ शकत नाही.

पण याउलटही चित्र बघितले, की जे शिक्षणाधिकारी व गटशिक्षणाधिकारी स्वत: अभ्यासू व प्रेरणा देणारे व शाळाभेटी करणारे असतात, अशा अभ्यासू अधिकाऱ्यांना शिक्षक खूप प्रेम देतात. असे उपक्रमशील अधिकारी त्या तालुका, जिल्ह्यात असेपर्यंत वातावरण अक्षरश: बदलून जाते हे अनुभवले आहे. सध्या ज्ञानरचनावादी पद्धतीने शाळा सगळीकडे बदलत आहेत. सातारा जिल्ह्यातील वाई तालुक्यात गटशिक्षणाधिकारी जाधव यांनी एकाच वेळी ८२ शाळांमध्ये ज्ञानरचनावादी उपक्रम राबवून शाळांच्या गुणवत्तेत खूप चांगले बदल घडवले आहेत. तर याच जिल्ह्यातील सातारा तालुक्यात कुमटे बीट (१० ते १५ शाळांचे एक केंद्र व ३ केंद्रांचे एक बीट) या एकूण ४० शाळांत एकाच वेळी ६५

उपक्रम राबवले जातात. या शाळा बघायला महाराष्ट्रातून शिक्षक येतात. याचे श्रेय या बीटच्या विस्तार अधिकारी प्रतिभा भराडी यांना आहे. तेव्हा एक अधिकारी बदलला, तर त्या पटीत कितीतरी शाळा बदलतात. या दोघांना मिळणारे शिक्षकांचे प्रेम बघितले आहे. पण अनेक तालुक्यांत दुर्दैवाने ते अधिकारी बदलून गेले, की ताणलेली स्प्रिंग सोडावी तसे प्रशासन पुन्हा मूळपदावर येते, हेही अनुभवले आहे. हे बघणे तर फार क्लेशदायक असते...

मला तर नेहमी असे वाटते, की ७ लाख ५०,००० इतक्या मोठ्या संख्येने असलेल्या शिक्षक परिवर्तनात लक्ष घालण्यापेक्षा ३५ शिक्षणाधिकारी, ३५६ गटशिक्षणाधिकारी, ४५०० केंद्रप्रमुख आणि १५०० विस्तार अधिकारी अशा ६००० व्यक्तींवर लक्ष केंद्रित केले, तर शिक्षकांत परिवर्तन होणे जास्त सोपे आहे. त्यांना प्रेरक व्यक्ती म्हणून घडवणे, यावरच गुणवत्तापूर्ण शिक्षणाचे यश अवलंबून आहे.

एकदा एक निवृत्त शिक्षक भेटले. ते त्यांचा काळ व आजचा बदललेला काळ याविषयी बोलू लागले, "शाळांची गुणवत्ता आमच्या काळासारखी राहिली नाही. आमच्या पिढीच्या काळातली शाळांची गुणवत्ता, शिक्षकांची बांधिलकी उरली नाही." मी विचारले, "सगळं खरंय. मग सांगा, काय करायला हवं?" ते म्हणाले, "एकच करा, जिल्हा परिषद, पंचायत समित्यांकडून शिक्षण काढून घ्या आणि खाली गावाला जास्त अधिकार द्या. एक स्वायत्त मंडळ बनवा. त्यात आमच्यासारखी निवृत्त माणसं घ्या."

"पण मग नियंत्रण कोण करील?"

ते म्हणाले, "एकच उदाहरण देतो, स्टेट बँकेत लोकप्रतिनिधी नाहीत. काम नीट चाललंय. उलट जिल्हा बँक, पतसंस्था कर्जबुडीत. याला जास्त कारण पुढाऱ्यांचा हस्तक्षेप. जिथं पुढारी आले, तिथे नियंत्रणच सुटते."

अनुभवातून ते अगदी सहज बोलत होते. शिक्षण सुधारण्याचे सगळे प्रयोग करून झाले. आता हा प्रयोग करायचा का?

❏

५.

शिक्षणातला भ्रष्टाचार

एकदा तालुक्याच्या गटशिक्षणाधिकाऱ्याला रात्री ८ वाजता फोन आला, '३ ट्रक शैक्षणिक साहित्य आलंय. तातडीनं उतरवून घ्या आणि माणसांना लवकर रिकामं करा.' गट शिक्षणाधिकारी गांगरून गेले. हे सामान कुठे ठेवायचे, हा प्रश्न पडला. पटापट शिक्षक गोळा केले. तालुका शाळा उघडली. हमाल रात्री कुठून मिळणार? शिक्षकच सामान उतरवून घ्यायला. झालं! तालुका शाळेची खोली भरली. आणखी दोन ट्रक शिल्लक! जवळची आणखी एक शाळा रिकामी करावी लागली. तिसरा ट्रक तिसऱ्या शाळेत... रात्री ११ वाजता हे नाटक संपले...

दुसऱ्या दिवशी मला हे समजताच मी खूश! ३ ट्रक शैक्षणिक साहित्य आले! आपण नेहमी लिहितो की शिक्षक शैक्षणिक साहित्य वापरत नाहीत. बघा, शासनाचा पुढाकार... पण प्रत्यक्ष साहित्य बघितल्यावर धक्काच बसला. दोन खोल्या असलेल्या शाळेला देण्यासाठी मुलांना लिहिण्यासाठी शिवणपाटी, ८ ते १० तक्ते, मोठमोठे फ्लेक्स, चटया, वस्तू, पुस्तके हा सारा मारा शाळांवर केला होता. फ्लेक्सवर राष्ट्रगीत, कविता अशी वेगवेगळी माहिती होती. तक्ते फक्त पुस्तकातल्याच माहितीचे की ज्याचा फार उपयोग नव्हता. कोण जाब विचारणार? पुन्हा लवकर वाटून टाकायची वरून दमदाटी आली. दुसऱ्या दिवशी वाटप सुरू झाले. शिक्षक गयावया करू लागले. 'दोनच खोल्या आहेत. एवढे सामान कुठे ठेवायचे?' पण ठेवणे भाग होते.

वस्तूंना काही दर्जा तरी असावा? पण तेही नाही. पण पुढच्या आठवड्यात दर्जाचे प्रमाणपत्र देणारे लोक आले. शिक्षकांनी निमूटपणे चांगला दर्जा म्हणून सह्या केल्या. अधिकारी गप्प. पुढच्या आठवड्यात त्या वस्तू वापरताच खराब व्हायला लागल्या. शिवणपाटी बाद. चटया उसवल्या. तक्ते फाटले. तक्रार कुणाकडे करायची? इतर वेळी शिक्षक संघटना तुटून पडतात, पण इथे सारेच गप्प. शेवटी किमतीचे पत्रक बघितले. साधी मानवी अवयवांची प्रतिकृती- किंमत ५ हजार. सर्वच

वस्तूंच्या किमती खूप वाढीव लावलेल्या होत्या. केवळ मजकूर दिला असता, तर शिक्षकांनी गावातच फ्लेक्स करून घेतले असते. वाहतूक वाचली असती. शिक्षक संघटना इतर वेळी अन्याय-अन्याय म्हणून भांडतात, पण अशा वेळी गप्प राहतात.

'सिसकॉम' या व्यवस्था सुधार करणाऱ्या संस्थेने हा भ्रष्टाचार बाहेर काढायचे ठरवले. या विषयावर माहिती मागवली, तर धक्कादायक खुलासा मिळाला. अधिकारी भ्रष्टाचारात कुठेच सापडत नाहीत. माहिती अधिकारात सगळी कागदपत्रे मिळूनसुद्धा हाती काहीच लागेना. त्यांनी वाढीव किमती लावल्या होत्या, याला आव्हान देणे कठीणच नाही तर अशक्य झाले. याचे कारण त्यांनी त्या किमती सरकारी दरपत्रकात मंजूर करून घेतल्या, त्यामुळे आव्हान द्यायचेच असेल तर सरकारी किंमत ठरवायच्या पद्धतीसाठी न्यायालयात जावे लागेल. एवढा वेळ कोण देईल? थोडक्यात, अगोदर दरपत्रकात किमती वाढवायच्या आणि नंतर त्याआधारे खरेदी करायची व नियमांकडे बोट दाखवून सुटका करून घ्यायची, अशी ही पद्धत आहे. त्यामुळे हा गैरव्यवहार बाहेर येत नाही व जरी लक्षात आला, तरी इतक्या चिवटपणे वेळ देऊन लढणाऱ्या संस्थाही कमी आहेत. राज्यातल्या प्रत्येक शाळेत हे भ्रष्टाचाराचे निकृष्ट अवशेष उभे आहेत... त्यांच्याकडे बघत शिक्षकाने मुलांना नैतिकता शिकवायची आहे. आम्ही म्हणायचो, शाळांना शैक्षणिक साहित्य द्या. १३व्या वित्त आयोगात खूप पैसा राज्य सरकारच्या शिक्षण संचालनालयाकडे आला. त्याचा असा बाजार मांडला गेला.

शिक्षणतज्ज्ञ म्हणत असतात, 'आनंददायी शिक्षण द्या, मुलांना खेळणी द्या.' संवेदनशील शासनाने नव्या इमारती बांधताना इमारतीपुढे झोका, घसरगुंडी, सीसॉची तरतूद केली. किती छान! नवीन इमारती बांधल्या गेल्या, तेव्हा शाळांना खेळणी घेण्यासाठी काही रक्कम दिलेली असायची. ते झोके वगैरे खेळणी कोणतीही शाळा बनवून घेऊ शकत होती. शाळेचे बांधकाम आवरत आले, तसा मुख्याध्यापकांनी विचार केला की आता गावातच साहित्य बनवून घेऊ. पण एक दिवस शाळेपुढे ट्रक थांबला. वाहतुकीचा प्रचंड खर्च करून ट्रक भरून खेळणी मुंबईहून महाराष्ट्रभर पाठवण्यात आली होती. त्यात झोका, घसरगुंडी इत्यादी होते.

वरिष्ठ स्तरावरचा असा कारभार पाहून जिल्हावालेही शिकले. शिक्षण विभागाचे तालुका कार्यालय बांधून झाले. कपाट, बेंच घ्यायचे होते. तेसुद्धा जिल्ह्यावरून आले. शिक्षण विभागाच्या तालुका कार्यालयांना खूप पैसा मिळाला. पण त्यांनी काहीच खरेदी करायची नाही, फक्त बिल द्यायचे...

अशीच अवस्था जिल्हा परिषदांच्या शाळांमध्ये दिसते. प्राथमिक शाळांना प्रयोगशाळा नसते. भूमिती कशी शिकायची? साहित्यच नसते. गुणवत्तेचा विषय निघाला, की हे मुद्दे यायचे. जिल्हा परिषदांच्या शिक्षणप्रेमी लोकप्रतिनिधींना हा मुद्दा पटला. त्यांनी एका संस्थेला गणित, विज्ञानपेटी तयार करण्याचे काम दिले.

तालुक्यांनी फक्त खरेदी करायची. पेटी उघडली. विज्ञानपेटीत आरसा, फुगा, लोहचुंबक असल्या स्वस्त वस्तू. गुरुजींनी बाजारभावाने हिशोब काढला आणि बिलावरची रक्कम पाहिली. शेकड्यातली किंमत ५ हजारांत लावली होती...

हातातल्या कॅल्क्युलेटरवर गुरुजी जिल्ह्यातल्या एकूण शाळा गुणिले पेट्या गुणिले ५ हजार हा गुणाकार करत होते.

'अपंगविषयक योजनांचा प्रचार झाला पाहिजे.'

'नक्कीच झाला पाहिजे.'

'मग काय करायचे?'

'प्रत्येक शाळेबाहेर एक लोखंडी फलक उभारू. त्यावर फ्लेक्स लावायचा.'

'लोखंडी फ्रेम बनवायचे आणि फ्लेक्सचे काम एकालाच द्यावे.' लगेच तसा आदेश सुटला.

त्यासाठी ४००० रु. प्रत्येक शाळेला मिळाले. शिक्षक गाड्यांमधून फ्लेक्सच्या चौकटी नेऊ लागले. कमिशनचे पैसे कार्यालयात जमा होऊ लागले.

अपंगांसाठीच्या एका योजनेची अशीच गत.

सिव्हिल हॉस्पिटलमधून शिक्षण विभागाची माणसे झटपट बाहेर पडली. त्यांचे काम अगदीच छोटे होते. सिव्हिल सर्जनची एक सही त्यांना हवी होती.

जिल्ह्यात विविध अपंग प्रकारांत शेकडो मुले आढळली होती. कुणी हार्ट पेशंट तर कुणाचे ऑपरेशन करणे गरजेचे. काही जुजबी ऑपरेशन्स इथेच केली. पण मोठ्या ऑपरेशन्समध्ये डॉक्टरांचाही वेळ जाणार आणि शिक्षण विभागाला उगाचच वैताग. तेव्हा 'काही तांत्रिक अडचणींमुळे हे ऑपरेशन आमच्या रुग्णालयात होऊ शकत नाही. क्षमस्व.' हे सिव्हिल सर्जनकडून लिहून घेतले, बस एवढ्या एका वाक्यासाठी काही हजार रुपये पोचले... या मुलांची ऑपरेशन्स खासगी दवाखान्यात केली गेली. ऑपरेशन्सची संख्या वाढत गेली. बिलांवरचे आकडे फुगत गेले. फुगलेल्या आकड्यांमधून कमिशन अलगद निघत गेले. अपंगांच्या जीवावर अधिकारी आर्थिकदृष्ट्या धडधाकट झाले. जिल्ह्याजिल्ह्यांत तेच घडले.

नियोजन करताना शासन अगदी बारीक विचार करते. शिक्षकांच्या एका प्रशिक्षणात नाश्ता आणि चहासाठी प्रतिदिन, प्रतिशिक्षक २५ रु. ठेवले गेले. कुठे गट शिक्षणाधिकारी तर कुठे विस्तार अधिकाऱ्यांनी हॉटेलवाल्याला १० रुपयांतच बसेल असा नाश्ता, चहा ठरवला. प्रतिशिक्षक १० रु. ते १५ रु. रोज दुसरीकडे वळू लागले. काही बिचारे प्रामाणिक होते, त्यांनी २५ रुपयांत जेवण दिले. वर्षात असे १५ प्रशिक्षण आणि ते घेणारे हजारो शिक्षक... अधिकाऱ्यांच्या बंगले आणि गाड्यासुद्धा या रकमेत झाल्याची चर्चा.

एक गट शिक्षणाधिकारी सर्वशिक्षण अभियान ऐन भरात असताना मला

मित्रत्वाने सांगत होता, "मला भ्रष्टाचार करायचीही गरज नाही. मी काहीच प्रयत्न केले, नाहीतरी काही हजार रुपये माझ्याकडे चालत येतात. मग तू विचार कर; जे खूप प्रयत्न करत असतील, ते किती कमावत असतील."

भ्रष्टाचार केल्यामुळे शिक्षक संघटनांपुढे अधिकारी स्वत्व गमावून बसतात आणि इतरांना रागावण्याचाही अधिकार गमावून बसतात. हे उघड गुपित सर्वांनाच माहीत असल्याने अधिकारी दबून राहू लागले. अधिकाऱ्यांनी गुणवत्तेचा विषय काढला, की संघटना नाश्त्याचा विषय काढायच्या... अधिकाऱ्यांनी नैतिक अधिकार गमावला. शिक्षक पोहे खाऊ लागले आणि अधिकारी पैसे...

"लहान मुलांना चित्रपट खूप आवडतात. चांगल्या चित्रपटांमुळे मुलांवर चांगले संस्कार होतात. लहानपणी 'श्यामची आई' बघून आम्ही संस्कारित झालो."

"हो, खरंय. पण जिल्हा परिषदेच्या शाळेतल्या गरीब मुलांना कधी चित्रपट दाखवले जात नाहीत."

"मग एक योजना आणू. काही संस्थांकडे शाळांना चित्रपट दाखवायचे काम देऊ."

योजना सुरू झाली. संस्थांनी कुठेच चित्रपट दाखवला नाही. पण बिल पुरेपूर वसूल. मार्च महिना आला. शेवटची तारीख. गट शिक्षणाधिकाऱ्यांना त्या चित्रपट ठेकेदाराने फोन केला.

"मी हायवेला ५ वाजता येतो. तुमच्या कार्यालयाचा माणूस तिथे पाठवा. सोबत '५० शाळांमध्ये हा चित्रपट दाखवण्यात आला, मुलांना चित्रपट खूप आवडला' अशा मुलांच्या प्रतिक्रिया लिहून पाठवायच्या आहेत."

गट शिक्षणाधिकारी गोंधळले.

"तुमची मेहनत फुकट जाणार नाही."

गट शिक्षणाधिकाऱ्यांनी विस्तार अधिकाऱ्यांना दमदाटी सुरू केली. विस्तार अधिकाऱ्यांची दमदाटी केंद्रप्रमुखांना. केंद्रप्रमुखांची मुख्याध्यापकांना. मुख्याध्यापकांची शिक्षकांना...

दोन-तीन तासांत सारे कागद गोळा झाले. मी लिहून देणार नाही, असे म्हणणारा एकही भेटला नाही. न दाखवलेल्या चित्रपटांचे खोटे रसग्रहण मुलांसमोर वर्गात लिहिताना शिक्षकांना किती वाईट वाटले असेल... शिक्षकांनी लिहिले, 'मुलांना चित्रपटाने खिळवून ठेवले.' 'चित्रपटाने मुलांमध्ये जिज्ञासा जागवली.'

५० शाळांची ५० रसग्रहणे घेऊन कार्यालयाचा माणूस त्या हायवेवर पोचला. एका आलिशान गाडीच्या काचा वर झाल्या. ५० परीक्षणांचे कागद दिले, त्याबरोबर ५००० रु. रोख गाडीतून गट शिक्षणाधिकाऱ्यांसाठी दिले गेले. सोबत एक सीडी दिली. म्हणाला, "हाच तो चित्रपट. तुमच्या घरच्या मुलांना दाखवा. खूप छान आहे." बोलताना त्याला काहीच वाटले नाही. लाखो मुलांचा आनंद

हिरावून कागदावर चित्रपट दाखवला होता. राज्यस्तरावरच्या, जिल्हास्तरावरच्या व तालुकास्तरावरच्या अधिकाऱ्यांना पैसे पोचते झाले. नंतर सिसकॉम संस्थेने मुंबईच्या सर्वशिक्षण अभियानाला माहितीच्या अधिकारात या योजनेची माहिती विचारली. असे कोणतेच अनुदान या कार्यालयाने दिलेले नाही, असे उत्तर आले. कोणत्या योजनेतून अनुदान झाले इथपासून शोध आपण घ्यायचा आणि तक्रार करायची. चौकशी केली, तरी शिक्षकांचे अभिप्रायाचे गठ्ठे होतेच.

मला संताप येण्याऐवजी क्लेश झाला. एकाही अधिकाऱ्याला पैसे घेताना चित्रपट न बघितलेल्या खेड्यातल्या मुलांचे चेहरे डोळ्यांसमोर आले नसतील का...

शालेय पोषण आहार हे एक कुरणच आहे.

"सर, हे तिखट. याचा पंचनामा कसा करायचा?"

"मला माहीत नाही. मी विचारून सांगतो. पण काय झालं?"

"अहो सर, शालेय पोषण आहाराच्या सामानातलं हे तिखट अतिशय निकृष्ट असतं."

शिक्षकाने पाण्याच्या भरलेल्या बादलीत तिखट टाकले. ते तरंगत होते.

"आम्हाला सांगितलं, पंचनामा करून वर पाठवत जा." शिक्षक म्हणाले.

शालेय पोषण आहार पूर्वी शिक्षकांकडे सर्व जबाबदारीसह होता. आमच्यासारख्यांनी पूर्ण रक्कम खर्च होत नाही, भाजीत भाजीपाला टाकला जात नाही असे लिहिले, माध्यमांमध्ये चर्चा केल्या. शासनाने तक्रार हीच संधी मानली आणि ठेकेदाराला संपूर्ण राज्याचा शालेय पोषण आहाराचा ठेका दिला. झाले! जो तांदूळ गडचिरोली जिल्ह्यातल्या शाळेत तिथल्या रेशन दुकानातून मिळत होता, तो तांदूळ ट्रकने आता चक्क शाळेपर्यंत येऊ लागला. जो किराणा तो शाळेजवळच्या दुकानातून खरेदी करत होता, तो किराणा ट्रकने मुंबईहून येत होता... जे गावात मिळत होते; ते मुंबईहून नंदुरबार, गडचिरोली, नांदेड जिल्ह्यांतल्या शेवटच्या शाळेपर्यंत जाऊ लागले. या अव्यावहारिक निर्णयाचा लाखो रुपयांचा फटका बसला शासनाला, नफा मिळाला ठेकेदाराला, आणि हप्ता मंत्री व अधिकाऱ्यांना. पुन्हा माल अत्यंत निकृष्ट. शिक्षकांची मधल्यामध्ये कुचंबणा.

शिक्षक सांगत होते, "ठेकेदार माल वेळेवर देत नाही. आम्ही शिक्षकांनी एक दिवस जरी शिजवले नाही, तर न्यायालयाचा आदेश दाखवून दमदाटी केली जाते. ठेकेदाराला मात्र आदेश डावलल्याची काहीच शिक्षा नाही. डाळी खराब, किडलेल्या असतात. तिखटात भेसळ असते. ते पाण्यावर तरंगते. माल कमी असतो. पुन्हा काही बोलले, तर अधिकारीच रागावतात. एका मंत्र्याकडे ठेका गेला आहे."

एकदा एका शिक्षणाधिकाऱ्याने ठेकेदार वेळेवर माल पोचवत नाही म्हणून जिल्हा प्रतिनिधीला झापले... संध्याकाळी मुंबईच्या शिक्षण कार्यालयातून शिक्षणाधिकाऱ्याला

फोन व दमदाटी, 'ठेकेदाराला काही बोलायचे नाही.' जिथे शिक्षणाधिकाऱ्याची ही अवस्था तिथे एका शाळेच्या मुख्याध्यापकाच्या पंचनाम्याला कोण विचारणार? शाळेच्या समाधानासाठी तो पंचनामा करण्यासाठीचा नमुना म्हणून मी घेऊन आलो.

बिहारात शालेय पोषण आहारात विषबाधा झाल्यावर देशभर गदारोळ होतो. पण पोषण आहाराचा ठेका, टक्केवारी, गरज नसताना इतकी दूरची वाहतूक, निकृष्ट साहित्य हा कधीच गदारोळाचा विषय होत नाही. गदारोळ व्हायला या निकृष्ट साहित्याने दुर्घटनाच व्हायला हवी का? शिक्षकांवर दोषारोप करत ही योजना ठेकेदाराकडे दिली, पण शिक्षक संघटनांना हा अविश्वास वाटत नाही. संघटना किंवा कुणीच चिडून उठत नाही... सारे कसे शांत शांत.

ऐन उन्हाळ्यात जळगाव जिल्ह्यातल्या चाळीसगाव तालुक्यातल्या खेड्यापाड्यांत अभ्यासासाठी फिरतोय.

"अमुक अमुक गाव हेच ना?"

"हो, हेच."

ऊसतोड कामगारांच्या स्थलांतरित मुलांसाठी शासन ६ महिन्यांची हंगामी वसतिगृह योजना चालवते. यात मुलांना शाळेने किंवा स्वयंसेवी संस्थेने सांभाळायचे, जेवण द्यायचे असते. त्यासाठी सरकारकडून अनुदान मिळते.

"पंचायत समितीत ते पदाधिकारी आहेत त्यांचंच गाव ना?"

"अरे हो बाबा, हेच ते गाव. पण काम काय आहे?"

"अहो, ऊसतोड कामगारांच्या मुलांसाठी या गावात वसतिगृह सुरू केलं आहे. ते बघायला आलोय."

"वसतिगृह? कसलं वसतिगृह? इथं असलं काही नाही. आज पहिल्यांदाच ऐकतोय."

"अहो, मग आम्हाला यादी दिली, त्यात कसं काय नाव?"

"थांबा, आमच्या गावच्या गुरुजींना विचारू."

गुरुजींना फोन केला. गुरुजी म्हणाले, "हो, वसतिगृह सुरू आहे." मुलांची संख्या १०० अशी बिनधास्त सांगितली. त्यांना वाटले, आम्ही कुठूनतरी बाहेरून बोलतोय. 'आम्ही शाळेत उभे आहोत, वसतिगृहाची जागा सांगा.' म्हटल्यावर घाबरले. फक्त रडायचेच बाकी होते. म्हणाले, "मला नका अडचणीत आणू. पंचायत समितीच्या पदाधिकाऱ्यांच्या संस्थेच्या नावावरच वसतिगृह आहे. त्यांनी दडपण आणलं."

प्रत्यक्षात तिथे वसतिगृह नाही की मुले नाहीत. ७ लाख रुपयांच्या अनुदानापर्यंत कागदपत्रे रंगलीत. कोणत्याच अधिकाऱ्याने या वसतिगृहाला आतापर्यंत भेट दिली नव्हती. गावकऱ्यांना एकत्र केले. हा गैरप्रकार समजून सांगितला. पण पुढे काहीच झाले नाही.

गटशिक्षणाधिकाऱ्यांना हा प्रकार सांगितला. ते गयावया करत यावर काही लिहू नका म्हणाले.

ऊसतोड कामगारांसाठीची योजना कागदावर आणि मुले ऊस तोडायला... भविष्यात कोयता होण्यासाठी...

२००४ ची घटना.

'आग लागली आग.'

'कुंभकोणमला एका शाळेला आग लागून २७ मुले जळून मृत्यू पावली.' बातमी काळीज कापत गेली. मी तर त्यावर कविता केली. स्नेहसंमेलनात गाऊन लेकरांना श्रद्धांजली वाहिली... आपण किती भाबडे!

शिक्षण विभाग रडत बसला नाही. मुत्सद्दी अधिकारी रडण्यापेक्षा उत्तर शोधतात.. सर्व शाळांसाठी एका कंपनीला अग्निशामक यंत्रांची ऑर्डर तत्काळ दिली. महाराष्ट्रात सर्व शाळांवर ८ दिवसांत यंत्रे बसलीसुद्धा... प्रगत महाराष्ट्र, गतिमान महाराष्ट्र. कुंभकोणमच्या घटनेमुळे या धडाडीचे कौतुकच झाले. सहज किमतीचा शोध घेतला. बाजारभावापेक्षा दुप्पट. वास्तविक मोठी ऑर्डर दिल्यावर स्वस्त पडायला हवे होते. पण अशा दुःखात असे काही विचारायचे नसते... आता ती यंत्रे शाळांवर दिसतही नाहीत.

आम्ही फक्त रक्कम गुणिले राज्यातल्या एकूण शाळा हा गुणाकार करून मंत्री आणि अधिकाऱ्यांच्या जळितातून वाढलेल्या उत्पन्नावर 'जळत' राहिलो...

अनुदानामुळे शाळेकडे पैसा वळला. वस्तू खरेदीला अनुदान, देखभाल दुरुस्तीला अनुदान, शिक्षकांना साहित्य बनवायला अनुदान, पालक सभेत पालकांच्या चहापाण्याला अनुदान, शालेय पोषण आहारात अनुदान... सरपंच शाळेच्या आर्थिक व्यवहारात लक्ष देऊ लागले. भ्रष्टाचारासाठी त्यांना एक कुरण लाभले. काही मुख्याध्यापकांचीही भीड चेपली. व्हाउचर लावले की काम झाले. शाळेतील प्रत्येक शिक्षकाला शैक्षणिक साहित्य करण्यासाठी ५०० रुपये दिले जायचे. पण बहुतेक अधिकाऱ्यांच्या तक्रारी याच, की शिक्षक साहित्य बनवत नाही. यात अपहारापेक्षा प्रेरणा, कंटाळा, बेफिकिरी. पण ही कोट्यवधीची रक्कम खोट्या व्हाउचर्सनी तशीच संपली...

सर्वांत मोठा धक्का मला शिक्षकांनी दिला. आमच्यासारखे हजारो शिक्षक या योजनेत घेतले गेले. वेगवेगळ्या विभागांतले विषयतज्ज्ञ, गट समन्वयक यांना खर्चासाठी रकमा दिल्या जाऊ लागल्या. पण बघता बघता भ्रष्ट अधिकाऱ्यांच्या बिलांच्या अॅडजेस्टमेंट करता करता ते स्वतःच अॅडजेस्टमेंट कधी करू लागले, ते त्यांनाही कळले नाही. काही जण तर अधिकाऱ्यांना भ्रष्टाचारात वरचढ ठरले. माणसे केवळ संधी मिळत नाही म्हणून संधीअभावी प्रामाणिक असतात, हेच शेवटी खरे का ?

नोकरीत कौशल्याने डायरी लिहीणे पैसे मिळवून देते. अनेक कार्यालयांत तर शिपाई ही कामे करतात. पण नव्याने आलेले आमच्यासारखे शिक्षकसुद्धा तयार झाले. प्रत्येक पदाला निधी मंजूर असतो. अभियान संपताना माझ्या पदाला जिल्ह्यात प्रवास करण्यासाठी १२,००० रुपये मंजूर होते. रोज डोंगरात फिरणाऱ्या माझी डायरी होती ४००० रु. आणि उर्वरित जिल्ह्यांतील बहुतेकांच्या रकमा १०,०००च्या पुढेच होत्या... तेही न फिरता. विस्तार अधिकारी, गट शिक्षणाधिकारी यांच्या रकमा अशाच फुगलेल्या असतात. पुन्हा भेट दिलेल्या शाळेचे शेरेबुक आणि डायरी कुणीच ताडून बघत नाही.

म्हणजे शाळेला भेट दिली होती, त्याची नोंद शेरेबुकात असते आणि त्या आधारे डायरी लिहायची असते, पण त्या दोन्ही नोंदी एकसारख्या असतात का? याची कुणीच तपासणी करत नाही. बरेच अधिकारी रक्कम मंजूर करताना टक्केवारीने पैसे घेतात. डायरी, मेडिकल बिल यात इतकी फसवणूक असताना कधीच चौकशी होत नाही. शिक्षकांना आजारी पडल्यावर सरकार मेडिकल बिल देते, ते बिल वाढवून मंजूर करून देण्याचे तर तालुक्यातालुक्यांत दलाल आहेत.

शिक्षण विभागात काम करताना भ्रष्टाचार मला असा जागोजागी दिसला. नक्कीच शिक्षणात पैसा आला, पण त्याचबरोबर भ्रष्टाचारही वाढला. पूर्वी शिक्षण क्षेत्रात फक्त काही थोडा शाळाखर्चासाठी सादिल यायचा. 'सादिल' म्हणजे विशिष्ट रक्कम शाळा खर्चासाठी दिली जाते. पापभिरू गुरुजी बिचारे त्या अल्परकमेचा हिशोब देता देता हैराण व्हायचे. पण सर्वशिक्षण अभियान आले आणि नंतर सगळ्यांचीच भीड चेपली. मुंबईपासून सर्वत्र गावपातळीपर्यंत पैसा आला. सर्वशिक्षण अभिनयाची चिंता असायची, की खर्च वाढला पाहिजे. कसेही करा, पण खर्च वाढवा; असा दम वेगवेगळ्या मीटिंगात सारखा दिला जायचा. याचा परिणाम कसेही वागा, फक्त बिले जोडा आणि खर्च वाढवा, एवढेच होत राहिले.

शिक्षणावरच्या परिसंवादात आम्ही म्हणत राहिलो, 'शिक्षणावर ६ टक्के खर्च झालाच पाहिजे.' ३ टक्क्यांत इतक्या भानगडी तर ६ टक्क्यांत किती होतील?

पंचायत समितीच्या कार्यालयाबाहेर रेंगाळणारी १८-२० वर्षांची बरीच मुले दिसली. कावरीबावरी झालेली आणि चेहऱ्यावर तणाव दिसत होता. ती सारी मुले डी.एड.ची आहेत असे समजले. नीट चौकशी केल्यावर समजले, की डॉक्टरांना जसे ग्रामीण भागातील रुग्णालयात इंटर्नशिपला जावे लागते, त्याप्रमाणे डी.एड.च्या मुलांना ग्रामीण भागातील शाळांवर इंटर्नशिप सक्तीची झाली आहे. डी.एड. पास झाल्यावर इंटर्नशिपची ऑर्डर कॉलेजकडून मिळते. ती मिळणे, ही एक सहज तांत्रिक प्रक्रिया; पण त्याच ऑर्डरसाठी ही मुले यातायात करत होती.

असे का? सहज उत्सुकता चाळवली. ती मुले एका शिक्षणसम्राटाच्या

कॉलेजात डी.एड. करत होती. शिक्षणसम्राट मुलांना लुटण्यात कुप्रसिद्ध. कॉलेज अल्पसंख्याक म्हणून परवानगी मिळालेले, पण त्या समाजातील मुले न भरता इतर मुले सरळ डोनेशनने भरायची व त्या मुलांचे धर्मांतर दाखवायचे, ही पद्धत. पुन्हा इमारत धड नाही. स्टाफ भरलेला नाही. लायब्ररी नाही. तास होत नाहीत. शाळांवर पाठ नाहीत. फक्त प्रवेश घ्यायचा आणि परीक्षा द्यायची. पुन्हा ते करताना मुलांची मूळ कागदपत्रे तो ताब्यात घेऊन ठेवणार. त्याची काहीच पोच नाही. मूळ कागदपत्रे ताब्यात असल्याने कोणताच विद्यार्थी काहीच बोलत नाही. पुन्हा प्रत्येक गोष्टीसाठी स्वतंत्रपणे पैसे मागितले जाणार. परीक्षेची रिसीट देताना पैसे. जर दिले नाहीत, तर परीक्षेच्या शेवटच्या क्षणापर्यंत रिसीटच दिली जाणार नाही. परीक्षेचा निकाल देतानाही पैसे. दाखले मागतानाही पैसे. कोणत्याच पैशाची कसलीच पावती मिळणार नाही. आताही त्या मुलांकडे निकालासाठी २००० रुपये मागितले होते व ज्या मुलांनी ते पैसे दिले नाहीत, त्यांना निकालच दिला नव्हता. मुले चिंताग्रस्त होती. आपण पास आहोत की नापास, हेच कळत नाही. २ वर्षे इतके आर्थिक शोषण झाले. शिक्षण तर मिळालेच नाही आणि इतके होऊन पुन्हा ही स्थिती...

मी त्या मुलांवर चिडलो. त्यांना भेकड म्हणालो. त्यांना संघर्षाचा उपदेश केला. लढायला सांगितले, पण काहीच घडले नाही. हळूहळू त्यांनी त्यांची विदारक स्थिती सांगितली. मूळ कागदपत्रे त्याने ठेवून घेतलीत हे सांगितले, तेव्हा मलाच माझी लाज वाटली. त्यांच्या जागी मी जरी असतो, तरी काय करू शकलो असतो? त्यांच्याविषयी रागाची जागा आता सहानुभूतीने घेतली. मालेगाववरून एक शिक्षक त्यांच्या मुलीला घेऊन आले होते. त्यांनाही निकाल मिळाला नव्हता. त्यांनी २ लाख डोनेशन भरले होते आणि आज पुन्हा २००० भरायचे होते. मी त्यांना म्हणालो, "तुम्ही सुशिक्षित असूनही कसे फसलात?" ते म्हणाले, "फसण्याला शिक्षणाची अट नसते. जाहिरात आली, नंबर लागला म्हणून खूश झालो. एकदा पैसे देऊन बसलो, तेव्हा पुढची पिळवणूक सहन करायची, एवढंच फक्त हातात राहिलं."

प्रत्येकाने आपली कहाणी ऐकवली. एकाने जमीन विकली होती. दोघांनी कर्जाने पैसे उचलले होते. प्रत्येकाचा आकडा ऐकताना बाकीचे हसत होते. इतकी ती त्यांच्या दृष्टीने सामान्य घटना होती. कारण सर्व जण सारख्याच दु:खाने पोळलेले होते.

शेवटचा प्रश्न विचारला आणि मी कोलमडून गेलो. मी त्यांना विचारले, "इतके होऊन तुम्ही शिक्षक होणार, तेव्हा तुम्ही आदर्श शिक्षक होण्याचा प्रयत्न करणार का?" त्यातला एक जण म्हणाला, "सर, आम्ही फक्त नोकरी करणार, आम्ही पार करपून गेले आहोत. आम्हाला आता कोणीच आदर्श सांगू नये."

संध्याकाळपर्यंत थांबूनही अधिकारी आले नाही, तेव्हा ते निमूटपणे निघून गेले. पुन्हा दुसऱ्या दिवशी आले. साने गुरुजी बनायला आलेली ही मुले जर नाणे गुरुजी बनली, तर दोष कुणाचा?

तरुण तेजपालचे *'तहलका'* हे मासिक हे देशपातळीवर २००६ साली नामांकित मासिक होते. या मासिकात माझ्या *'शाळा आहे-शिक्षण नाही'* या पुस्तकावर थोरात या मित्राने मोठा लेख लिहिला. त्यानंतर देशातून काही व मुंबईहून जास्त फोन आले. एक फोन मात्र वेगळाच होता. त्यांची संस्था क्लासेस चालवून नोट्स तयार करून विकत होती. एवढे सांगून त्यांनी पुस्तकाचे भरभरून कौतुक केले. भेटायला येऊ का, असेही विचारले. शिक्षणमंत्री वसंत पुरके व सुप्रिया सुळेंशी तुमचे खूप जवळचे संबंध आहेत, अशीही माझ्याबद्दलची माहिती मलाच ऐकवली. शिक्षण क्षेत्रात आपण सर्वांनी एकत्र आले पाहिजे, असेही ते म्हणाले.

मी काम विचारल्यावर म्हणाले, की तुमचा या क्षेत्रातील जो अभ्यास आहे, त्या अभ्यासाच्या आधारे महाराष्ट्राच्या शिक्षणात काही विधायक करता येईल का? आश्रमशाळांमध्ये त्यांना रुची होती. मी सुचवले, की आश्रमशाळांमध्ये रविवारी व सुट्टीच्या दिवशी मुले नुसती खेळत असतात. त्या दिवशी व्यक्तिमत्त्वविकास किंवा मनोरंजनातून विज्ञान, गणित, भाषिक खेळ असे काही करता येईल. ते म्हणाले, ''अरे वा! आपण चर्चा तर करू.''

मी एकदा पुण्यात असताना पुन्हा फोन आला. मी त्यांच्या कार्यालयाचा पत्ता विचारला, तर म्हणाले, ''तुम्हीच कुठे उतरलात तो पत्ता द्या, आम्हीच तुम्हाला घेऊन जाऊ...'' भल्या सकाळीच मला न्यायला गाडी हजर झाली. संस्थेची श्रीमंती लक्षात आली. छानपैकी सकाळच्या वेळी एक्स्प्रेस हायवे बघत व शिक्षण क्षेत्रात आपले महत्त्व किती वाढले आहे; आपला सल्ला, चिंतन अनेक संस्थांसाठी किती महत्त्वाचे आहे याबाबत स्वत:वर खूश होत चाललो होतो. सकाळीच त्यांच्या कार्यालयात पोचलो. तिथून प्रमुखांशी बोलण्यासाठी एका मोठ्या चकचकीत हॉटेलात मला नेले. गेल्या गेल्याच परतीचे मुंबई-इगतपुरी ए.सी. ट्रेनचे तिकिट माझ्या हातात ठेवले. मी कुणीतरी विशेष आहे, हा आभास मला सुखावत होता.

कंपनीचा व्याप खूपच मोठा होता. मुंबई व इतरत्र सर्वत्र छानपैकी नोट्स विकल्या जात होत्या. लाखो-करोडोंची उलाढाल होती. थोड्याच वेळात त्यांच्या प्रमुख असलेल्या बाई आल्या. अत्याधुनिक राहणीमान. हॉटेल ताजमधील एका सेमिनारमधून थोडा वेळ मला भेटायला त्या आल्या होत्या. बाई अनेक वर्षे इंग्लंडमध्ये राहिलेल्या होत्या. क्षणभर मला आंतरराष्ट्रीय झाल्यासारखे वाटले... हॉटेल ताजमधून माणसे आश्रमशाळेचा विचार करायला येतात...

चर्चेला सुरुवात झाली. मी आपली सराईत बकबक सुरू केली. आश्रमशाळा, त्यांचे प्रश्न... रविवारी शाळा नसते, त्यामुळे रविवारसाठी एक छान कार्यक्रम बनवावा, त्यात व्यक्तिमत्त्वविकास व इंग्रजी संभाषण असावे. त्याला मान्यता मिळाली. त्या अभ्यासक्रम रचनेत मी त्यांना मदत करावी, अशी त्यांनी विनंती केली. माझ्या डोळ्यांसमोर १००० आश्रमशाळांमध्ये फाडफाड इंग्रजी बोलणारी

मुले आली. नंतर बाईंनी मला शिक्षणमंत्री पुरके व सुप्रिया सुळेंचा तुमचा परिचय कसा झाला, असे थेट विचारले. मला समजेना, आमच्या आश्रमशाळेच्या चर्चेचा या विषयाशी काय संबंध? मी जुजबी माहिती दिली व पुन्हा आश्रमशाळांचा रविवारचा अभ्यासक्रम काय असावा, यावर बोलायला लागलो. तितक्यात बाईंनी घड्याळात बघितले व ताज हॉटेलला पुन्हा निघून गेल्या. त्यांचे सहकारीही त्यांना दारापर्यंत पोचवायला गेले. ते बाहेरच एकमेकांशी काही वेळ बोलत होते. माझ्याशी बोलणारे पुन्हा आले.

मी पुन्हा अभ्यासक्रमाची चर्चा सुरू केली. त्यांनी थेट मुद्द्यालाच हात घातला. म्हणाले, "१००० आश्रमशाळांत मुलं किती असतील?" मी एका आश्रमशाळेचा अंदाजे विद्यार्थिपट सांगितला, तेव्हा ते गुणाकार करू लागले. एकूण बजेट खूपच मोठे निघत होते. त्यांचा चेहरा खुलला. ते म्हणाले, की हे आपण जरूर करू.

नंतर थेट माझ्या नजरेला नजर देऊन म्हणाले, "पण तुम्ही मनावर घेतलं, तरच हे होणार आहे."

मी म्हटले, "नक्की! मी ८ दिवसांत अभ्यासक्रम करून पाठवतो."

ते गप्पच... मला वाटले, अजून लवकर त्यांना हवे आहे. मी म्हणालो, "काळजी करू नका. अगदी दोन ते तीन दिवसांतच पाठवतो." ते थेट म्हणाले, "योजना चांगली असून चालत नाही, तर ती सरकारला पटवून द्यावी लागते... ते तुम्हालाच करावं लागेल." मी म्हणालो, "छे छे, माझं कोण ऐकणार!"

"तुम्ही शिक्षणमंत्री वसंत पुरके आणि सुप्रिया सुळेंना पटवून द्या. पुरके शिक्षणमंत्री आहेत, ते शिक्षणाची योजना मांडू शकतात व आदिवासीमंत्री राष्ट्रवादीचेच असल्याने सुप्रिया त्यांना सांगू शकतील."

मी उडालोच. किती बारीक अभ्यास केला होता. माझी अस्वस्थता आता माझ्या चेहऱ्यावर दिसायला लागली. ते पुन्हा बोलायला लागले, "आम्ही बाहेर गेलो, तेव्हा मॅडमने सांगितलं, की एकूण जितक्या नोट्स तुमच्या मदतीनं सरकारला विकल्या जातील, त्या नोट्सच्या किमतीच्या प्रमाणात तुमची टक्केवारीची रक्कम तुम्हाला मिळेल... त्यामुळे तुम्ही काळजी करू नका."

मला क्षणभर नैतिक तेजाचा झटका आला. वाटले, आरडाओरडा करावा, पण त्या दलाल कंपनीचा तो साधा कर्मचारी. मी शांतपणे उठत म्हणालो, "मी असली दलाली करत नाही. पुरके आणि सुप्रिया सुळे यांच्याशी माझे संबंध फक्त शिक्षणापुरतेच आहेत. कधीही मी बदल्या वगैरे भानगडीत लक्ष घातलं नाही. तुम्ही मला समजण्यात चूक केली."

मी बाहेर पडलो. त्याने स्टेशनपर्यंत सोडले. मी पुस्तिकेसाठी संपर्क करतो वगैरे सारवासारव केली. पुन्हा कधीच संपर्क होणार नव्हता, हे मला कळत होते. संपूर्ण दिवस वाया गेला होता...

मला त्यांचा राग येण्यापेक्षा माझाच राग येत होता. आपल्याला कुणीतरी दलाल समजावे, हाच मला माझा अपमान वाटला. आपण लोकांना इतके विकाऊ का वाटलो? समजा, एखाद्या वेळी अशा मोहात आपण सापडलो तर... मी नकार दिला ही नैतिक फुशारकी मारण्यासाठी हे लिहिले नाही, तर आपण शिक्षण सुधारण्यासाठी काही मुद्दे मांडतो; पण ती तळतळ करत काही प्रश्न मांडताना त्याचा बाजार किती थंडपणे मांडता येतो, हे या प्रकरणात माझ्या लक्षात आले. पुन्हा सुप्रिया सुळे आणि पुरके यांची ओळख कुणाला सांगितली नाही....!!!

❑

विभाग २

वंचितांच्या शिक्षणाची परिक्रमा करताना...

नर्मदेचा प्रवाह शतकानुशतके वाहणारा... कुठे खोल, कुठे उथळ, कुठे चकवा तर कुठे मनाला प्रसन्नता देणारी सुंदरता... या सर्वांनी बनते विस्तीर्ण, दीर्घ नदीचे पात्र...

राज्यातल्या एक लाख शाळा.. त्यातील आदिवासी आणि दुर्गम भागांतील शाळा बघताना तेथील गुणवत्ता, शिक्षणाची भीषण स्थिती बघताना अनेकदा संतापलो.. व्यथित होऊन रडलो आणि दुर्गम भागांतले समर्पित शिक्षक बघून थक्क झालो. 'गरिबांसाठीच्या सुविधा शेवटी अशाच गरीब बनतात' या अमर्त्य सेन यांच्या विधानाची आठवण करून देणाऱ्या शाळा....

शालाबाह्य लेकरांना शाळेच्या प्रवाहात आणतानाची पराभूत धडपड पुन्हा पुन्हा शिक्षणाच्या काठाकाठाने करीत राहिलो, पण सरकारी संवेदनेचा घाट बांधायचा अजून बाकी आहे ....एक एक मूल म्हणजे एक एक आयुष्य. डोळ्यांसमोर या लेकरांची परवड आणि शाळांचे बंद दरवाजे. हे सारे सारे मनातले शल्य आणि सल.

राज्यातील दुर्गम भागांतील शाळा व वंचित मुलांच्या प्रश्नांची ही परिक्रमा!

- ‘शाळा आहे शिक्षण नाही’ची व्यथा...
- दुर्गम भागांतील शाळा आणि बरेच काही...
- दुर्गम भागांतील शैक्षणिक गुणवत्ता
- परिक्रमा आश्रमशाळांची...
- वीटभट्टीतले आणि उसाच्या थळातले जग...
- शालाबाह्य मुलांच्या वेदनेची परिक्रमा...
- बालकामगार आणि बालविवाहाचे धगधगते वास्तव
- शालाबाह्य मुलांच्या सर्वेक्षणाचा अनुभव

६.

‘शाळा आहे शिक्षण नाही’ची व्यथा...

सर्वशिक्षण अभियानात काम करताना राज्यातल्या ११ जिल्ह्यांत फिरून मी शालाबाह्य मुलांना शाळेची सवय लागावी, त्यांना वाचन-लेखनक्षमता प्राप्त व्हाव्यात म्हणून उभ्या केलेल्या सेतू शाळांचा अभ्यास केला. त्याचा अहवाल द्यायला मी ज. मो. अभ्यंकरांकडे मुंबईला गेलो. तिथे भाऊ गावंडे होते. त्या वेळी महाराष्ट्रातल्या सर्व शाळांमध्ये उपचारात्मक अध्यापनवर्ग सुरू होते. परंतु हे वर्ग वेळेवर भरत नव्हते, काम गंभीरपणे होत नव्हते. उपचारात्मक अध्यापन म्हणजे जी मुले वाचन-लेखन करू शकत नाहीत, अशा मुलांचे रोज एक तास वाचन-लेखन घ्यायचे. प्रत्यक्ष वस्तुस्थिती कळत नव्हती. अभ्यंकर व भाऊ गावंडे यांना मी म्हणालो, “मी तुम्हाला वस्तुस्थिती प्रत्यक्ष बघून सांगू शकतो. माझाही गुणवत्तेच्या प्रश्नाचा अभ्यास होईल. दुर्गम जिल्हे बघेन. गडचिरोलीलाच प्रथम जातो.” अगदी प्रांजळपणे सांगतो की, आज जी चर्चा होते की शिक्षणमंत्री पुरकेंनीच मला पाठवले होते, त्यात तथ्य नाही. पुरकेंना माझे पुस्तक येईपर्यंत हे माहीतसुद्धा नव्हते.

मी वर्गात जायचो, विचारायचो, “उपचारात्मक अध्यापन सुरू आहे का?” शिक्षक होकार द्यायचे. मी रेकॉर्ड बघायचो आणि विचारायचो “कोणती मुलं अप्रगत म्हणून निवडलीत?”

ते म्हणायचे, “२५ मुलांपैकी ही ५ मुलं निवडली आहेत.” त्या ५ मुलांना काही येत नसायचे, म्हणून मी असे गृहीत धरायचो की उरलेली २० मुले तर चांगलीच असणार. जेव्हा उरलेली बहुतांश मुले ही तशीच आहेत हे कळले, तेव्हा धक्का बसला आणि मग हळूहळू मी सर्वच मुले बघायला लागलो. तर अप्रगत काय आणि प्रगत काय, सारीच अप्रगत निघायची...

मी हायस्कूलला काम केले होते, पण कमीत कमी वेळात आपण तपासणी कशी करू शकू, हे मलाच सुचत गेले. मी मुलांना विचारण्यासाठी ५११ वजा ४९९ हे गणित शोधले. यात तीन हातचे येतात. ९ व १ चा घोळ समजत नाही.

ज्या शिक्षकाने खूप सराव घेतला आहे आणि एकक व दशक ही संकल्पना स्पष्ट केली आहे, तीच मुले ते गणित सोडवू शकत होती. जोडाक्षरांबाबतही असेच. 'चंद्रपूर जिल्ह्यात आम्ही पावसाळ्यात रेल्वेने प्रवास करतो.' हे वाक्य दिले. या वाक्य व गणिताने गोंधळ उडाला. ८० ते ९० टक्क्यांपेक्षा जास्त मुलांना हे गणित सोडवता येईना व वाक्य वाचता येईना. मी चक्रावूनच गेलो. माझ्यासोबतचे अधिकारीही नंतर अशी परीक्षा वर्गावर्गांत घेऊ लागले. ते म्हणायचे, आम्ही अशा रीतीने कधी वर्गच तपासले नाही. किमान अध्ययनक्षमता तपासणे किती सोपे आहे.

आश्रमशाळा मी बघितल्याच नव्हत्या, त्यामुळे त्या बघत गेलो. तिथले भीषण वास्तव बघून अनेकदा संतापलो, थरारलो आणि अनेकदा डोळ्यांत पाणी आले. एका महिन्यात जिथे जिथे जाता आले, तिथे तिथे जात होतो. सकाळी ६ला निघायचो. शाळा उघडेपर्यंत आश्रमशाळा बघायचो. नंतर दिवसभर शाळा बघायचो. संध्याकाळी पुन्हा निघायचो. रात्री ९ वाजेपर्यंत आश्रमशाळा बघायचो. रस्त्यात गावकरी भेटले की त्यांच्याशी बोलायचो. गावकरी आश्रमशाळेबाबत तक्रारी करायचे. सरकारी अधिकाऱ्यांना भेटायचो. असे त्या दीड महिन्यांत दररोज पूर्ण १५ तास काम केले. जिल्हा कोणता घ्यायचा, हेही ठरवलेले नसायचे. त्यात एक उत्स्फूर्तता होती. पुढे त्या अनुभवावर *'लोकसत्ता'*त लेख लिहिला. तो खूप गाजला. सर्वांत महत्त्वाची प्रतिक्रिया विजय तेंडुलकरांची होती. ते म्हणाले, 'माझ्या पिढीला असे वाटले, की स्वातंत्र्य मिळाले की नंतर सारे काही सुरळीत होईल आणि आमची पिढी आशेवर राहिली. पण आज सर्वच क्षेत्रांत तळातले जे चित्र पुढे येतेय, ते निराश करणारे आहे. आम्ही याला जबाबदार आहोत. आम्ही, आमच्या पिढीने या सर्वाकडे लक्ष दिले नाही. संसदेत तुझ्या लेखावर चर्चा झाली पाहिजे.' मी भरून पावलो... त्यानंतर दाभोळकरांनी *'साधने'*त तोच लेख छापला.

नंतर वाटले, की आपली सगळी निरीक्षणे एकत्र लिहून काढावीत. ज्या उपचारात्मक वर्गभेटीच्या कामासाठी मला पाठवले होते, तो गोपनीय अहवाल मी संबंधित व्यवस्थेकडे दिला होता. शासकीय काम संपले, परंतु त्यापलीकडे जे मी बघितले; प्रत्यक्ष अध्यापन-अध्ययनाची निरीक्षणे जी लक्षात आलीत, ती आपण लिहिली पाहिजेत, असे वाटले. त्याचबरोबर सामाजिक निरीक्षणे मांडली पाहिजेत, हे वाटू लागले. त्यामुळे मी अहवालापलीकडे जे बघितले, उदा. मुलांच्या विषयवार कोणत्या चुका होतात, असे तपशीलवार लिहिले व अनेकांना वाचायला दिले.

एकदा वस्तीशाळा समितीच्या प्रवासात भाऊ गावंडे म्हणाले, "ही सारी निरीक्षणे सामाजिक दस्तऐवज आहेत. त्यांचे पुस्तक कर." शिक्षणव्यवस्थेला मदत होईल. पद्मभूषण देशपांडे आणि सुदेश हिंगलासपूरकर या मित्रांनी पुढाकार घेऊन हे पुस्तक काढले. यात कोणतीही योजना किंवा सरकारी शाळा यांना बदनाम करण्याचा कट वगैरे काही नव्हते. सगळी माझी निरीक्षणे सलगपणे शिक्षणक्षेत्राला उपयोगी

पडावीत म्हणून एकत्रित लिहून काढली होती, इतकेच. २००७ साली *'शाळा आहे शिक्षण नाही'* हे पुस्तक आले.

ग्रंथालीने अच्युत गोडबोले आणि शिक्षण सचिव शर्वरी गोखले यांच्या हस्ते पुस्तकाचे प्रकाशन केले. अच्युत गोडबोलेंसारखा तंत्रज्ञानाच्या क्षेत्रातला तज्ज्ञ पुस्तकाने भारावून गेला होता. ही पहिलीच प्रतिक्रिया मला उमेद उंचावणारी वाटली. पुस्तक वितरित झाल्यावर फारशा तीव्र प्रतिक्रिया आल्या नाहीत. शिक्षण सचिव शर्वरी गोखले यांनी ते पुस्तक थेट शिक्षक प्रशिक्षणात चर्चेसाठीच ठेवले. म्हटले तर तो खूपच धाडसी निर्णय होता. *'शाळा आहे शिक्षण नाही'* असे पुस्तक थेट शिक्षकांनाच अभ्यासायला लावायचे, हे अनेकांना जरा अतीच वाटले. पण बाईंची भूमिका वेगळी होती. त्या म्हणाल्या, ''कुलकर्णींनी हे पुस्तक ही शिक्षणव्यवस्था सुधारावी म्हणून लिहिलं असेल, तर जे शिक्षक शाळेत शिकवतात, ज्यांचा त्यांनी मांडलेल्या वास्तवाशी संबंध येतो, त्यांनीच यावर बोललं पाहिजे. हे वास्तव जर मान्य नसेल, तर प्रतिक्रिया व्यक्त कराव्यात. यातून शिक्षणप्रक्रिया सुधारायला मदत होईल.'' बाईंनी हा निर्णय घेतल्यावर पुण्याच्या एस. सी. ई. आर. टी.त राज्यस्तरीय गणित व इंग्रजीच्या प्रशिक्षणांत तज्ज्ञांसमोर मला पुस्तकाविषयी बोलायला सांगितले. त्याआधारे तज्ज्ञांनी खाली जिल्हास्तरावर चर्चा घडवाव्यात, अशी अपेक्षा होती. पण बहुतेक तज्ज्ञांतील 'शिक्षक' जागे झाले आणि पुस्तक न वाचताच ते काहीही प्रश्न विचारू लागले. तेव्हाच मला अंदाज आला, की जर तज्ज्ञांची न वाचताच ही स्थिती असेल, तर मग पुढे शिक्षकांमध्ये गोंधळ होणारच.

प्रशिक्षण सुरू झाले. पुस्तकात मी माझा फोन नंबर टाकलेला होता. थेट प्रशिक्षणाच्या हॉलमधून फोन येणे सुरू झाले. काहींचा हेतू चांगला होता, प्रत्यक्ष लेखकाचे म्हणणे ऐकावे असा. पुस्तकात मी एके ठिकाणी 'बूर्झ्वा' हा शब्द वापरलाय, त्या शब्दाचा अर्थ अनेक जण विचारत. जे हा अर्थ विचारत, ते गंभीर वाचक आहेत, असा अर्थ मी काढायचो.

फोनमध्ये फरक असायचे. जेव्हा शिक्षक घरी जाऊन फोन करायचा, तेव्हा मन मोकळे करायचा. वर्गातूनही काही फोन चांगले आले. काही प्रशिक्षण वर्गातील प्रशिक्षणार्थींनी माझी मुलाखत घेतली. पण शिक्षक संघटनांच्या काही कार्यकर्त्यांना ती नेतेगिरी करण्याची संधी वाटली. ते फोन करायचे, इतर जण त्यांना म्हणायचे, 'बोला बोला'. फोनचा लाउडस्पीकर सुरू असायचा आणि मग मला दमदाटी सुरू व्हायची. बाकीचे हसायचे. पण मी सगळे फोन घेतले. रोज किमान ८० ते १०० फोन यायचे. फारच एकेरी बोलू लागले, की मी फोन कट करायचो.

काही ठिकाणी पुस्तक न वाचताच त्यावर बहिष्कार टाकला गेला. कोल्हापूर विभागात व मराठवाड्यात एका ठिकाणी तर मोर्चा काढून पुस्तक जाळले गेले. त्याच्या बातम्याही आल्या. संजय कळमकर यांच्या *'सारांश शून्य'* या कादंबरीत

पुस्तक न वाचताच जाळण्याचा प्रसंग मिस्कीलपणे लिहिला आहे. ते भाष्य मानसिकता दाखवणारे आहे. प्रतिक्रिया थेट अंगावर येत होत्या. पण ज्यांनी मला रात्री किंवा सकाळी फोन केले, त्यांच्या नावासह मी त्यांच्या भावना लिहून ठेवल्या.

नंतर 'साप्ताहिक सकाळ'ने त्यावर विशेषांक काढला. पुस्तकावर विरोधीही लिहून आले. इंग्रजी वृत्तपत्र 'टाइम्स ऑफ इंडिया' व तहलका'त रिपोर्ट लिहून आले. प्रसिद्ध समीक्षक सुनील कर्णिक यांनी 'लोकसत्ता'च्या पुरवणीत दशकात प्रभावित करणारी पुस्तकांची जी यादी केली, त्या १० पुस्तकांच्या यादीत या पुस्तकाचा समावेश केला. हा सन्मान होता. त्यानंतर सगळ्यात आश्चर्याचा धक्का दिला, तो मुंबईच्या जेरी पिंटो यांनी. एका सहकाऱ्याकडून त्यांनी या पुस्तकाचा इंग्रजी अनुवादच करून घेतला व मला पाठवून दिला. पुस्तकावर प्रेम करण्याची, दाद देण्याची ही पद्धत सर्वोच्च होती. पुढे दिल्लीचा एक प्रकाशकही त्यांनीच बघून दिला. जेरी पिंटो यांना मी अजूनही भेटलो नाही, पण त्यांनी इतके भरभरून प्रेम दिले.

पुढे विधानसभेतही हा प्रश्न गाजला. काही आमदारांनी सरकारला या अहवालातील वस्तुस्थिती सरकारला मान्य आहे का, असे विचारून काय कारवाई केली, हा प्रश्न विचारला. त्यावर सरकारने शिक्षण विभागाकडे विचारणा करणारा प्रश्न पाठवला. त्या प्रश्नात माझे नाव असल्याने कार्यालयाने फार विचार न करता थेट तो प्रश्न माझ्याकडे पाठवून दिला. विधानसभेचा प्रश्न अधिकारी खूप गंभीरपणे घेतात; त्यामुळे जिल्हा, तालुका स्तरांवरून लगेच उत्तर पाठवा, असा आदेश आला. माझ्या अहवालावर सरकारने काय कारवाई केली, हे मी कसे सांगणार! खास सरकारी कामकाजाचा तो नमुना होता. न वाचता कागदपत्रे पुढे कशी सरकवली जातात, याचे ते खास उदाहरण होते.

आज मागे वळून बघताना वाटते, की या पुस्तकाने काही महत्त्वाच्या गोष्टी साध्य केल्या. एकतर शहरी भागातल्या मध्यमवर्गीय समूहाला जिल्हा परिषद शाळा, आश्रमशाळा, खेड्यातले शिक्षण हा भाग परिचित नसतो. परंतु या पुस्तकाने हे अनुभवविश्व दाखवले. त्यामुळे आश्रमशाळा, सरकारी शाळांविषयी वास्तव सर्वत्र पोचले. त्याच काळात वाचन-लेखन प्रकल्प, गुणवत्ताविकास कार्यक्रम हाणून पाडला जात होता. मुलांचे जादा तास घेणे, हा अन्याय सांगितला जात होता. शिक्षणविभाग आरोपीच्या पिंजऱ्यात होता. या पुस्तकानंतर चर्चेचा सूरच बदलला. शिक्षणावर इतका खर्च होऊनही किमान गुणवत्ताही मुलांना प्राप्त होत नाही, यावर चर्चा सुरू झाली. मध्यंतरी मुक्त विद्यापीठाच्या ग्रंथालयात गेलो. शिक्षणावरचे शोधनिबंध बघितले, तर बहुतेकांच्या शेवटी संदर्भपुस्तक म्हणून 'शाळा आहे शिक्षण नाही' हे पुस्तक होते.

मात्र, या पुस्तकाने काम करणारा संवेदनशील, उपक्रमशील शिक्षक माझ्यावर

नाराज झाला. त्याला वाटले, की पुस्तकाच्या नावामुळे सर्वच शाळा अशा आहेत, असा समज होतो. आम्ही चांगले काम करतो, आमच्या कामाचे काय? मी जिथे जाईल, तिथे हा प्रश्न विचारला जातोच, "तुम्हाला सगळीकडे वाईटच दिसतं. अहो, खूप चांगले काम करणारे शिक्षक आहेत. आमच्या गावची शाळा बघा. माणसं चांगलं काम करतात हो." माणसे खूप मनापासून बोलत असतात. सगळ्याच शाळा अशा आहेत का? असा त्रागा हे शिक्षकमित्र करतात. मला अर्थातच ही त्यांची प्रांजळ भावना मान्यच आहे. मी नेहमी सांगतो, की पुस्तकात मला भेटलेले चांगले शिक्षक यावर एक प्रकरणच आहे. पुस्तकाच्या मलपृष्ठावर मुलांना पान-फुले घेऊन गणित शिकवणारी शिक्षिका आहे. पण मी त्यांना विचारतो, की तुम्ही किती शाळा, किती वर्ग तपासलेत? दुर्दैवाने २० टक्के शाळा सोडल्या, तर सर्वत्र हीच कथा आहे. त्यामुळे व्यवस्था म्हणून जर बहुसंख्येने चित्र असेच असेल, तर मला असेच नाव पुस्तकाला द्यावे लागेल. पण तरीही या पुस्तकाने एक अढी माझ्याविषयी निर्माण झाली. शिक्षकांचा शत्रू म्हणून प्रतिमा उभी राहिली. राज्यभर मी पोचलो, परंतु शिक्षकांच्या मनातील या प्रतिमेचा सल मनात नक्कीच आहे. माणसे भेटल्यावर मत बदलते. तळमळ पोचते. पण तोपर्यंत शिव्यांचाच धनी होऊन राहावे लागते.

एकदा एका शिक्षक संघटनेच्या शिक्षकाबरोबर दिवसभर शाळा बघत होतो. निघताना तो म्हणाला, "तुमच्याविरुद्धची पत्रकं मी स्वत: वाटलीत. खूप राग यायचा, पण आज प्रत्यक्ष बघितल्यावर, वर्गातलं तुमचं वागणं बोलणं बघितल्यावर वेगळं वाटलं." पण मी कुणाकुणापर्यंत जाणार? आपला कुणीतरी तिरस्कार करते, हे माणूस म्हणून खूप दुखावणारे असते...

'शाळा आहे शिक्षण नाही' या पुस्तकानंतर मला शेकडो वेळा एकच शब्द ऐकावा लागला असेल, तर तो म्हणजे 'बी पॉझिटिव्ह'. पुन्हा आणखी एक उपदेश असतो, 'वाईट बघण्यापेक्षा आपल्याला जे चांगले करता येईल, ते बघावे. तुम्ही एक शाळा काढा. तुम्ही काही शाळा दत्तक घ्या.' मला भाबडेपणातून आलेले हे दोन्ही विचार या दोन मानसिकता वाटतात. अर्थात दोन्हीही सल्ले अतिशय सद्भावनेतून आलेले असतात, हे मान्यच आहे. माझे पुस्तक आल्यावर *'शाळाभेटी'* हे एक पुस्तक आले. ते पुस्तक चांगल्या शिक्षकांच्या कौतुकासाठी लिहिले आहे. त्याबद्दल कौतुकच आहे, पण प्रस्तावनेत पुन्हा माझ्या पुस्तकाचा उल्लेख, व चांगले काम करणारेही शिक्षक आहेत, त्यांच्या कौतुकासाठी हे पुस्तक लिहिले आहे असे. अर्पणपत्रिकाही 'शाळा आहे, शिक्षणही आहे' अशा शिक्षकांना...

मी या नकारात्मकतेवर सकारात्मक विचार केला. व्यक्तिमत्त्वविकासाची आज खूप पुस्तके आलीत. व्यक्तिगत आयुष्यात सकारात्मक राहिल्याचे फायदे सांगणारी पुस्तके मीही वाचतो. पण राजकीय आणि सामाजिक भूमिका घेताना उपाययोजना मांडणे, हेही मी समजू शकतो. परंतु प्रश्न मांडणे, वाईट गोष्टी पुढे आणणे हे

नकारात्मक कसे होऊ शकते, हे मात्र मला अजून समजू शकलेले नाही. सर्वांच्या मुळाशी दोष दाखवणे, टीका करणे हे करू नये व चांगल्याचे कौतुक करावे, हा समान मुद्दा आहे. हाच मला तपासावा वाटतो.

सर्वांत प्रथम असे बोलणारी माणसे संपूर्ण व्यवस्था म्हणून विचार करत नसतात. ती त्यांच्या अनुभवाविषयी, परिसरातल्या वास्तवाविषयी बोलत असतात. चांगल्या शाळा किती, वाईट किती अशी आकडेवारीसह माहिती त्यांच्याकडे नसते. दुसरा मुद्दा असा, की चांगल्याचे कौतुक करून वाईट कमी कसे होईल? चांगल्या शिक्षकांवर लिहून वाईट शाळा कशा सुधारतील, याचे उत्तर मिळत नाही. तिसरा मुद्दा, सर्व शाळा सुधारण्याचा रस्ता हा प्रशासकीय सुधारणांमधून जातो. त्याविषयी ही भाबडी माणसे काहीच बोलत नसतात.

बहुसंख्य शाळा चांगल्या नाहीत, हे मी २०० शाळांच्या आधारे कसे म्हणू शकतो, असा प्रश्न कुणी मलाही विचारू शकेल. पण 'असर'च्या दरवर्षीच्या अहवालात हेच चित्र आहे. असर हा अहवाल 'प्रथम' ही संस्था प्रसिद्ध करते. या अहवालात देशातील ग्रामीण भागांतील शाळांचा दर्जा तपासला जातो. तो गेली १० वर्षे चिंताजनक असाच आहे. शिक्षकांनीच घेतलेल्या पायाभूत चाचण्यांतही हेच चित्र आहे. एन. सी. ई. आर. टी.च्या पाहणीतही हेच चित्र आहे. तेव्हा माझा मुद्दा व्यवस्थेत सिद्ध झाला आहे. त्यामुळे हा प्रश्न मान्य करून व्यवस्थेत सुधारणा कराव्या लागणार आहेत.

कोणत्याही व्यवस्थेत स्वयंप्रेरणेने काम करणारी २० टक्के माणसे असतातच, हे नक्कीच मान्य आहे. त्यांच्या उपक्रमांचे सार्वत्रिकीकरणही करायला हवे, परंतु तो व्यवस्था सुधारण्याचा फक्त एक मार्ग आहे. कारण शिक्षण सुधारायला उत्तरदायित्व नक्की करणे, शिक्षकांच्या प्रशिक्षणात सुधारणा करणे असे कितीतरी उपाय करावे लागणार आहेत. केवळ चांगल्या शाळा जास्त की वाईट शाळा जास्त, असाच वाद घालून हा प्रश्न सुटणार नाही.

तेव्हा ही व्यवस्था सुधारण्याचे दडपण कशाने निर्माण होईल, हा प्रश्न उरतो. जेव्हा या व्यवस्थेचा वाईट चेहरा आपण पुढे आणू, तेव्हाच हे दडपण निर्माण होईल. तेव्हाच सरकारी अधिकारी हलतील, माध्यमे तो विषय लावून धरतील, पालक आणि गावकरी जागे होतील. थोडीफार समस्या आहे असे म्हटले, तर ही व्यवस्था अशीच चालू ठेवण्यात ज्यांचे हितसंबंध गुंतले आहेत, तेही व्यवस्था तशीच सुरू ठेवतील. साधे उदाहरण असे, की रस्ता पूर्ण उखडलेला नसला, तरीही दुरुस्त होण्यासाठी आपण रस्त्यामधील खड्ड्यांचेच फोटो छापतो ना. तसेच हे आहे. या व्यवस्थेतल्या दोषांविषयी सतत बोलले, तर आणि तरच ते प्रश्न ऐरणीवर येतील. दोषांवर बोलणे, सर्वेक्षण करणे हे व्यवस्थेचे निदान करणे आहे आणि निदान केल्याशिवाय उपाय करता येत नाही, म्हणून अधूनमधून असे सर्वेक्षण

होणे, हे महत्त्वाचे असते.

केवळ चांगल्या शिक्षकांचे कौतुक करून वरील सर्व गोष्टी होतील का? तेव्हा माझा आक्षेप चांगल्या शिक्षकांची कौतुक करणारी पुस्तके काढण्यावर नाही, तर सर्व व्यवस्था अशीच चांगली आहे असे उदात्तीकरण व फसवे चित्र निर्माण करण्याला आहे. सर्व व्यवस्थेचे योग्य मूल्यमापन करून मग चांगल्या शाळांचे कौतुक करायला मी तयार आहे. मी स्वत: नगर जिल्ह्यातल्या चांगल्या शाळांची पुस्तिका संपादित केली आहे. उपक्रमशील शिक्षकांचे नेटवर्क स्थापन केले. राज्यातल्या सर्व गटशिक्षणाधिकाऱ्यांना पत्र लिहून उत्कृष्ट शिक्षकांचे उपक्रम संकलित केले आहेत. पण त्याअगोदर मी व्यवस्थेचे मूल्यमापन व व्यवस्था सुधाराची भूमिका मांडली आहे. केवळ चांगल्या शाळा आहेत, चांगले शिक्षक आहेत असे म्हणत राहिलो, तर वाईट व्यवस्था लपून राहते.

एक उदाहरण, मध्यंतरी एका सीईओंनी जिल्ह्यातल्या शाळांना भेटी दिल्यावर ते अस्वस्थ झाले. शिक्षणाधिकाऱ्यांना रागावले. शिक्षणाधिकाऱ्यांना मी नंतर भेटलो. ते म्हणाले, की सगळ्या शाळा अशा नसतात; काही शाळा चांगल्या आहेत. त्यांनी सीईओंनी दाखवण्यासाठी उपाय केला तो जिल्ह्यातल्या चांगल्या शाळांना एकत्र करण्याचा. त्या शाळांमधल्या शिक्षकांचे त्यांनी प्रशिक्षण आयोजित केले... मूळ प्रश्नाला बगल दिली. या ५० शाळांचे कौतुक करून दुरुस्ती होणार आहे का? उलट चांगला दर्जा नसलेल्या १०० शाळांचे प्रशिक्षण करायला हवे होते, पण चांगल्या शिक्षकांआड त्यांनी अपयश झाकून टाकले. तेव्हा हाच दृष्टिकोन सर्वत्र आहे. निवडक चांगल्याचे कौतुक करून मूळ समस्या झाकायची, असे सर्वत्र होते आहे.

अभय बंग यांनी 'कोवळी पानगळ' हा अहवाल पुढे आणून महाराष्ट्रात होणारी बालमृत्यूंची दाहकता पुढे आणली. ते न करता त्यांनी फक्त कुपोषणावर चांगले काम करणाऱ्या अंगणवाड्यांचेच कौतुक केले असते, तर मग हा प्रश्नच पुढे आला नसता. उद्या अण्णा हजारेंनाही लोक विचारतील, 'तुम्ही भ्रष्टाचारावर बोलता, सगळेच अधिकारी तसे आहेत का?' व्यवस्थेचे मूल्यमापन व चांगल्याचे कौतुक या वेगळ्या गोष्टी आहेत.

शेवटचा मुद्दा अनुकरणाचा आहे. उपक्रमशील शिक्षकांचे अनुकरण त्यांच्या शेजारच्या वर्गात, शेजारच्या शाळेतही कुणी स्वत:हून करत नाही. त्यासाठी पुन्हा व्यवस्था म्हणूनच पुढाकार घ्यावा लागतो. ऋषी व्हॅलीमधील प्रयोग अनेक राज्यांतल्या प्रशासनांनी स्वीकारले, तेव्हा ते व्यवस्थेत गेले; हे लक्षात घ्यावे लागेल. तेव्हा बदल व्यवस्था म्हणूनच करावे लागतील.

❑

७.

दुर्गम भागांतील शाळा आणि बरेच काही..

गडचिरोली, चंद्रपूर, यवतमाळ, नंदुरबार, मेळघाट या आदिवासी भागांत शाळांची पाहणी करण्यासाठी मी फिरलो. या दुर्गम भागांमध्ये काही प्रश्न समान दिसतात. वेगवेगळ्या शासकीय योजनांच्या पाट्या लटकलेल्या असतात. शाळा, ग्रामपंचायत, आदिवासी प्रकल्प कार्यालय, आरोग्यकेंद्र, पोलिस स्टेशन अशा इमारती दिसतात. पण त्याच गावातील मळक्या कपड्यातल्या, हाडाला कातडी चिकटलेल्या, दाढीचा खुंट वाढवून डोळे खोल गेलेल्या आदिवासी गरीब माणसांकडे बघून योजनांचा फोलपणा जाणवत राहतो.

पी. साईनाथांच्या *'दुष्काळ आवडे सर्वांना'* या पुस्तकात दिले आहे, की एका गावात एक आदिवासी कुटुंब असते व आदिवासींसाठी १७ लाखांचा निधी शिल्लक राहतो. अधिकारी त्या कुटुंबाला मदत करण्याऐवजी त्याच्या घरापुढे रस्ता बांधून देतात आणि कमिशनची सोय करतात. अनेक आदिवासी गावांत शाळा सुरू होऊन ५० वर्षे उलटली, तरी एकही पदवीधर तरुण नाही. १२वी नापास, १०वी नापास अशी गावाची शैक्षणिक उपलब्धता असते. दर वर्षी ४० मुलांनी प्रवेश घेतला असे गृहीत धरले, तरी ५० वर्षांत २०,००० विद्यार्थ्यांनी प्रवेश घेऊनसुद्धा एकही पदवीधर होत नाही आणि तरीही व्यवस्था म्हणून आपल्याला अभ्यासक्रम, प्रशासन, परीक्षा या सर्वांचाच पुनर्विचार करावासा वाटत नाही आणि सामाजिक अपयशही वाटत नाही...

गडचिरोलीच्या जिल्ह्यात एका शाळेसमोर आमची जीप थांबली, तेव्हा शाळेतले एकमेव शिक्षक व्हरांड्यातच उभे होते. शाळेच्या वेळेत शिक्षक बाहेर दिसले, की शाळेची प्रकृती लक्षात येते. प्रोब रिपोर्टने उत्तर भारतातील ज्या शाळांची पाहणी केली, तेव्हा वर्गात असूनही न शिकवणाऱ्या शिक्षकांचा तपशीलही दिलाय, तो मला आठवला. तो अगदी तरुण शिक्षणसेवक होता. जोडीचा शिक्षक कुठे विचारले, तर तो रजेवर असल्याचे त्याने सांगितले.

वर्गात २५ विद्यार्थी रांगेत बसलेले. फळ्यावर बाराखडी लिहिलेली आणि ७ + ९, १२ + ७ आणि एक अंकी ४ वजाबाक्या फळ्यावर लिहिलेल्या... शाळा सुरू होऊन ३ तास उलटून गेले होते. पहिलीची मुले तर काहीच न लिहिता गुपचूप बसली होती. दुसरीची पोरे बाराखडी गिरवत होती. पण रोज तेच गिरवावे लागतेय, हा वैताग त्यांच्या चेहऱ्यावर स्पष्टपणे दिसत होता. तिसरीची पोरे त्या गणिताकडे नुसतीच बघत होती आणि चौथीची पोरे गणित सोडवत होती. 'चंद्रपूर जिल्ह्यात पावसाळ्यात आम्ही रेल्वेने प्रवास करतो' हे वाक्य लिहिण्यासाठी दिले, तर चौथीची मुलेही ते लिहू शकली नाही.

आज काहीच का शिकवले नाही? असे शिक्षकाला विचारल्यावर ते म्हणाले, की प्रश्नपत्रिका काढत होतो. ते काम दुपारी ते घरी करू शकत होते. पण अनेकांनी जे काम करायचे ते शाळेतच, ही प्रतिज्ञाच केलेली असते. प्रश्नपत्रिका काढण्यापासून तर पेपर तपासण्यापर्यंत सारे काही वर्गातच केले जाते आणि हीच मंडळी अशैक्षणिक कामामुळे शिकवता येत नाही, अशी तक्रार करत असतात.

सकाळी ७ ते १२ वाजेपर्यंत पोरांनी मांडी घालून कितीही कंटाळा आला, तरी गप्प बसायचे. शाळेबाहेरच्या जगात प्रत्येक नवी गोष्ट जाणून घ्यायला उत्सुक असणारी मुले शाळेत दिवसभर काही शिकवले न जाता नुसती फळ्याकडे बघत कशी राहत असतील? नावीन्याच्या भुकेने पछाडलेली ही मुले तीच ती बाराखडी गिरवून स्वत:च्या उत्कंठेला दाबून ठेवतात... शिक्षणसेवक म्हणून अजून नोकरीत कायमही नसणारा हा शिक्षक असा बेफिकीरपणे का वागला असेल? आपल्या शाळेतल्या मुलांना लिहायला-वाचायला आले पाहिजे, असे त्यांना का वाटत नसेल? कोणीच अधिकारी शाळेला नियमित भेट देत नसतील, याचा तो परिणाम असेल का?

यवतमाळ जिल्ह्यात कोलामी पोडा बघण्याची खूपच उत्सुकता होती. कोलामी ही अजूनही खूप आदिम जमात. कच्च्या रस्त्याने निघालो. नुकताच पाऊस पडून गेलेला. गावातले सारे मजुरीला गेलेले. काही वृद्ध महिला भेटल्या. आम्ही शिकलो नाही, पण किमान आमच्या पुढच्या पिढ्या शिकाव्यात म्हणाल्या. इतक्या गरीब पोडावर शिक्षण कसे चालले असेल, ही उत्सुकता होतीच. त्या शांत वातावरणात शिक्षिकेचा हसून बोलण्याचा आवाज फक्त येत होता. वाटले, आनंददायी अध्यापन सुरू असेल. उत्सुकतेने आत डोकावलो, तर शिक्षिका मोबाइलवर बोलत होत्या. समोर अर्धनग्न, अर्धपोटी कोलामींची मुले... आम्हाला बघून त्या वरमल्या. इतक्या दूरवर कुणी येऊ शकेल, याची त्यांनी कल्पनाच केली नव्हती. मंत्रालयातल्या पतीशी त्या नियमित गप्पा मारायच्या.

या निमित्ताने आपल्या पर्यवेक्षीय यंत्रणेचे अपयशही लक्षात आले. दुर्गम

ठिकाणी भेटी न करण्याने बेफिकिरी येत जाते. भेटी कागदावर दाखवल्या जातात. शिक्षकांना शेरे पुस्तक मुख्य गावात आणायला सांगितले जाते. मुलांचे आई-बाप कामाला जातात, तेव्हा शिक्षक गावात येतात आणि गावकरी येण्याआधी ते निघून जातात. अधिकारी फिरकत नाहीत. पालक निरक्षर आणि मजुरीला. अशा ठिकाणी शिक्षकाची सदसद्‌विवेकबुद्धी हेच सारे काही असते...

अतिशय गरीब आदिवासी कुटुंबातून ती शिक्षिका आली होती. मला या विकास प्रक्रियेचे कौतुक वाटले. पण नंतर उच्च पदावर काम करणारा मुंबईतील पती, उंचावलेला आर्थिक स्तर यातून हळूहळू आपल्या माणसांची आस्था कमी होत जाऊन मध्यमवर्गीय जाणीव तयार होत गेली होती. मला हा मुद्दा सर्वच ग्रामीण आणि आदिवासी भागांतून शहरी झालेल्या समूहांबद्दल तीव्रतेने जाणवतो. बहुजनांचे हे होत जाणारे ब्राह्मणीकरण अतिशय क्लेशदायक आहे. पण हे होऊ नये म्हणून सतत या जाणिवा विकसित होतील, असे संस्कार अभ्यासक्रम आणि पाठ्यपुस्तकांनी करायला हवेत.

महात्मा फुले म्हणाले होते की, शेतकऱ्यांची पोरं शिक्षक झाली तर शिक्षणाला नवी दिशा मिळेल. त्यासाठी त्यांनी ब्राह्मण शिक्षक कमी करावेत आणि बहुजन शिक्षक वाढवावेत, ही अपेक्षा व्यक्त केली होती. ती अपेक्षा नक्कीच पूर्ण झाली, परंतु मानसिकता आम्ही बदलू शकलो नाही. काही बहुजन मुले आज मनाने ब्राह्मण झाली. त्यामुळे प्रशासनाचे चारित्र्य बदलले नाही. प्रत्येक जाती-जमातीतून पुढे सरकलेल्या मध्यमवर्गाने त्या जमातीतील मागे पडलेल्या बांधवांना पुढे आणण्यासाठी प्रयत्न करायला हवेत. बहुजन शिक्षकांमध्ये हे सारे कसे संक्रमित करता येईल...

त्या पोडावरून उतरताना त्या शिक्षिकेच्या फोनची रिंग पुन्हा वाजत होती आणि माझ्या मनात या साऱ्या सामाजिक धोक्याच्या घंटा वाजत होत्या....

मेळघाटात शनिवारी सकाळच्या शाळा किती वाजता भरतात, हे बघण्यासाठी आम्ही सकाळीच निघालो. रस्ता सापडत नव्हता. सकाळचे ९ वाजले. तेव्हा पँट-शर्ट घातलेला एक एक तरुण आम्हाला चालताना दिसला. आम्ही त्याला शाळा विचारली, तर तो म्हणाला, "चला, माझ्याच शाळेवर जायचे आहे." जवळपास दीड तास ते शिक्षक उशिरा शाळेवर चालले होते. म्हणाला, की १५ दिवसांपूर्वीच नोकरीला लागलोय. मी सुन्न झालो. मनात म्हणालो, की ही व्यवस्था इतकी हाताबाहेर गेली आहे की आपले कुणीच बिघडवणार नाही, हा आत्मविश्वास यायला इथे फक्त १५ दिवस लागतात...

चंद्रपूरच्या ताडोबाच्या जंगलात फिरताना शिक्षणाची विदारक स्थिती बघत होतो. त्यामुळे इतका रम्य निसर्ग असूनही मन उल्हसित होत नव्हते... ठिकठिकाणी दिसणाऱ्या एकट्यादुकट्या एकाकी माणसांविषयी अपार कणव दाटून येत होती. सर्वच सरकारी यंत्रणा या एकाकी माणसांना ज्या बेदरकारपणे वागवत होती, ते बघून

खूप निराश झालो होतो... गावोगावी आरोग्यकेंद्र असूनही कुपोषणाला बळी पडणारी लेकरे, गावोगावी ग्रामसेवक असूनही एका दाखल्यासाठी खेटा घालणारी माणसे. आणि गावोगावी शाळा असूनही निरक्षर पिढ्या पुढे सरकणाऱ्या...

विराट जंगलात पक्ष्याचे गाणे आणि प्राण्याची किंकाळी जशी विरून जाते, तसे या एकाकी माणसांचे ओरडणे, घुसमट, हुंदके, चडफड विरून जाते... शिकार होणाऱ्या भक्षाने पूर्ण क्षमतेने बचाव करावा आणि शेवटी निमूटपणे हिंस्र पशूचा बळी व्हावे तशी ही माणसे जमेल तसे पळतात, विरोध करतात; पण व्यवस्था त्यांचा कागदी वाघनख्यांनी बळी घेते...

अशातच एक गाव लागले. फॉरेस्ट खात्याने बरेच अडथळे लावलेले. गेटचे कुलूपही उघडेना. बरेच दिवस न उघडलेले. पुढे एक ओढा लागला. खाली उतरून ते दगड बाजूला केले, तेव्हा कुठे रस्ता झाला. गावातल्या शाळेत मधली सुट्टी झाली होती. 'गुरुजी पानपट्टीवर गेलेत,' असे बिनधास्तपणे एका पोराने सांगितले आणि शिक्षकांना बोलवायला पळाला. शाळेत फक्त ६ विद्यार्थी शिकत होते. एवढ्या मोठ्या गावात १००पेक्षा जास्त मुले होती, पण या शिक्षकाला वैतागून लोकांनी ती गावाबाहेरच्या आश्रमशाळेत घातली होती.

शाळेतल्या ६ मुलांना वाचायला लावले, तर धक्का बसला. त्यातल्या एकाही मुलाला लिहिता-वाचता येत नव्हते... त्या काळात १३,००० रु. वेतन म्हणजे एका मुलामागे महिन्याला २,००० रु. वेतन घेत असूनही ते शिकवत नव्हते. या ६ मुलांसाठीचे २,००० रु. जर दर महिन्याला सुशिक्षित बेकार तरुणांना दिले, तर ते त्यांना किती आनंदाने शिकवतील... 'एज्युकेशन व्हाउचर' या संकल्पनेचे महत्त्व या गावात मला पटले... मला तो कल्याणकारी राज्य नावाच्या डोलाऱ्याचा पराभव वाटला.

त्या शिक्षकाला मुलांना दिलेली वजाबाकी सोडवायला दिली. ५११-४९९ या वजाबाकीचे उत्तर त्याने २२२ काढले. मग मी जॉर्ज फर्नांडिस हा शब्द मुलांना लिहायला दिला होता, तो शिक्षकाला लिहायला सांगितला. तो लिहिता आला नाही, मग हे फर्नांडिस कोण आहेत, असे विचारले. म्हणाला, "ते लेखक आहेत, त्यांच्या कादंबऱ्या प्रसिद्ध आहेत."

शिक्षक शाळेत रोज येत नसावेत, हे माझे निरीक्षण गावकऱ्यांनी बरोबर सांगितले. दूर चंद्रपूरवरून रोज येणे-जाणे शक्यच नसल्याचे लक्षात आले. पण शिक्षकाला सुधारण्यापेक्षा, प्रशासनाशी भांडण्यापेक्षा गावकऱ्यांनी मुले आश्रमशाळेत टाकली होती.

शिक्षणातली गुणवत्ता तपासण्यासाठी शिक्षणावरचा खर्च वाढत नाही, वर्गातील मुलांची मोठी संख्या, प्रशिक्षित शिक्षण नसणे ही जी कारणे सांगितली जातात, त्यांनी या १३ वर्षांचा अनुभव असलेल्या या शिक्षकाला आणि केवळ ६ मुले

असलेल्या या निरक्षर वर्गाला जरूर भेट द्यावी. इतक्या दूरवर कुणी येणारही नाही आणि आपले कोणी बिघडवणारही नाही... नोकरीतली सुरक्षितता हेच या बेफिकिरीचे रहस्य आहे. 'शिक्षणाचे खासगीकरण करा' असे समर्थन करणाऱ्यांना हे बघितल्यावर काय उत्तर द्यायचे?

एकदा भेट दिलेली शाळा खूपच मोठी होती. पहिली ते सातवीचे वर्ग. मुलांचीही संख्या खूप जास्त. शाळेचे मुख्याध्यापक अतिशय कमजोर. शिक्षकांवर, प्रशासनावर अंकुश नसलेले. सातवीची मुले धडपणे लिहू - वाचूही शकत नव्हती. फलकलेखनही दिसेना... सगळेच तसे वागत असल्याने आपले काही चुकते आहे, असे कुणालाच वाटत नव्हते.

सुशिक्षित पालक किमान मुलांच्या वह्या बघतात, त्यामुळे किमान काय चाललेय हे माहीत असते. इथे मजुरीला जाणारे बिचारे पालक फक्त पोरगे रोज शाळेत जाते आणि येते, एवढेच बघत असतात. जाब विचारणारे पालक नाहीत की भेटी देणारे अधिकारी नाहीत. शाळेत एकूण शिक्षक किती, हे समजेनाच. कारण काही वर्ग एकत्र केलेले होते. शेवटी नावानिहाय शिक्षक मोजू लागलो, तेव्हा लक्षात आले की एक शिक्षक गैरहजर आहेत. मुख्याध्यापकांची त्याला वाचवण्याची केविलवाणी धडपड लक्षात आली. तो शिक्षक रोज केंद्रप्रमुखाबरोबर जातो, असे ते म्हणाले. नंतर रस्त्यात केंद्रप्रमुख भेटले, तेव्हा तो त्यांच्यासोबत नव्हता. इतका टोकाचा गैरप्रकार सहज घडत असतो.

या साऱ्या वाईटपणाचे वरचे शिखर अजून बाकी होते... दूरवरून लहान मुलींच्या बोलण्याचा आवाज येत होता... मला थोडा वेगळाच संशय आला म्हणून तिथे गेलो. त्या रिकाम्या वर्गखोलीत शाळेत शिकवणारे शिक्षणसेवक राहत होते. त्यांच्या स्वयंपाकाची भांडी त्या मुली शाळेच्या वेळेत घासत होत्या. नोकरीत अजून कायम नसलेले हे तरुण शिक्षणसेवक...शाळेच्या लयाला गेलेल्या वातावरणाचा तो अपरिहार्य परिणाम होता... रस्त्यात भेटलेल्या केंद्रप्रमुखांना हा प्रसंग सांगितला, तर ते जणू अरेबियन नाइटची कथा ऐकावी, असे ऐकत होते. आम्ही १० मिनिटे त्या शाळेत जाऊन सर्व दोष पटापट लक्षात आणून दिले, पण वर्षानुवर्षे त्या शाळेवर जाऊन त्याच्या हे लक्षात आले नव्हते.

माझ्या मनात सहज आले, की दिल्लीतल्या एखाद्या शाळेतील शिक्षकाने जर मुलींना असे करायला सांगितले असते तर... तमाम चॅनल त्यात उतरले असते... महिला आयोग दखल घेईल... संसदेतही शून्य प्रहरात विषय होईल... पण या गरीब आदिवासी पालकांच्या मुली... त्यांच्या आई-बापांना या व्यवस्थेत काडीचीही किंमत नाही, तर यांची कोण कशाला दखल घेईल....

गडचिरोली जिल्ह्यातील बहुसंख्येने माडियांचे गाव. रस्त्याच्या कडेला ५०-

१०० झोपड्यांचे. रस्त्याजवळ हापसा. त्याभोवती पाणी भरायला महिलांची गर्दी उसळलेली. १० हापसे मारल्यावर एकदा पाणी येत होते. तरीही दिवस पावसाळ्याचे. पुरुष हापसताहेत आणि महिला पाणी वाहताहेत.

हापशामागेच बंद शाळा. शिक्षकाने १५ दिवसांपासून शाळा उघडलेली नव्हती. गावकरी अगदी सहजपणे सांगत होते. त्यांना तपशील विचारला. तेव्हा मागच्या वर्षीपासून तो असेच करतो म्हणाले. त्यांना विचारले, तुम्ही काहीच केलं नाही का? सरपंचाला सांगितलं म्हणाले. सरपंच कुठे आहे? ते म्हणाले, सरपंच इथं नसतो. गट ग्रामपंचायत आहे.

गट ग्रामपंचायतीमुळे एक मुद्दा सर्वत्र जाणवतो, की सरपंच ग्रामपंचायतीच्या मुख्य गावाला राहतो. त्यामुळे इतर गावांकडे तो लक्ष देऊ शकत नाही किंवा त्याचा तो प्राधान्यक्रम नसतो. ती गावे वाऱ्यावर सोडलेली. याचा गैरफायदा बरोबर डॉक्टर, नर्स, ग्रामसेवक व शिक्षक उचलतात. त्यांना सरपंच कसा सांभाळायचा, याची जादू लक्षात येते. सरपंच २० किलोमीटरवर राहतात... त्यामुळे तो ज्या गावात राहतो, त्या गावावर त्याचे लक्ष असते. तिथली शाळा जरा बरी चालते, पण त्याच्या कक्षेतील इतर गावांत मात्र शाळेवर कुणाचेच लक्ष नसते... साध्या सहीसाठी सरपंचाकडे इतक्या दूर जावे लागते.

दुर्गम भागांत सरपंच हे बऱ्याचदा कष्टकरी, आदिवासीच असतात. दारू पिऊन झिंगत चाललेला ग्रामसेवक आणि त्याच्यामागे त्याची बॅग घेऊन चाललेला सरपंच हे दृश्य काही गावांत दिसते. सरकारी कर्मचारी असलेल्या ग्रामसेवकाचे भलतेच महत्त्व वाढते. सरकारी यंत्रणेबद्दल ब्रिटिशांनी निर्माण केलेली भीती अजूनही तशीच आहे. स्वातंत्र्यानंतर अनेक गावांनी अजूनही क्लास वन किंवा क्लास टू अधिकारी बघितलेला नाही... एका गावाला कलेक्टरने भेट दिली, तर एका आदिवासीने त्याच्या अंगाला हात लावून बघितले होते...!

गावकरी सांगत होते, की सरपंचाला सांगूनही त्याने काहीच केले नाही. मात्र शिक्षक त्याला भेटतो, असे एक गावकरी म्हणाला. ५-१० पोरे जवळच उभी होती. ती शाळा उघडली तर शाळेत, नाहीतर घरी जातात. 'रॉकेल शिल्लक असेल तर मिळेल अन्यथा नाही' हे जितक्या सहजपणे माणसे स्वीकारतात, तितकेच ते शिक्षक आले नाही, त्यामुळे शाळा भरली नाही हे स्वीकारतात. रॉकेलचा टँकर परस्पर बाजारात विकला गेला असेल का, याचीही ते चौकशी करत नाहीत आणि शिक्षक का येत नसेल? हा प्रश्न त्यांना पडत नाही.

केस न विंचरलेल्या, अंघोळ न केलेल्या मुली शाळेपुढे खेळत होत्या... शाळा नसल्याचा आनंदही त्यांच्या चेहऱ्यावर दिसत नव्हता. गावात कुणी पदवीधर नव्हते. बारावी झालेला एकच पोरगा गावात होता. त्याला बोलावून घेतले. त्याने शिक्षकाला २-४ वेळा जाब विचारला होता. पण तो सांगू लागला, शिक्षक प्रशिक्षण आणि

मीटिंगची कारणे सांगतो. सरपंचाचे नाव काढताच पोरगा चिडला. म्हणाला की, सरपंचच नीट येत नाही गावात. कधी कुणाशी बोलत नाही, तर शिक्षकाला तो कोणत्या तोंडाने बोलेल? गावात एकदा शाळेविषयी मीटिंग झाली, पुढे जैसे थे...

हापशाचे पाणी नीट मिळत नाही... शिक्षणाच्या गंगेचा विचार करणे खूपच लांबचे...

डोक्यावर हंडा घेतलेल्या बाईला जीपमध्ये बसताना विचारले, "तुझं पोरगं शिकावं असं नाही का तुम्हाला वाटत?" त्यावर ती म्हणाली, "मस वाटतया, पण शाळाच उघडीना तर काय करावं!"

ते वास्तव किती सहजपणे स्वीकारतात. बंद पडू पाहणारा हापसा आणि बंद पडलेली शाळा. जोपर्यंत सेवा मिळते तोपर्यंत घ्यायची, संपले की गप्प बसायचे. सरकारी कायदे वगैरेंची फार माहिती नाही. असलीच तरी तिथून काही घडावे, हा आग्रहही नाही. त्यामुळे तिथल्या भ्रष्ट अकार्यक्षमतेविषयी त्रागा नाही, तक्रार नाही.

त्यांच्या मागच्या पिढ्याही अशाच जगल्या. हेही असेच जगताहेत आणि त्यांना सरपंच दिला, शिक्षक दिला, एखाद्या योजनेतून बोअरवेल दिला म्हणून आम्ही व्यवस्था म्हणून स्वत:वर खूश आहोत. मी मुंबईवरून आलो, असे सांगितले तरी त्यांनी कोणतीही मागणी केली नाही की शिक्षकाला शिक्षा करा, असेही म्हटले नाही.

पालकांची उदासीनता वगैरे वगैरे शब्द शैक्षणिक परिसंवादात ऐकलेले. त्यांना उदासीन म्हणू की पराधीन? खानोलकरांची ओळ पाणी वाहणाऱ्या माणसांकडे बघून आठवत होती –

'दु:ख ना आनंदही, अंत ना आरंभही
नाव आहे चाललेली, कालही अन् आजही'

एका गावच्या शिक्षकांना शाळाभेटीला येत असल्याचा निरोप दिला होता, पण आम्हाला थोडा उशीर झाला. त्यांनी मुले सोडून दिली व निघून गेले. आम्ही पोचलो, शाळा बंद...!

पण लगेच लोक जमले. मुलेपण जमा झाली. मला एक प्रयोग करायचा होता. शाळेचे गावकऱ्यांनी तोंडभरून कौतुक केले. गावासमोर गुणवत्तेची चर्चा करायची होती. मी पोरांना कोरे कागद वाटले. दुसरीच्या पोरांना ५४-२७ ही वजाबाकी दिली. चौथीच्या मुलांना ५११-४९९ ही वजाबाकी दिली. सोपे जोडशब्द दिले. एकाही मुलाला एकही गणित बरोबर आले नाही. काहींनी तर पेनही कागदाला टेकवला नाही... गावकरी, त्या मुलांचे पालक टक लावून बघत होते.

मला वाटले, की माणसांना तीव्र धक्का बसेल. ते चिडतील, वैतागतील, त्रागा करतील, शिक्षकांविषयी अपेक्षाभंग होऊन कोलमडतील. त्यातील काहीच घडले नाही. त्यांच्या चेहऱ्यावर रेषाही उमटली नाही.

कदाचित शिक्षणाकडून, शिक्षकाकडून, मुलांकडून त्यांची काहीच अपेक्षा नसेल...?

बहुतेकांनी मुलांनाच दोष दिला. कारण तेच अभ्यास करत नाहीत. शासन, अभ्यासक्रम, शिक्षकांविषयी त्यांची काहीच तक्रार नव्हती. आपल्या दु:खाला आपणच जबाबदार आहोत, ही त्यांची साधी आध्यात्मिक कारणमीमांसा होती. तुमच्या मुलांना येत नाही, हे तुम्हाला माहीत होते का? या प्रश्नावर त्यांनी कधी विचारच केला नव्हता, असे जाणवले. शाळेवर तुमचे लक्ष नाही, असे सांगितल्यावर शाळेच्या समोर ज्यांची घरे आहेत, त्यांनी लक्ष ठेवायला हवे असे अफलातून उत्तर त्यांनी दिले. आम्ही फारतर आमच्या मुलांवर लक्ष ठेवू, इतरांवर कसे लक्ष ठेवणार? असे मुद्दे ते मांडत होते. मी हतबुद्ध झालो.

आदिवासी भागांत फिरताना हेच गावोगाव जाणवते. शिक्षकाने रोज शाळा उघडली, जाता-येता गावकऱ्यांना नमस्कार केला की, सारे जण त्याला 'चांगला शिक्षक' हे प्रमाणपत्र बहाल करतात. पण या सर्वांपलीकडे जाऊन तो शिकवतो का? आपल्या मुलांना लिहिता-वाचता येते का, हे बघण्याची तसदी गावकरी घेत नाहीत किंवा त्यांना गुणवत्ता कशी मोजावयाची, कशी ओळखायची हे कळतच नाही. किंबहुना ते स्वाभाविकही आहे.

मुळातच शिक्षकांचे वस्तुनिष्ठ मूल्यमापन करावे, ही प्रेरणा आपल्या मुलांना लेखन, वाचन आलेच पाहिजे या आग्रहातून येते. तो आग्रह धरण्यासाठी शिक्षणातून काहीतरी बदल होतो, ही मनोभूमिका हवी असते. गावात कुणालाच सरकारी नोकरी लागली नाही. शिक्षणाचा दृश्य परिणाम तरी कसा कळणार? शिकलेले आणि न शिकलेले बरोबरच मजुरीवर दिवस उजाडताच जातात... एकाच प्रकारच्या शोषणाला बळी पडावे लागते. कितीही शिकूनही सारी मुले रस्त्याच्या कामाला जाणार असतील, तर त्यांना शुद्धलेखन आले काय नि नाही आले काय, सारखेच. गणित सुटणे आणि न सुटणे सारखेच.

उदरनिर्वाहाची साधने आणि जीवनशैलीत शिक्षण कुठेच येत नाही, त्यावाचून त्यांचे काही अडते आहे, असे त्यांना वाटत नाही. शोषणाविरुद्ध शिक्षण त्यांना जागे करू शकेल, पण शिक्षणाने तरी ती भूमिका कुठे निभावलीय? उलट शिकलेली माणसे अधिक भित्री, स्वार्थी आणि आत्मकेंद्रित झालेली ती बघतात. त्यांच्या अडाणीपणात ती अधिक नैसर्गिक आहेत. गावातून निघताना मी त्यांच्यावर चडफडत होतो, पण मनात हा सारा कल्लोळ होता.

चिखलदरा. थंड हवेचे ठिकाण असल्याने पर्यटकांची गर्दी. तसे असूनही बाजारीकरण फारसे झालेले नाही. इतक्या थंड हवेतील मेळघाटातील चिखलदऱ्यात गेलो आणि थंड हवेत तापलेले वातावरण बघून चक्रावून गेलो. पंचायत समितीतले

वातावरण समजण्यापलीकडे होते. मी चौकशी केली, तेव्हा समजले की गेली अनेक वर्षे मेळघाटला गटशिक्षणाधिकारीच नाही. त्यामुळे विस्तारअधिकारीच गटशिक्षणाधिकाऱ्यांचे काम बघतात. ज्याच्याकडे चार्ज होता, त्याला त्या दिवशी पंचायत समितीच्या उपसभापतींनी चार्ज सोडायला भाग पाडले होते. त्यामुळे एक वेगळाच उत्साह काहींमध्ये संचारला होता. उपसभापतींचा कार्यकर्ता असलेला एक शिक्षक पेढे वाटत होता...

उपसभापतींना भेटलो. त्यांनी चार्ज सोडायला लावलेल्या विस्तारअधिकारी उर्फ गटशिक्षणाधिकाऱ्यांविषयी खूप तक्रारी ऐकवल्या. तक्रारीत फार दम नव्हता. अपंगांचे शिबिर झाले, आम्हाला बोलावले नाही. हिशोब दाखवले नाहीत. नीट वागत नाही. ऑफिसला थांबत नाही. इतक्या तकलादू तक्रारी होत्या.

मी त्या उपसभापतीला मेळघाटाचे शैक्षणिक प्रश्न काय आहेत, हे विचारायचो आणि तो गटशिक्षणाधिकाऱ्यामुळे निर्माण झालेले प्रश्न सांगायचा. पुन्हा गडी चांगलाच शिकलेला होता. एम.ए. (इकॉनॉमिक्स) ही पदवी घेतलेला. महिला सभापती असल्यामुळे प्रथेप्रमाणे तोच कारभार हाकत होता. त्याची तक्रार काय आहे, हे हळूहळू लक्षात आले...

अमरावती जिल्हा परिषदेने एक चांगला निर्णय घेतला. मेळघाटातील धारणी, चिखलदऱ्यातील अनेक शाळांमध्ये शिक्षक दुर्गमतेचा गैरफायदा घेऊन गैरहजर राहतात. तपासणी करायला पर्यवेक्षण यंत्रणाही पोचू शकत नाहीत. जास्त नोकरी झालेले शिक्षक कारवाईला भीत नाहीत. कारण कारवाई म्हणजे बदली होणार व ती त्यांना तिथून हवीच असायची.

पण प्रशासनाने सर्व शिक्षणसेवकांच्या नेमणुका मेळघाटात करायच्या व नवे शिक्षणसेवक आले की जुने पुन्हा मेळघाटाबाहेर न्यायचे, असे धोरण ठरवले. त्यामुळे एकदम चित्रच बदलून गेले. शिक्षक पूर्ण संख्येने हजर राहू लागले. शिक्षणसेवक बऱ्याचदा अविवाहित असल्याने ते ४-५ जण एकत्र खोली घेऊन आनंदाने राहू लागले. पुन्हा नवीन नोकरीच्या उत्साहाचा फायदा मेळघाटाला मिळू लागला.

या शिक्षणसेवकांना कोणती गावे द्यायची, हाच आता संघर्षाचा मुद्दा होता. शिक्षणसेवक हजर व्हायला पंचायत समितीत येत. त्यानंतर त्यांना गावांचे वाटप करण्याचा पूर्ण अधिकार लोकप्रतिनिधी बजावत. रस्त्यालगतचे गाव मिळावे, ही प्रत्येकाची इच्छा. त्याचा गैरफायदा घेऊन किंमत वसूल केली जाई. जे किंमत देणार नाहीत, त्यांच्या नेमणुका एकदम डोंगरात होणार.

गटशिक्षणाधिकारी व उपसभापती यांच्यातील संघर्ष हा 'कुणी कमवावे' या वादातून आला होता. वाटपाचा वाद होता. उपसभापतींवर गटशिक्षणाधिकाऱ्यांची मात केली होती. त्यांनी परस्पर ऑर्डर काढल्या होत्या. त्यांच्या चिडण्याचे कारण

मेळघाटचा शैक्षणिक दर्जा हे नव्हते. बिचारे शिक्षणसेवक अल्प मानधनावर काम करणारे. मेळघाटात त्यांनी बांधिलकी ठेवून काम करावे, अशी आपण अपेक्षा ठेवणार आणि त्यांना सुरुवातीलाच इतका वाईट अनुभव येणार... शैक्षणिक योजना दाराशी आल्यात, पण त्या राबवणारे लोकप्रतिनिधी आणि अधिकारी यांच्या प्रेरणा अशा आहेत... या शैक्षणिक कुपोषणाची चर्चासुद्धा होत नाही... एक तक्रार चिखलदऱ्यात जाऊन करायला जवळपास २५० रु. प्रवासखर्च होतो. त्यामुळे गावकरी त्या फंदात पडत नाहीत. शिक्षकांविरुद्ध गावकऱ्यांनी तक्रार अर्ज केले, तर शिक्षक तेच अर्ज पंचायत समितीतून काढून आणून गावकऱ्यांनाच पुन्हा दाखवतात. इतकी यंत्रणा अकार्यक्षम आहे... गावकरी पुन्हा कशाला शिक्षकांच्या नादी लागतील...!

मेळघाटातील एक गाव विसरताच येत नाही. त्या गावात एक आश्रमशाळासुद्धा आहे आणि गावात सरकारी शाळाही बऱ्यापैकी विद्यार्थिसंख्या असलेली. गावात एक प्रकारची विषण्णता जाणवली. गावातील शाळेजवळच जिल्हा परिषदेने क्वार्टर्स बांधलेले. त्या क्वार्टर्समध्ये बाहेरगावाहून आलेले शिक्षक-शिक्षिका राहत असतात. त्यातही पुन्हा सरकारी बांधकाम. क्वार्टर्समागेच वाहणारा नाला. एका शिक्षिकेला झोपेतच रात्रीच्या वेळी सर्पदंश झाला. ती काही तासांतच वारली. इतक्या दुर्गम ठिकाणी वैद्यकीय उपचार तरी कोणते मिळणार?

ती मृत्यू पावताच सगळे गाव हळहळले. तिच्या मृतदेहाच्या पोस्टमार्टमला चिखलदऱ्यापर्यंत अनेक लोक आले. गावाने तिचा पती, तिची मुले यांना धीर दिला.

शिक्षिकेच्या मृत्यूला जवळपास २ महिने लोटल्यावर त्या गावात पोचलो. तरीसुद्धा गावावर शिक्षिकेच्या मरणाची शोककळा दाटलेली होती. ती शिक्षिका मुलांना शिकवण्यात कशी एकरूप झाली होती, त्याचे अनेक प्रसंग गावकरी डोळ्यांत पाणी आणून सांगत होते. त्या शिक्षिकेच्या पोरक्या झालेल्या लहान मुलांविषयी कणव व्यक्त करत होते. क्वार्टर्स अधिक चांगले हवेत, याविषयी बोलत होते. गावकऱ्यांची सजगता, दयाळूपणा बघून मन भरून आले.

थोड्या वेळाने शाळेत आलो. मधली सुट्टी झाली होती. एक वर्गखोली बघून मी थक्कच झालो. एकदम छान, रंग दिलेली. पण त्या खोलीवर एकही कौल नव्हते. 'शाळेची कौलं गेली कुठं?' हे विचारल्यावर ते म्हणाले, की काढून नेली. तपशीलवार हकिकत विचारल्यावर समजले, की त्या गावातील एका माजी पंचायत समिती सदस्याने घर बांधायला काढले. घर बांधून झाले, पण कौले नव्हती. शाळेला उन्हाळ्याची सुट्टी चालू होती. त्याने सरळ नोकर शाळेवर चढवले आणि कौले उतरवली.

त्याची इतकी हिंमतच कशी झाली? पण त्या प्रश्नाचे उत्तर शिक्षक तरी काय

देणार होते? त्यांची मजबुरी मी समजू शकत होतो. इतक्या दुर्गम भागात जिथे पोलिस स्टेशन कित्येक किलोमीटर होते, त्या ठिकाणी कोणताच आधार नसताना शिक्षणसेवक कुठल्या आधारावर प्रतिकार करणार होते? गावातील तो रांगडा पुढारी पूर्वी उपसभापतीपदीही होता.

मला गावकऱ्यांची भूमिकाच समजेना. शिक्षिका वारल्यावर इतकी धावपळ करणारे तेच गावकरी शाळेची कौले काढली, तरी इतके गप्प का? शाळा गावची असेल, तर सुट्टीत शिक्षक नसताना गावकरी आक्रमक का झाले नसतील? गावकऱ्यांच्या मौनातच सारी उत्तरे दडली होती. दहशत हेच त्याचे उत्तर होते. दहशतीनेच त्या पुढाऱ्याने गावाला मुठीत ठेवले होते. शेतमजुरी करणारे ते आदिवासी त्या धनदांडग्या पुढाऱ्याला विरोध तरी कसा करतील? मी त्या पुढाऱ्याला निरोप पाठवला. मुंबईचे पथक आले म्हटल्यावर त्याने गाडी काढली व गावातून निघून गेला. १ महिन्यानंतर त्या गावातून शिक्षकाचा मला फोन आला... त्या नेत्याने शाळेवर कौले बसवली, हे तो सांगत होता. त्याच्या आवाजात कृतज्ञता होती. मुंबईचे पथक येऊन गेले म्हटल्यावर नेता हादरला होता.

मुंबईहून अशी किती पथके आपण पाठवणार आहोत...?

आमच्या तालुक्यात ८० पेक्षा जास्त वस्तीशाळा. या शाळांवरचे स्वयंसेवक बारावी पास. काही खूप चांगले. अगदी जिल्हा परिषद शाळांनाही मागे टाकणारे, गुणवत्ता देणारे, तर काही अगदीच सामान्य. या शाळा कुठेही भरायच्या. समाज मंदिरात, मंदिरात, घरात, पडवीत. या शाळांची सारीच दैना असायची. पट जेमतेम १५ असायचा. स्वयंसेवकाच्या कुवतीवर सारे चालायचे. शिक्षण प्रशासनही सुरुवातीला या शाळा मुख्य गावापासून, वस्तीपासून दूरवर असल्याने फारसे लक्ष द्यायचे नाही. त्यामुळे या शाळा ढेपाळल्या.

मी याच विषयाचे काम करायला लागल्यावर सतत भेटी द्यायचो. काही ठिकाणी तर गाडी लांब लावून चालत जावे लागायचे. अशीच एक शाळा होती, भट्टीची वाडी. लांब ३ किलोमीटर गाडी लावायची आणि डोंगरातली झाडी ओलांडत जायचे पायी पायी. झाडाझाडांतून चालताना माझ्यासारख्या मध्यमवर्गीयाला खूप गंमत आणि साहस वाटायचे. पुढे या शाळेचे बांधकाम निघाले. गावकरी आपल्या वाडीला शाळा सुरू होणार म्हणून हुरळून गेलेले. 'शाळेसाठी काय पण' असाच त्यांचा मूड असायचा. आम्ही गेलो की एका घरातून कळशी भरून पाणी येणार. आम्ही शाळेच्या पडवीत बसून डबा खाणार. मग स्वयंसेवक त्यांच्या घरून बिनदुधाचा चहा आणणार...पण निराशा व्हायची, ती त्यांच्या वर्गात गेल्यावर. टाचण लिहिलेले नसायचे. वर्गातील अवघ्या हजर १० पोरांना वाचायला लावायचे, तर त्यांना वाचता यायचे नाही. गणित द्यावे तर बोंबाबोंब. इंग्रजीचे तर काही विचारायची

हिंमतच व्हायची नाही.

त्या दिवशी बांधकाम इंजिनीअर आणि आम्ही गेलो. किती कष्टातून ते बांधकाम उभे राहत होते, ते बघितले. गावकरी आणि शिक्षक एक एक दिव्य सांगत होते. वाळू कशी ओढ्यातून गोळा करून आणली, ते सांगितले. विटांचा ट्रॅक्टर आणताना कशा विटा फुटल्या. ट्रॅक्टर निम्म्यापर्यंत आला. पुढे ओढा. तरी गावकरी हटले नाही. विटा डोक्यावर वाहत होते... गावकरी इतके शाळेसाठी आसुसलेले होते... आमच्याकडे ते इतक्या कृतज्ञतेने बघत होते, की जणू आम्ही त्यांच्या वस्तीला विद्यापीठच दिले आहे.

पण वर्गात गेल्यावर मराठी, गणित, इंग्रजीची चाचणी घेतल्यावर मला गावकऱ्यांच्या अपेक्षा डोळ्यांसमोर आल्या. त्यांना आपल्या मुलांना या शाळेत काहीच पदरात पडत नाही, याची काहीच कल्पना नव्हती. केवळ इमारतीवर ते खूश होते. शिक्षण कशाला म्हणतात, हेही त्यांना कळत नव्हते. स्वयंसेवकाला बाजूला घेऊन खूप बोललो. सात्त्विक संताप अनावर झाला. ही माणसे या शाळेसाठी इतकी राबतात, पण किमान अपेक्षाही पूर्ण होत नाहीत. तो स्वयंसेवक मी खूप प्रयत्न करतो, हेच सांगत होता. त्याची मर्यादा स्पष्ट दिसत होती. त्या वस्तीत राहूनच कसाबसा बारावी पास झालेला तो. ज्या वस्तीत वीज नाही, रस्ता नाही अशा गावच्या सगळ्या अनुशेषाचे प्रतिबिंब त्या स्वयंसेवकात पडलेले. त्याला रागावूनही फार उपयोग नाही, हेही लक्षात येत होते. मग त्याला थोडे समजावून सांगितले.

संध्याकाळ व्हायला आलेली. पुन्हा एवढ्या जंगलातून जाणे जिकिरीचे होते. तेव्हा स्वयंसेवकच म्हणाला, इथून एक दुसरा रस्ता आहे. तो नदीजवळून जातो. एका खडकाला मोठ्ठा खड्डा पडला होता. त्यावरून उडी मारून गेले की लगेच रस्त्याला लागाल... फक्त उडी मारावी लागेल इतकेच.

इतके त्याला बोलूनही तो आमच्यासोबत निघाला. मी त्याला शिक्षण म्हणजे काय? कसे शिकवावे? हे शहाजोगपणे शिकवत होतो. तो विनम्रभावाने मान हलवत होता. पूर्ण न्यूनगंडाने भरलेला तो आणि अहंगंडाने बोलणारा मी... आम्ही दोघेही अखेर जिथून नदी ओलांडायची, तिथपर्यंत आलो. खडकाला जवळपास ३ फुटांपेक्षा मोठी सापट पडलेली... त्यातून नदीचे पाणी निमुळते होऊन कोसळत होते. त्या खडकावरून उडी मारली की लगेच पलीकडच्या काठाला पोचणार आणि पलीकडच्या गावातून लवकर घरी पोचणार... नदीच्या पाण्याच्या तो कोसळणारा आवाज. खोलवर खड्डा बघितल्यावर माझी भीतीने गाळणच उडाली. सोबतच्या इंजिनीअरने उडी मारली. स्वयंसेवक त्याच जंगलात वाढलेला. त्याच नदीत लहानपणापासून डुंबलेला. तो पटापट उड्या मारून मला दाखवत होता. माझा धीर वाढवत होता. आता तो माझा शिक्षक होता आणि मी स्वयंसेवक झालो होतो. आमच्या भूमिका बदलल्या होत्या. मला येत नाही आणि त्याला काय येते, ते मला

कळले होते. शिक्षण कशाला म्हणायचे, याचाच गोंधळ उडाला होता...

आजूबाजूचे लोक जमले. सगळे मला उडी मारून दाखवत होते, पण काही केल्या मला उडी मारताच येईना. जसजसा मी त्या पाण्याकडे, खड्ड्याकडे बघायचो; तसतशी भीती वाढतच होती. मी पूर्णत: आत्मविश्वास गमावून बसलो. सगळे जण हतबुद्ध झाले. जर मला ओलांडता आले नाही, तर पुन्हा मागे जाऊन जंगल तुडवावे लागले असते. मगाचा माझ्यातला शिक्षणतज्ज्ञ साहेब पूर्णत: गळून गेला होता...

शेवटी स्वयंसेवकालाच माझी दया आली. तो खिंडीत उतरला. खाली रोरावत वाहणारे पाणी. त्यातल्या सापटीत तो पाय रोवून उभा राहिला. पाय सटकला असता, तर तो पाण्यात गेला असता. अशा स्थितीत तो मला म्हणाला, "सर, आता माझ्या पाठीवर पाय ठेवून पलीकडे जा..." मला विलक्षण शरमल्यासारखे झाले. त्या स्वयंसेवकाला मी इतके बोललो होतो, पण आता इलाज नव्हता. त्याच्या पाठीवर पाय ठेवून जाताना मला मेल्याहून मेल्यासारखे झाले. पण त्याच्या नजरेत कुठेही आढ्यता नव्हती. माझ्यापेक्षा तो एकातरी बाबतीत सक्षम आहे, हा भावही त्याच्या नजरेत नव्हता. मी मुकाट्याने पलीकडे गेलो. गंमत बघायला जमलेल्यांनी टाळ्या वाजवल्या आणि हसले. खाली वाकलेला स्वयंसेवक वर आला. त्याच्या नजरेत उपकाराची किंचितही भावना नव्हती. माझ्याविषयीचा आदर अगदी तसाच शिल्लक होता. त्याचा निरोप घेतला. पटकन उडी मारून तो दिसेनासा झाला...

मी मात्र अंतर्मुख झालो... शिक्षण म्हणजे काय? त्याला जी कौशल्ये येतात, त्याला शिक्षण म्हणायचे की मला जी बकबक करता येत होती, त्याला शिक्षण म्हणायचे? शरीराची लवचीकता, शरीराचा वापर कौशल्याने करता येणे, धाडस याला शिक्षणात आपण मोजत नाही. भाषा, गणित हे गरजेचे आहेच; पण या इतर गरजांच्या कौशल्याचे काय? माझ्यातील या न्यूनत्वाच्या भावनेने मी पुरता खजिल झालो... अप्रगत मुलांवर काम करणारा मी स्वत:तील अप्रगत विद्यार्थी बघत होतो. त्या स्वयंसेवकातील विनम्रता, ऐकून घेण्याची क्षमता, समोरच्याबद्दलचा आदर, धाडस, शारीरिक क्षमता यांना शिक्षणाची क्षमता मानायची की नाही, याने मी पार गोंधळून गेलो होतो...

या आमच्या मानसिकतेनेच शारीरिक कष्ट करणाऱ्यांना आम्ही हीन लेखायला शिकलो. बौद्धिक कष्ट करणाऱ्यांना आम्ही श्रेष्ठतेचा अहंकार दिला. दगड उचलणे काहीतरी निकृष्ट आणि केबिनमध्ये बसून सही करणे काहीतरी महान, असा अहंगंड पेरत आम्ही पगारवाढीच्या लुटीला तात्त्विक अधिष्ठान मिळवून दिले का, हे सारे मनात येऊन गेले... दुर्गम भागांतील शाळांमध्ये शिक्षणासोबत या सर्वांचा मेळ कसा बसेल?

❑

८.
दुर्गम भागांतील शैक्षणिक गुणवत्ता

दुर्गम भागांतील मुले वाचन-लेखनात इतकी अप्रगत का राहत असतील? याविषयी शिक्षकांशी बोलावे, असे खूप वाटायचे. गडचिरोलीच्या एका शाळेत एक शिक्षक म्हणाले, पालकांचे अजिबात सहकार्य नसते. एक शिक्षिका म्हणाल्या, इथे भाषिक समस्या खूप असतात. एक शिक्षिका म्हणाल्या, माझ्या वर्गातला एक मुलगा मतिमंद आहे. तसे प्रमाणपत्र आहे का विचारले, तर अंदाज आहे असे त्या म्हणाल्या. मला आठवले, की आइनस्टाईन, कृष्णमूर्ती यांनाही शाळेत असेच मंद ठरवण्यात आले होते. एक शिक्षक म्हणाले, की आमच्याकडे नक्षलवादाची समस्या तीव्र आहे...

मुलांना लिहिता-वाचता न येण्याला आपली ढाल वापरली जाईल, अशी कधी नक्षलवाद्यांनीही कल्पना केली नसेल...

मुलांना लिहिता-वाचता का येत नाही? याबाबत एका शाळेत शिक्षकाची निरीक्षणे समजून घ्यावीत म्हणून चर्चा केली. १ तास चर्चा केली, तरी नेमके कारण कळत नव्हते. शिक्षकांनी यावर फार विचार केलेला नाहीये आणि जरी असेल तरी तो व्यक्त करता येत नाही, हे लक्षात आले. त्यात पुन्हा एकही शिक्षक आमचे प्रयत्न कमी पडत असतील किंवा अध्यापनात प्रयोगशीलता नाही, हे म्हणत नाही. तिथे आश्रमशाळेचे मुख्याध्यापक बसलेले होते. त्यांना प्राथमिक स्तरावर वाचन-लेखनात कोणत्या अडचणी येतात, असा प्रश्न विचारला. ते उठले व त्यांच्या शाळेत जाऊन पहिलीला शिकवणाऱ्या शिक्षकाला घेऊन आले. इतकी आत्मविश्वास हरवलेली माणसे या व्यवस्थेत आहेत. एकूणच मी बघितलेल्या शाळांमध्ये बहुसंख्य मुख्याध्यापक शाळेचे नेतृत्व करताहेत, त्यांनी शिक्षणाचा काही विचार केला आहे, असे वाटतच नाही. वयाने ज्येष्ठ पण बचावाच्या पवित्र्यात. कागदोपत्री एकदम दक्ष; पण वर्गनिरीक्षण, मुलांना काय येते हे न बघणारे आणि कुणालाच न दुखवता दिवस काढणारे. मला हा प्रश्न अनेक ठिकाणी पडलाय,

की एखादा डॉक्टर ज्या सहजतेने आपल्या पेशंटचे निदान करतो, त्याच सहजतेने आपल्या मुलांच्या समस्यांचे निदान शिक्षक का करू शकत नसतील?

यवतमाळ जिल्ह्यात एका शाळेत एका शिक्षिकेने colour शब्दाचे स्पेलिंग collour लिहिलेले आढळले. एका शाळेत कविता शिकवताना Bird rest little longer या ओळींचा अर्थ शिक्षकाने 'पक्ष्या लांब उडून जा' असा सांगितला. एकाने 'Merry go round' या ओळींचा अर्थ 'मेरी नावाची मुलगी गरागरा फिरत आहे' असा सांगितला.

वरील उदाहरणे ही शिक्षकांना कसे शिकवता येत नाही, यासाठी दिली नाहीत; तर हे असे का होत असावे? शिक्षकांना आपले काही चुकते आहे, हे सांगायलाच कुणी नसते. पुन्हा जुन्या पिढीचे केंद्रप्रमुख किंवा विस्तारअधिकारी हे जर इंग्रजी विषयाचे नसतील, तर इंग्रजीचे वर्ग नीट तपासू शकत नाहीत. मुळातच वर्ग तपासणे दूरच. काम मोजले जात नाही, त्यामुळे एक सर्वदूर शैथिल्य आले आहे ते वेगळेच. रोज *'टाइम्स ऑफ इंडिया'* वाचणारा आणि इंग्रजी न येणारा या दोघांचीही वेतनवाढ सारखीच असते, त्यामुळे स्वत:ला समृद्ध करण्याचे प्रयत्न थांबतात.

शिवाय चुका कोणीतरी सांगाव्या लागतात. मी अनेक वर्षे fortyचे स्पेलिंग fourty असे लिहीत होतो. ते माझ्या एका शिक्षकांनी कॉलेजला गेल्यावर लक्षात आणून दिले, तेव्हा मी सुधारलो. तेव्हा शिक्षकांच्या अशा चुका पर्यवेक्षीय अधिकाऱ्यांनी लक्षात आणून द्यायला हव्यात, तरच बदल होईल. शिक्षकांच्या चुकांची समाजात चर्चा होते, वर्तमानपत्रांत बातमी होते. परंतु हेच शिक्षक याच समाजातल्या शिक्षणाचे अपत्य आहेत.

प्राथमिक स्तरावर किमान साक्षरतेची अपेक्षाही पूर्ण होत नाही. तशीच ती १०वीपर्यंत जातात. १०वीला कुणी नापास होणार नाही, ही सोय प्रॅक्टिकल व तोंडी परीक्षांनी केली आहे. अशीच ढकलत ढकलत गेलेली ही पिढी शिक्षक होते. तेव्हा वाईट शिक्षणातून कमी दर्जाचे विद्यार्थी आणि त्याच कमी दर्जाच्या शिक्षणातून पुन्हा कमी दर्जाचे शिक्षक, असे हे दुष्टचक्र आहे. मूल्यमापन ही गोष्टच इतकी ढिसाळ आहे, की कशाचाच कस लागत नाही. महाविद्यालयांचे डोलारे अर्थहीन झाले आहेत, तिथे विचारशक्तीचा विकास होणे तर खूप दूरची अपेक्षा आहे. शिक्षणसेवक ही १९९९ पासून महाराष्ट्रात सुरू झालेली योजना. यात पहिली ३ वर्षे कमी पगारात काम करावे लागते. आज सर्व शिक्षणसेवक अत्यंत हुशार मुले आहेत. किमान ७५ टक्क्यांच्या पुढेच ही मुले निवडली जातात. त्यांच्या येण्याने शिक्षणात गुणवत्ता येईल, असा भाबडा आशावाद होता; पण ती अपेक्षा फोल ठरली.

मेळघाटात सर्वत्र शिक्षणसेवकच नेमले जातात. एका गावात शाळा सुटल्यावर शिक्षणसेवक मुलांसोबत क्रिकेट खेळत होते. शिक्षणसेविकांपैकी एक-दोघींचे नुकतेच

लग्न झालेले होते. गळ्यात दागिने व झगमगीत साड्या होत्या. ज्या गावात साडीला ठिगळ लावून बायका मजुरीला जातात, तिथे किमान आपण इतके नटू नये, हे भानही त्यांना नव्हते. सामाजिक भान यायचे त्यांचे वयही नव्हते. खूप हुशार असूनही अनेकांचे अध्यापन मात्र प्रभावी आढळले नाही... एका शिक्षणसेविकेला मी ३५ गुणिले १५ हा भागाकार शिकवायला लावला, तर तिने मुलांना १५चे भाग करा अशी सुरुवात केली. एकक, दशक अनेक शाळांत शिकवायला सांगितले, तरी अशीच स्थिती होती. १ ते ९पर्यंतच्या संख्येला एकक म्हणतात आणि १०च्या पुढच्या संख्येला दशक म्हणतात एवढेच सांगायचे. मग मी २५ संख्या फळ्यावर लिहून मग त्यांना म्हणायचो, की २५ संख्येपैकी २ व ५ या दोन्हीही संख्या १ ते ९ मध्येच आहेत, याचा अर्थ तुमच्या व्याख्येप्रमाणे दोघांनाही एकक म्हणायचे का? असे म्हटल्यावर ते खूप गोंधळायचे.

एका कवितेत पावसाचे थेंब आणि प्राजक्ताची फुले यांची तुलना केली आहे. पण ही सुंदर कविता शिकवताना पाऊस जसा चांगला असतो, तशी ही फुले असतात, इतकेच स्पष्टीकरण देत होते. त्यामुळे आपल्या अंगावर काय पडले? या प्रश्नावर 'फुले' हे उत्तर अपेक्षित असूनही मुलांनी 'पावसाचे थेंब' असे उत्तर दिले. मेळघाटात ती फुले कुठेच दिसली नाहीत, पण त्या फुलांचे वर्णन करावे, असेही त्यांना वाटले नाही. कवितेत 'कुरण' हा शब्द आला. त्याचा अर्थ एका शिक्षिकेने 'गवत' असा सांगितला. मी त्यांना विचारलं, की भिंतीवर जे उगवते, त्यालाही मग कुरणच म्हणायचे का? चूक लक्षात आली. नुकताच पाऊस पडून गेला होता. बाहेर गवताचे पट्टे होते पण त्या कुरणाकडे बोट दाखवावे, हे काही सुचेना.

सातवीच्या पुस्तकात 'गुरूचा न्याय' नावाचा धडा होता. त्यात 'राजपुत्राला तीळ चोरून खाण्याचा मोह झाला' असे वाक्य होते. त्या शिक्षणसेविकांनी 'मोह होणे' याचा अर्थ आवड निर्माण होणे, असा सांगितला. मी जे आपले नाही त्याचे आकर्षण वाटणे, असा त्याचा अर्थ सांगताच तिचे डोळे चमकले. असे वेळोवेळी मार्गदर्शन करण्याचे काम पर्यवेक्षण यंत्रणेचे आहे. पण जिथे शाळाभेटीच फारशा होत नाहीत, तिथे हे कधी होणार?

लहानपणी आपण शाळेत गाणी, गोष्टी ऐकलेल्या असतात. आपल्या घरातील लहान मुले सीडी ऐकतात. गाणी म्हणतात आणि दुसरीकडे ही आमची लेकरे... शिक्षक गोष्टी सांगतात का? असे विचारल्यावर नकारार्थी उत्तर येते. मुलांना फार तर २ किंवा ४ गाणी माहीत असायची. बऱ्याचदा मुलांना गाणी म्हणा म्हटल्यावर ती फक्त कविताच म्हणायची. त्यांच्या बोली भाषेतूनही गाणी म्हटली जात नसायची, असे लक्षात आले.

खरे तर आदिवासी भागातील मुलांना त्यांच्या बोलीभाषेत खूप गाणी, लोककथा माहीत असतात. अनेक पक्षी, फुले, प्राणी माहीत असतात. पण मुलांच्या या

परंपरागत ज्ञानाची दखल घ्यावी, असे अनेक शिक्षकांना वाटत नाही. आपल्या सांस्कृतिक वारशाचा कुठेतरी सन्मान होतो आहे, ही भावनाच मुलांना सुखावणारी असते, नवा आत्मविश्वास देणारी असते; पण हे लक्षात घेतले जात नाही.

आदिवासी मुले मुळातच चार भिंतींत रमणारी नसतात. वाटेल तेव्हा जंगलात फिरणारी, पाणी दिसल्यावर लगेच कपडे काढून डुंबणारी, शिकार करणारी, खेकडे, मासे पकडणारी. ही मुले जंगलचे राजे असतात. पण ही मुले शाळेत आणि नागरी समूहात आली की बिचकतात. अभ्यासक्रम, पाठ्यपुस्तक, अध्यापनाच्या पद्धती यात कुठेच ताळमेळ बसत नाही. त्यामुळे त्यांचे मन वर्गात रमत नाही. ती वैतागतात आणि कोंडून धरलेली ही मुले कुठल्याही तकलादू कारणाने शाळा सोडतात. झाडाचे पान जसे गळून पडावे, तशी गळून पडतात. कागदावर गळतीची कारणे अनेक दिली जातात. या मुलांचे मन जर शाळेत रमायचे असेल, तर बोली भाषेकडून प्रमाणभाषेकडे या मुलांचा प्रवास अधिक सहजतेने व्हायला हवा.

विदर्भात चंद्रपूर, गडचिरोलीत काही ठिकाणी बंगाली लोकांची वस्ती मोठी आहे, तर सिरोंचात तेलगू लोकांची वस्ती दिसते. यवतमाळ जिल्ह्यात मांडवीला अशीच तेलगू लोकांची वस्ती आहे. मांडवीच्या शाळेत तेलगू मुले मराठी बोलतात, ते बघून खूप छान वाटले. सातवीतल्या तेलगू मुलांना मराठी कशी येते, हे बघण्याची उत्सुकता होती. त्या मुलांना मी 'पावसाळा' या विषयावर निबंध लिहायला दिला. एका मुलीने लिहिले,

शेत बुडून जाते
घर वाहून जाते
झाड बुडून जाते
पाण्यात पल्ले वाहून जाते.

वाक्यरचना चांगली केली, पण भाषेचा दर्जा उंचवायची नक्कीच गरज होती. तेलगू मुली मराठी कुटुंबांत लग्न करून येतात. त्यामुळे आई-आजी तेलगू असलेलीच बहुसंख्य घरे आहेत. त्यामुळे मुले बहुभाषिक होतात. मात्र, धावणेला दावणे, बळला भळ असे उच्चार करतात. मला पहिलीच्या वर्गात तेलगूकडून प्रमाण मराठीकडे कसे आणले जाते, हे बघायचे होते. हा वर्ग किलचटवार या मूळच्या तेलगू भाषक शिक्षकाकडे होता. शिक्षक कसा असावा, याचा तो वस्तुपाठ होता. त्यांचे व मुलांचे संबंध खूप प्रेमाचे होते. त्यांची आणि मुलांची चेष्टामस्करी चाललेली असावी; कारण मी वर्गात गेलो, तेव्हा काही तरी खाणाखुणा करून मुलांचे खिदळणे सुरू होते.

पहिलीतल्या तेलगू मुलांना चांगल्यापैकी मराठी बोलता येत होते. याचे कारण शिक्षक व विद्यार्थी सातत्याने गप्पा मारत होते. मुलांना जिथे मराठी कळत नाही,

तिथे शिक्षक तेलगू शब्द सांगत होते. मी त्या गुरुजींना ऑफिसमध्ये बोलावून घेऊन त्यांचे कौतुक केले व त्यांच्या प्रेरणांचा शोध घेतला. त्यावर ते फार बोलू शकले नाहीत.

माणसातील अहंकार हा हुकूमशाहीचे रूप घेऊन मुलांवर व्यक्त होतो. त्यातून शिस्तीच्या नव्या नव्या कल्पना सुचतात. शाहजानला औरंगजेबाने तुरुंगात टाकले, तेव्हा शाहजान म्हणाला की, तुरुंगात रोज काही विद्यार्थी पाठव, मी त्यांना कुराण शिकवीन. रजनीशांचे यावरचे भाष्य खूप सुंदर आहे. ते म्हणतात की, तुरुंगातही त्याला राजाच राहायचे होते. रोज दरबार भरवायचा होता... थोडक्यात, आपल्या हुकूमशाहीचे रूप शिस्तीच्या बुरख्याआड बाहेर येते. त्यामुळेच ओशो म्हणायचे की, शिक्षण क्षेत्र हे महिलांकडे सोपवायला हवे. कारण पुरुष हे इतरांच्या व्यक्तिमत्त्वावर आक्रमण करून मुलांच्या भावविश्वाचे नुकसान करतात. साने गुरुजी पुरुष होते, पण त्यांचे मन मातृहृदयी होते. रजनीश याला 'स्त्रैण' म्हणायचे. स्त्री आणि पुरुष हे वर्गीकरण ते शरीराने नव्हे, तर वृत्तीने करत.

ही सारी तत्त्वज्ञाने किलचटवार गुरुजी न वाचताही जगत होते.

बाजीप्रभूचा धडा शिकवताना वर्गात खाली पडणारे पु. ल. देशपांडेंचे चितळेमास्तर मनात रुतून राहिलेत. जुन्या काळातील अनेक गुरुजी तसेच होते. ओरडून ओरडून फाटलेले आवाज आणि घामाघूम होईपर्यंत शिकवणारे गावोगावीचे चितळे मास्तर. हे शिक्षक कविता शिकवताना जी वातावरणनिर्मिती करत, त्यातून विद्यार्थ्यांचे भावविश्व समृद्ध झाले. 'देवा तुझे किती सुंदर आकाश' ही भरड्या आवाजातील प्रार्थना शिक्षक-मुले म्हणताना सगळे वातावरण बदलून जाई. पन्नाशीतील ते गुरुजी वर्गात नाचायला, गाणी म्हणायला मुळीच लाजत नसत. शाळा फिरताना हे आज कुठेतरी हरवत आहे, असेच जाणवत राहिले. आज अतिशय हुशार विद्यार्थी शिक्षक झालेत, पण हे तरुण-तरुणी मुलांशी या प्रकारे एकरूप होताना दिसत नाहीत.

अनेक शाळांत शिक्षकांना मी मुलांना कविता शिकवायला सांगायचो. तर अनेक जण कवितेची एक ओळ वाचणार आणि त्याचा अर्थ सांगायचे, की लगेच पुढची ओळ... त्यातून मुलांवर काहीच परिणाम होताना दिसायचा नाही. मेळघाटातील एका शाळेत एकदा 'देश' हा शब्द आला. २०० लोकवस्तीचे ते गाव. ज्या गावात जीप हे चारचाकी वाहनसुद्धा कितीतरी महिन्यांनी आले, त्या गावातल्या मुलांचे भावविश्व तरी किती विस्तारलेले असेल? शिक्षकांनी त्यावर फक्त, "बच्चो, देश समझते हैं ना? अपना भारत देश?" इतकीच टिप्पणी केली. मुले दारातून बाहेर बघत देश म्हणजे काय असते, हे शोधत होती. मुलांचे भावविश्व विचारात घेऊन खूप सोपे करून शिकवावे, असे त्यांना का वाटले नसेल?

एका शाळेत माकड आणि टोपीवाला ही चित्रवर्णनाची गोष्ट शिक्षकाला

शिकवायला लावली. मुलांना चित्रे दाखवून प्रत्येक चित्राचे तपशीलवार वर्णन मुले करतील, असे प्रश्न विचारणे अपेक्षित असते. पण त्या शिक्षकाने १५ मिनिटांत ६ चित्रवर्णने करून फटाफट एका वाक्यात त्यांचे अर्थ सांगितले. अशा अध्यापनामुळे मुलांचे भावविश्व कोरडे राहते. भाषेचा वापर प्रभावीपणे ते करू शकत नाही आणि त्यात या मुलांची घरातली भाषा ही बोली भाषा असते... याचा परिणाम मुलांच्या अभिव्यक्तीवर होतो. मेळघाटातील आश्रमशाळेत बारावीच्या मुलींना आईवर निबंध लिहायला सांगितला, तेव्हा सर्वांत मोठा निबंध १२ ओळींचा आहे आणि 'माझी आई मला झोपेतून लवकर उठवते', 'माझी आई मला खूप आवडते.' या छापाची वाक्ये आहेत.

याचा अर्थ असा, की भावनिक परिपोष शाळेतून व्हायला भाषा ही अधिक रसपूर्ण रीतीने मुलांपर्यंत पोचायला हवी... त्यातून विचार करण्याची प्रक्रिया अधिक विकसित होईल. पण भाषाच विकसित होत नाही, तिथे विचार विकसित होणे खूप दूरच राहिले. प्रश्न विचारून जिज्ञासू बनवणे तर खूप लांब राहिले आणि बोली भाषा बोलणाऱ्या गावात प्रमाण मराठीचा विविधांगी वापर ऐकण्याची शक्यता फक्त शाळेतच असणार आहे. तेव्हा अशा गावात शिक्षक जितकी चांगली भाषा बोलतील, तितकी ती चांगली पोचेल.

बोली भाषेचा प्रश्न किती गंभीर आहे, हे प्रत्यक्ष मेळघाटात गेल्याशिवाय समजत नाही. एका शाळेत तिसरीच्या मुलांना 'काल सोमवार होता' हे वाक्य शुद्धलेखनाला दिले, त्यांपैकी १३ विद्यार्थ्यांचे पूर्ण चुकले, तर १२ विद्यार्थ्यांचे अवघे दोन शब्द बरोबर आले व सर्व बरोबर असा फक्त एक मुलगा होता. सातवीच्या वर्गात पावसावर वाक्ये सांगा म्हटल्यावर ती गप्प राहिली. म्हणून मग 'डा' म्हणालो आणि कोरकूत वाक्य सांगा म्हटल्यावर चेहरे खुलले. हिंदीत बोलल्यावरही पटापट कळत होते. मराठीत खूप पाठपुरावा केल्यावर मग, 'पाऊस आल्यावर पूर येतो. छताखाली बादली लावल्यावर ती भरते. गारा पडतात. गुरांसाठी हिरवे गवत उगवते.' अशी वाक्ये सातवीच्या मुलांनी केली. शिक्षक एकच विषय घेऊन मुलांशी गप्पा मारत नव्हते. त्यामुळे अभिव्यक्तीची सवयच नव्हती. मराठी, हिंदी आणि कोरकू एकाच वेळी ३ भाषा शिकाव्या लागत होत्या. विचारशक्तीही विकसित झाली नव्हती.

मेळघाटात घाट उतरून एका गावातल्या छोट्या शाळेत गेलो. गावाची लोकसंख्या २८५. आधुनिकतेचा कोणताच स्पर्श नसलेले गाव...गावात चारचाकी वाहन खूप दिवसांनी आलेले, हे गावकऱ्यांच्या नजरेतून लक्षात येत होते. शिक्षकांनी अशी सोयीस्कर समजूत करून घेतलेली असते, की मुलांना हिंदी समजते. त्यामुळे आपण बोली शिकायची काही आवश्यकता नाही. पण जिथली मुले बाहेर शिकायला जातात, जिथे बाहेरून सारखी माणसे येतात, त्याच गावात सर्वांना हिंदी समजते. पण दामखेडासारख्या अतिदुर्गम गावात कोरकू सोडून दुसरी भाषाच त्यांना माहीत नसते.

८६ / माझी शिक्षण परिक्रमा

त्यामुळे त्या शिक्षकाला 'छोटेसे बहीण भाऊ' ही कविता शिकवायला लावली. त्याने 'बच्चो हम सब बहन-भाई हैं मालूम हैं ना, समझते हैं ना?' अशा प्रकारची सुरुवात केली. मुलांच्या चेहऱ्यावर काहीच प्रतिक्रिया नव्हती व शिक्षकाला त्याची जाणीवही नव्हती. मी तत्काळ त्याला थांबवले व कोरकूतून 'डाई-बाई' हे शब्द वापरताच ती पटापट बोलू लागली. प्रत्येक जण आपल्या बहीण-भावाचे नाव सांगायला लागला.

याचा अर्थ उघड आहे. कोरकू हीच संवादाची भाषा आहे. मुलांना हिंदी कळते, ही समजूत करून शिक्षक आपल्या बोली न शिकण्याचे समर्थन करतात. त्यामुळे पहिलीची मुले फक्त एखाद्या विदेशी माणसाकडे बघावे, तसे शिक्षकाकडे बघत राहतात... भाषा येत असून मुकी राहतात...

डोणी. चिखलदरा तालुक्यात हातरू परिसरात चिलाटीजवळचे एक आदिवासी गाव.

१९९७ साली या गावातील १४ मुलांचा तीव्र कुपोषणात मृत्यू झालेला. त्यामुळे 'मेळघाट मित्र' संस्थेने या गावातल्या अंगणवाडीकडे लक्ष दिले. या एकूण परिसरात ६० टक्के मृत्यू हे न्यूमोनियाने होतात. एस.टी.ची सुविधा नसल्याने जीपमध्ये ३५ लोक प्रवास करतात. विकासाचे प्रश्न सुटत नाही म्हणून वैतागून ४० गावांनी निवडणुकीवर बहिष्कार टाकला. १९८३ सालीच गावात विजेचे खांब उभे राहिलेत. २००७ पर्यंत वीज आली नव्हती. फक्त एकदा मुख्यमंत्री आले, तेव्हा वीज आल्याचे आठवते....

'मेळघाट मित्र' ही संस्था शिक्षण आणि आरोग्य या विषयात काम करते. दर वर्षी डॉक्टर व कार्यकर्ते यांच्या मदतीने निवासी राहून बालमृत्यू थांबवण्याचे काम ही संस्था करून दाखवते. एका संध्याकाळी 'मेळघाट मित्र'च्या राम फंड आणि मधुकरबरोबर चर्चा करताना विषण्णता दाटून आली. पोटतिडकीने बोलणारे ते कार्यकर्ते... जीवापाड मेहनत करत गावोगाव फिरणारे... अनिल शिदोरे आणि त्यांच्या या सहकाऱ्यांनी कुपोषण रोखण्यासाठी तिथे काम सुरू केले. अनेक कार्यकर्त्यांची पथके तिथे भर पावसाळ्यात येतात आणि काम करतात. मरणारी मुले जगवतात.

राम आणि मधुकर हे कार्यकर्ते एकूणच प्रश्नांविषयी खूप अस्वस्थ होऊन बोलत होते. विविध शासकीय योजनांमध्ये घरोघरी गॅस वाटलेत, पण ५० किलोमीटरवरून गॅसची टाकी आणावी लागते. रांजण वाटण्याची योजना आली आणि निम्मे रांजण आणतानाच फुटून गेले. वीजेची योजना आली. प्रत्येक घरी आज लाईट फिटिंग पूर्ण झाले आहे! फक्त एकच क्षुल्लक अडचण आहे... वीज नाही...! सोनिया गांधींनी मेळघाटला भेट दिली, तेव्हा विशिष्ट गावे व विशिष्ट कुटुंबे निवडण्यात आली. कुपोषित मुलांसाठी १३ बाळंतपणे झालेल्या महिलेचे कुटुंब निवडण्यात आले...

जणू जास्त बाळंतपण हेच कुपोषणाचे कारण आहे... पण त्याच महिलेची तीन वेळा कुटुंबनियोजनाची शस्त्रक्रिया फसली होती, हे यंत्रणेचे अपयश मात्र सांगितले गेले नाही...

मेळघाट मित्रने शिक्षणातही चांगले काम केले आहे. प्रत्येक मीटिंगमध्ये गावच्या शाळेची स्थिती कशी आहे, याचा विचार केला जातो. गुणवत्तेवर, शिक्षकांच्या गैरहजेरीवर चर्चा केली जाते. ज्या शाळेत शिक्षक नीट काम करत नाहीत, त्यांच्या रीतसर तक्रारी केल्या जातात. ग्रामशिक्षण समिती सक्षम करण्यासंदर्भात अनेक प्रयोग या मंडळींनी केले आहेत. प्रत्येक गावातले तरुण कॅलेंडरवर शिक्षकांच्या हजेरीची खूण करतात.

ग्रामशिक्षण समितीचे प्रभावी काम, शाळेवर नियंत्रण व विकासात योगदान यासाठी डोणी गाव प्रसिद्ध आहे. या गावकऱ्यांची शिक्षणाविषयी नेमकी मते काय आहेत? याबाबत उत्सुकता होतीच. त्यांनी अनेक कारणे सांगितली. बाहेर गेल्यावर गाडी समजते, शेतीधंदा आपण चांगल्या प्रकारे करू शकतो. शेतीतून वर्षात फक्त एकदाच पैसा मिळतो. पण इतर धंदा करायला शिक्षणाचीच मदत होऊ शकते. जितके भाऊ जास्त, तितके शेतीचे तुकडेही जास्त होणार त्यामुळे शेती परवडणार नाही. त्यामुळे एकाला जर शेती असेल, तर दुसऱ्याला नोकरी असलीच पाहिजे. शिक्षणच माणसे शेतीबाहेर काढू शकेल. शेतीच्या अर्थशास्त्राचा इतका सर्वांगीण विचार केलेला बघून कौतुक वाटले.

आदिवासींना कोणत्याही सरकारी नोकराची भीती वाटते. मोटरसायकलवर आलेला माणूस हा पोलिस वाटतो. त्यामुळे परका असणारा शिक्षक शेवटी गावाबाहेरचा...शिक्षक गावात आले, तरी त्यामुळे गावकरी त्यांच्याशी बोलू शकत नव्हते. पण हळूहळू मेळघाट मित्रसारख्या संस्थांमुळे धाडस आले. रोज एक ग्रामशिक्षण समिती सदस्य शाळेत जाऊ लागला. शिक्षक काय शिकवतो, हे बघू लागला.

सगळे जण अवघड गुरुजींविषयी चांगले बोलू लागले. तेव्हा मला त्यांचे चांगल्या शिक्षकांविषयीचे निकष समजून घ्यायचे होते. अनेकदा गावकरी शिक्षक त्यांच्याशी कसा वागतो, यावरून मत बनवतात. अवघड गुरुजी मुलांना शेतात जाऊन बोलवून आणायचे. रात्री घरोघरी फिरून मुले अभ्यास करतात की नाही, ते बघायचे, शाळा एकदम स्वच्छ ठेवायचे. मुलांसाठी ते गावातच राहायचे. सुट्टीच्या दिवशी आमच्यासोबत रानात फिरायचे.

एकूण गावकऱ्यांना शिक्षक असा शिकवतो हे जरी समजत नसले, तरीसुद्धा शिक्षकाची तळमळ त्यांना चांगला शिक्षक समजायला निकष म्हणून पुरेसा होता. शिक्षकांनी गावात राहायला पाहिजे का? हा सध्या वादाचा विषय बनतो. ते म्हणाले, की गुरुजींचा आणि आमचा जितका चांगला परिचय होईल, तितकी गावाची शाळा चांगली असेल, तेव्हा त्यांनी गावात राहावे. गावकरी सकाळी लवकर कामाला निघून

जातात आणि शिक्षक गावातून निघून जातात, तेव्हा गावकरी संध्याकाळी उशिरा गावात येतात. तेव्हा शिक्षक आणि गावकरी यांची गाठच पडणार नाही. लहान मुले हट्ट करून पालकांसोबत शेतात जातात. जर गुरुजी गावात असले, तर त्यांची भीती दाखवून मुलांना शाळेसाठी गावात ठेवणे सोपे होईल. शाळेत न येणाऱ्या मुलांना भेटायचे तरी कसे भेटणार? कारण ती मुले संध्याकाळीच घरी येतात. आणखी महत्त्वाचा मुद्दा त्यांनी मांडला, की शिकता-सवरता माणूस जर गावात राहिला, तर त्यातून गावाचा फायदाच होईल. इतक्या बारकाईने ती निरक्षर माणसे बोलत होती...

आज शिक्षण बोली भाषेतून घ्यावे, अशी चर्चा आहे. याबाबत त्यांना विचारले, तेव्हा मला धक्काच बसला. बोली भाषेतून आमच्या मुलांना शिकवू नका, असे अतिशय ठामपणे त्यांनी सांगितले. शहरात शिकायला गेले किंवा नोकरी करायची असेल, तर कोरकूचा उपयोग काय? कोरकू आमची भाषा आहे, ती आम्ही कधीही बोलू शकू, मग परत ती शाळेत कशाला शिकवता? त्यापेक्षा मराठी, हिंदी, इंग्रजी शिकवा; अशी तर्कशुद्ध मांडणी करून त्यांनी प्रमाणभाषेचे समर्थन केले.

'शेती विकून सरळ शहरी भागात याल का?' हा प्रश्न विचारताच, 'डॅम की मच्छी नदी में तैर नही सकती...' असे काव्यात्मक रूपक एकाने वापरले. आम्ही शहरात आलो, तर तुम्ही सर्वांना रोजगार देऊ शकाल का? असे विचारत म्हणाले, त्यापेक्षा आम्हालाच इथे वीज, पाणी, घर द्या. आम्ही श्रीमंत होऊन दाखवतो. विकासाची त्यांची संकल्पनासुद्धा स्पष्ट होती.

मला त्या रात्री एक नवेच शिक्षण झाले. शिक्षणातून येणाऱ्या शहाणपणापेक्षा अनुभवातून येणारे शहाणपण अधिक उजवे असते. अंधारातही मला उजाडल्यासारखे वाटत होते...

एटापल्ली तालुक्यातील एक गाव. रस्त्याच्या बरेच आत. पण शाळा रस्त्यावरून दिसणारी. दुर्गम गावेच घ्यावी, असे ठरवले होते. पण पोरे सगळी इकडे तिकडे खेळत होती. संशय आला म्हणून घुसलो. गाडीतून माणसे उतरून सरळ शाळेवर चाल करून येताहेत, हे त्यांना इतके अनपेक्षित आणि घाबरवणारे होते की ती बिथरली. सगळी पोरे पळाली; पण वर्गात ५-७ पोरे होती, त्यांना बाहेरची पळापळ माहिती नव्हती.

ती पोरे लोखंडी गजाच्या खिडकीवर चढली. एकाने गजांमधून डोके घालण्याचा प्रयत्न केला. आपण पलीकडे जाऊ शकत नाही, हे माहीत असूनसुद्धा मुलगा गजावर डोके आपटतो, तेव्हा परक्या माणसांविषयीची त्याच्या मनातली भीती समजू शकते. इतकी नागरी माणसांना भिणारी ही जमात... यांच्याशी कसा संवाद करावा? आपली वेषभूषा, शरीरभाषा ही काही समूहांना दूर लोटणारी आहे, हा साक्षात्कार झाला.

घाईघाईने शिक्षक पळत आले, सरपंचाकडे चहा प्यायला गेले होते. मधली सुट्टी नसतानाही ते असे करू शकले, कारण इतक्या दूरवर तेच शिक्षणाधिकारी होते! टाचण वगैरे काहीच काढलेले नव्हते. ३ वर्षांपासून गावात राहत होते. पण माडियातील ४ वाक्येही बोलता येत नव्हती. खंतही नव्हती आणि गरजही वाटली नव्हती. ही उदासीनता त्या तरुण शिक्षकात का असेल? गुरुजींचा पगार गावावर अवलंबून नसतो. हे कारण असावे का...?

मी दुसरीच्या मुलांना मराठीत एक प्रश्न विचारला, त्यांना काहीच समजेना. शिक्षकानी चौथीच्या मुलाला तोच प्रश्न हिंदीत सांगितला. त्या चौथीच्या मुलाने दुसरीच्या मुलाला तोच प्रश्न माडियात विचारला. त्याचे उत्तर त्याने शिक्षकाला हिंदीत सांगितले आणि नंतर त्याने मला मराठीत उत्तर दिले...

इतके दुभाषे वापरून आम्ही या शाळांमध्ये मराठी शिकवतो. शिक्षकाला विचारले, तेव्हा म्हणाले, की त्यांची भाषा खूप अवघड आहे. वर्गात पहिली आणि दुसरीची मुले, पण या मुलांशी ते फक्त खाणाखुणा करूनच बोलत होते. या मुलांना कविता कशी शिकवत असतील? मुलांना हिंदी येत नाही व शिक्षकाला माडिया येत नाही. सरळ अर्थ असा होतो की, ते शिक्षक या मुलांना काहीच शिकवत नव्हते किंवा जरी काही शिकवले, तरी मुलांना समजण्याचे काही कारणच नव्हते. तरीसुद्धा इमानेइतबारे ही मुले शाळेत येतात. मोठ्या मुलांना विषय शिकवताना ते नुसते बघत असतात आणि तशीच कोऱ्या पाट्या घेऊन कोरी करकरीत घरी जातात. या मुलांना आज काय शिकवले? हे विचारायला रोज अधिकारीही येत नाही. घरी दमून-पिचून पडलेला बाप आणि दिवसभर राबून चुलीच्या धूरकांडात स्वयंपाक करणारी माय... मुलगा दप्तर घेऊन जातो आणि येतो आणि त्यालाच ते बिचारे शिक्षण समजतात..

गडचिरोलीच्या मुलचेरा तालुक्यात बंगाली कॅंपची गावे. तालुक्यात २३ बंगाली भाषकांच्या शाळा. फाळणीनंतर आणि पाकिस्तान युद्धानंतर जे बंगाली महाराष्ट्रात आले, त्यांना गडचिरोली आणि विदर्भात वसवले गेले. त्यांना सरकारी नोकरी किंवा ५ एकर जमीन दिली. त्यामुळे गावेच्या गावे बंगाली भाषिक आहेत. गडचिरोलीचा विचार करताना याचा कधी विचार होत नाही. चामोर्शी, आरमोरीतही बंगाली आहेत.

या बंगाली भाषिकांच्या गावातून जाताना आपण पश्चिम बंगालमधूनच जातो, असेच वाटते राहते. गडचिरोली जिल्ह्यात १ लाख बंगाली भाषिक आहेत. गावांची नावेही विलासपूर, गौरीपूर, कनकपूर अशी आहेत. सत्यजीत रेंच्या चित्रपटात बघितलेल्या झोपड्यांसारखी घरे. पाण्याचे ते कलात्मक हंडे. बंगाली माणूस सरळ नाक, मागे फिरवलेले केस. महाराष्ट्रात इतकी वर्षे राहूनही बंगाली माणसांनी त्यांची जीवनशैली तशीच ठेवलेली आहे. १९६७-६८पासून बंगाली शाळा या परिसरात चालल्या. १९८४ला हिंदी माध्यमाच्या शाळा त्यांनी सहन केल्या. बंगाली

माध्यमाची शाळा हवी म्हणून २ महिने त्यांनी विद्यार्थीच पाठवणे बंद केले. हळूहळू संघर्ष करून त्यांनी बंगाली माध्यमाच्या शाळा मंजूर करून घेतल्या. चंडीशहा नावाच्या त्यांच्या नेत्याने हा लढा दिला. बंगाली शिक्षकही मिळतील व जिल्हा परिषद बंगाली भाषिक पाठ्यपुस्तकेही भाषांतरित करून देईल, हे आश्वासनही त्यांना मिळाले. पण एका वर्षी पुस्तकेच छापून दिली नाहीत. त्यामुळे हिंदी माध्यमांची पुस्तकेच वापरावी लागली.

शाळा तपासायला गेलेल्या अधिकाऱ्याला बंगाली शाळांची गुणवत्ता कशी तपासायची, हा प्रश्न पडतो. 'इतक्या अडचणी असताना बंगाली माध्यमाचा आग्रह का धरला? बंगाली माध्यमातून पुढे नोकरी कशी लागेल?' हे तेथील शिक्षकांना मी विचारले तेव्हा, 'आमची मुले आठवीला हिंदी माध्यम स्वीकारतात. प्रथमवर्ग अधिकारी, रेंजर, डॉक्टर, शिक्षक खूप झालेत, ५० टक्के तरुण पदवीधर आहेत,' हे त्यांनी ऐकवले. ते म्हणाले की, 'आमची भाषा टिकली पाहिजे. भाषेमुळेच आमच्या मुलांना बंगाली परंपरा, धार्मिक पुस्तके माहीत होतील. सर्व जगभर मातृभाषेत शिकवा; हेच जर सूत्र असेल, तर आम्हालाही तो हक्क मिळवायला हवा. बंगाली भाषिक शाळा असल्या, की बंगाली मुलांनाच हमखास नोकऱ्या मिळतील.' पण सरकार बंगालीतून डी.एड. नाही म्हणून त्यांना घेत नाही. त्यामुळे बंगाली नेत्यांचा हेतूच फसतो आहे.

बंगाली भाषिक ५ ते ६ शाळा बघितल्या. पण लक्षात असे आले की, भाषा फक्त वेगळी, वृत्ती आपल्यासारखीच आहे. ७.००ची शाळा. ८ वाजेपर्यंत प्रार्थना सुरू नव्हती. एकच शिक्षक होता. पाच पैकी दोन शिक्षक आलेच नव्हते व एका शिक्षकावर काम सोडून मुख्याध्यापक मात्र गटशिक्षणाधिकाऱ्याकडे काहीही महत्त्वाचे काम नसताना निघाले होते.

'भारत माझा देश आहे' हे वाक्य फळ्यावर लिहायला बंगालीत सांगितले व ते मुलांकडून वाचून घेतले. मुले नीट वाचू शकली नाहीत. म्हणजे मराठी मुलांसारखीच समस्या. मी अनेक शब्द, वाक्ये फलकावर बंगालीत लिहायला लावली, पण तरीही मुले वाचू शकली नाहीत. अधिकाऱ्यांना आपली भाषा कळत नाही, त्यामुळे ते लक्ष घालत नाही, याचा गैरफायदा शिक्षकांनी उचलल्याने एक प्रकारचे शैथिल्य आले आहे, हेही जाणवले व शिक्षक नाहीत हा महत्त्वाचा मुद्दा आहेच.

लक्ष्मीपूरच्या शाळेत मात्र एक सुखद अनुभव आला. शिक्षक मराठी असूनही तो बरीच बंगाली शिकलाय. त्याला गणित शिकवायला दिले. बोन्नीस दुई शेष ४ गुणा ३ तीन चारे बारी पुनारी गुण जोज तीन बटे चार असे शब्द वापरून ते छान गणित शिकवायला लागले, पण गडचिरोली या इंग्रजी शब्दाचे स्पेलिंग सहावीच्या मुलांना वाचता आले नाही.

कालीनगरच्या शाळेत एक भागाकार दिला. त्यांना काहीच आले नाही. इंग्रजीचे

अक्षर वाचता आले नाही. काही ठिकाणी पदवीधर शिक्षक नाहीत. काही ठिकाणी मुख्याध्यापक नाहीत. या प्रशासकीय अडचणींमुळेही प्रश्न आहेत. पण मुळात संख्येने अल्प असणारी बंगाली कुटुंबे मातृभाषेतून शिक्षणाचा आग्रह धरतात. नेते भाषिक अस्मितेचा मुद्दा करून आपले नेतृत्व पक्के करतात आणि बंगाली तरुणांना हमखास नोकरी मिळेल, अशी मांडणी करतात. प्रत्यक्षात मात्र बंगाली मुले घेतली जात नाहीत. पाठ्यपुस्तकेही भाषांतरित मिळत नाहीत, त्यामुळे बंगालीतून शिकवण्याचा प्रयोग फारसा यशस्वी होत नाही. संख्येने ते एकूण परिघावर इतके अल्प आहेत की, दखलही कुणी घेत नाही.

दोन जवळची गावे... पण दोन्हीतला फरक मी विसरूच शकत नाही. एक मोठे गाव. गावची शाळा केंद्रशाळा.. शाळा आणि गावकरी एकत्र येऊन जलस्वराज्य प्रकल्प राबवत होते. त्या दिवशी नेमकी गावातील महिलांची मीटिंग शाळेतच चालू होती. शिक्षक धावपळ करत होते. तो प्रकल्प हाच सर्वांचा प्राधान्यक्रम होता. शिक्षणापेक्षा महिला त्या प्रकल्पाविषयी आमच्याशी बोलत होत्या.

प्रत्येक वर्ग छान रंगवलेला होता. त्या शिक्षकाचे गटशिक्षणाधिकारी कौतुक करत होते. तरीही मी माझ्या पद्धतीने परीक्षा सुरू केल्या. पहिली ते सातवीच्या वर्गात एकाही मुलाला हातच्याची वजाबाकी आली नाही. चौथीच्या मुलांना वाचता आले नाही. पाचवीच्या मुलांना इंग्रजी मूळाक्षरे ओळखता आली नाही. ज्या पेंटर शिक्षकाचे कौतुक गटशिक्षणाधिकारी करत होते, त्याने परीक्षेत फळ्यावर मुलांना उत्तरे सोडवून दिली होती.

अशा प्रकारच्या बाह्य सजावटीत रमणाऱ्या शाळांची अंतर्गत पडझड असतेच, ही मला खात्री होतीच. फक्त ते लक्षात आणून देणे गरजेचे होते.

त्या शाळेजवळ रस्त्यावरच छोटी कौलारू शाळा होती. ती वस्ती आत कुठेतरी शेतांमागे लपली होती. रस्त्यावर शाळा, २२ मुले आणि त्यांचा तो शिक्षक. फारशी अपेक्षा नव्हतीच. ५११-४९९ चे गणित घातले. निम्म्या मुलांनी सोडवले. त्यानंतर शुद्धलेखनाचे वाक्य लिहायला सांगितले. मुलांनी चंद्रपूर प्रवास हे कठीण शब्दही बरोबर लिहिले... मला विलक्षण कौतुक वाटले. शिक्षकांना विचारले, तर त्याने 'र'चे जोडशब्द संकल्पनेसह स्पष्ट केले होते.

त्याला प्रश्न विचारले, तर उत्तर द्यायला घाबरत होता. मी शांतपणे त्यांना विश्वासात घेतले. त्याच्या शिकवण्याच्या पद्धती विचारू लागलो. पायजमा-शर्ट घातलेला पंचविशीतला शिक्षक. शहराच्या गावी आयुष्यात ५-७ वेळा फारतर गेला असावा. डी.एड.ही त्याने पोस्टल स्वरूपात केलेले. नागरी समाजातल्या माणसांशी बोलायला बिचकणारा.

दूर कुठेतरी इतक्या इमानदारीने काम करणारे शिक्षक आहेत. त्यांच्यावरच ही शिक्षणव्यवस्था टिकून आहे. पण या इमानदार शिक्षकांच्या पाठीवर थाप मारायला

केंद्रप्रमुख, गटशिक्षणाधिकाऱ्यांना वेळ नाही. ते मुले तपासत नाहीत. त्यामुळे चांगले-वाईट असे शिक्षकांचे वर्गीकरण त्यांना करता येत नाही...

पहिल्या शाळेची सजावट बघून, जलस्वराज्य प्रकल्प बघून हीच अधिकारी मंडळी तोंडभरून कौतुक करणार आणि तिथून फक्त ३ किलोमीटरवरचा हा शिक्षक, त्याच्याकडे फिरकणारही नाही. याचे कारण गुणवत्ता नेमके कशाला म्हणायचे? याचे निकष यांचे पक्के नाहीत व त्याविषयी आग्रही ते नाहीत. पाठीवर थाप न पडणारे असे शिक्षकही नंतर असेच इतरांसारखे होऊन जातात. पर्यवेक्षण यंत्रणेच्या अपयशाचा हा भीषण परिणाम... चांगल्याचे कौतुक नाही; वाईटाला शिक्षा नाही.

एका शाळेत ४४२-३९९ ही वजाबाकी पाचवीच्या २१ मुलांना आली नाही. मुख्याध्यापक काय करतात, हा प्रश्न पडत होता. त्यांनी शिक्षकांचे तास बघितले का? मुख्याध्यापकांनी लॉग बुक भरले का? हा प्रश्न विचारताच त्यांनी तत्काळ हजर केले. त्यांचे हे लॉगबुक बारकाईने बघितले. सर्व शिक्षकांना अतिशय चांगले शेरे दिले होते. मी आश्चर्यचकित झालो. जे मला १५ मिनिटांत लक्षात आले, ते दोष वर्षानुवर्षे त्या शाळेत राहून मुख्याध्यापकांच्या लक्षात येत नसतील? "मुख्याध्यापकांना वर्ग बघता म्हणजे काय करता?" हा प्रश्न विचारला. ते म्हणाले, "शिक्षक शिकवतात. त्यावर अभिप्राय लिहितो." इतकी साधी कृती महाराष्ट्रातील हजारो मुख्याध्यापक करतात. अर्थात तासच न बघणारे मुख्याध्यापक जास्त आहेत. ते तर फंदातही पडत नाहीत

तास बघायला मुख्याध्यापक किंवा अधिकारी वर्गात आले, की शिक्षकाचे रूपच बदलते. वर्गात खडूचा वापर क्वचित करणारा शिक्षक तत्काळ रंगीत खडू काढतो...! विषय, घटक हे शब्द लिहितो... चेहरा प्रसन्न ठेवून मुलांना बाळ वगैरे शब्द वापरतो. मुलांना प्रश्न विचारतो. एरवी यातले तो काहीच करत नसतो. शैक्षणिक साहित्याचा वापरसुद्धा करतो. मुख्याध्यापक या देखाव्यावर भारावून जाऊन अभिप्राय लिहितात. पण मुख्याध्यापकांना मुले तपासावीत, असे वाटत नाही. मुलांना वाचन, लेखन, गणनकौशल्ये येतात का? हे प्रश्न पडत नाहीत. त्यामुळे शिक्षकांचे मूल्यमापन होत नाही.

वयाच्या ज्येष्ठतेने बहुसंख्य मुख्याध्यापक होतात. बऱ्याचदा ते निवृत्तीच्या काठावर उभे असतात. तेव्हा पहिल्याच दिवशी सर्व शिक्षकांना हात जोडून मला सांभाळून घ्या, अशी विनवणी करतात. हिशोब, लेखी काम ही कामे सर्व शिक्षकांमध्ये वाटून देतात. शिक्षक याचा गैरफायदा घेतात. वर्गावर न थांबता सरळ ऑफिसमध्येच दिवसभर थांबतात. शिक्षक मुख्याध्यापकाला मोजत नाहीत. मुख्याध्यापकही त्यांना दुखावत नाही. कोणतीच झंझट न होता आपण सुखरूप निवृत्त व्हायचे, एवढी एकच महान शैक्षणिक प्रेरणा त्यांच्यात असते. त्यासाठी ते मुलांना पणाला लावतात.

शिक्षकांवर नियंत्रण नसण्याची किंमत मुले चुकवणार असतात.

शिक्षकांचे तास बघितले, तरी त्यातील दोष सांगण्याची क्षमता नसते. फक्त वरून मागितलेली माहिती तत्काळ पाठवणे एवढ्या बाबतीत तो दक्ष असतो. शिक्षकांना स्वातंत्र्य (!) दिल्यामुळे शिक्षक मुख्याध्यापकाचे मित्र होतात...

असे मुख्याध्यापक बघितले की काळजी वाटते. अनेक मुख्याध्यापकांना मी त्यांच्याच शाळेचे वर्ग तपासायला बरोबर घेतले. मुलांना काहीच येत नव्हते. मुख्याध्यापकांना धक्का बसत होता. याचा अर्थच हा असायचा, की त्यांना याची सुतराम कल्पना नसायची. मुख्याध्यापक हे पद स्पर्धा परीक्षेने भरले पाहिजे. त्यांना सातत्याने शिक्षणातील प्रयोग शिकवले पाहिजेत. शिक्षकांपेक्षा त्यांचीच प्रशिक्षणे घेतली पाहिजेत.

निवृत्त होताना मुख्याध्यापक होण्यापेक्षा तरुण वयात जर ही संधी मिळाली, तर माणसे संधीचे सोने करू शकतात. राज्यघटनेतील तत्त्वांपासून तर शिक्षणमंत्र्यांच्या स्वप्नांची कार्यवाही मुख्याध्यापकच करणार असतो. म्हणून त्याला बदलवणे, हा प्राधान्यक्रम असायला हवा... २३ वर्षांच्या कलेक्टरकडे आपण सहज एक जिल्हा सोपवतो. पण २३ वर्षांच्या तरुण शिक्षकाकडे आपण एक शाळा सोपवायला तयार नाही...

आमच्या अकोले तालुक्यातील दुर्गम भागातील पिंपळदरी नावाच्या एका शाळेत गेलो. गावात भिल्ल समुदायाचे मोठ्या संख्येने लोक. तरुण शिक्षकांची संख्या खूप होती. काही वर्गांत गोंधळ सुरू होता. सहज विचारले तर म्हणाले की, दोन शिक्षक शाळा विकास आराखड्याच्या कामासाठी गेले आहेत.

चौथीला शिकवणारे शिंदे नावाचे शिक्षक रजेवर होते. एरवी रजेवर असणाऱ्या शिक्षकांविषयी इतर शिक्षक फारसे चांगले बोलत नाहीत, पण शिंदे सरांविषयी इतर शिक्षक खूप कौतुकाने बोलत होते. मी शिंदे सरांचा वर्ग बघावाच, अशी इच्छा शिक्षकांनी व्यक्त केली. आम्ही वर्गात गेलो. आपले शिक्षक नसताना अनोळखी माणसे वर्गात येऊनही मुलांवर दडपण आले नाही. माझी प्रसिद्ध कठीण गणिते घातली... ५११-४९९, ९८१ भागिले ९. मुलांनी ती पटापट सोडवली. शेरेबुकात शिंदे सरांविषयी खूप कौतुकाने लिहिले.

योगायोगाने दोन दिवसांनी तालुक्याच्या गावात मी झेरॉक्सच्या दुकानात होतो, तिथे शिंदे सर आले. मी त्यांना ओळखले नाही. त्यांनी ओळख सांगताच मी खूप कौतुक केले. इतक्या दूरच्या शाळेत कुणी कौतुक करायला नसताना दिवाळीच्या सुट्टीतही ते काम करत होते. पण एवढ्या लिहिलेल्या ४ ओळींनी ते भरून पावले होते. ते झेरॉक्सचे दुकान जणू सभागृह झाले आणि पाठीवरची थाप जणू पुरस्कार झाला. इतके चांगले काम करूनही कुठला पुरस्कार नाही की पगारातही फरक नाही. अंत:प्रेरणा काय असते, हे मी त्यांच्या डोळ्यांत बघत होतो... शिक्षकांच्या दोषांची

चर्चा करताना शाळे-शाळेवर असलेली अशी बेटेही जपायला हवीत.

दुर्गम भागांतील शाळा-शाळांमधून असा प्रवाह वाहू लागला, तरच गुणवत्तेत वाढ होईल.

❑

९.
परिक्रमा आश्रमशाळांची...

होळीचा सण हा आदिवासी भागात खूप मोठा सण. या सणाच्या काळात आदिवासी भागातल्या आश्रमशाळा बंदच असतात. मुलांना सणासाठी घरी सोडले जाते. मुले घरी गेली, की ८ दिवस तरी येत नाहीत. शालाबाह्य मुलांचा अभ्यास करायला मेळघाटात गेलो, तेव्हा नेमका होळीचा सण दोन दिवसांवर आलेला होता. त्यामुळे या खेपेला फक्त कार्यकर्त्यांना भेटायचे, असेच ठरवले होते. आश्रमशाळेत कुणी भेटेल, असे गृहीतच धरले नव्हते. मेळघाटातल्या आमच्या मित्रांना म्हणजे 'मेळघाट मित्र'च्या राम फंड आणि 'खोज'च्या बंड्या सानेला भेटलो. सजगपणे मेळघाटचे चित्रण करणारे पत्रकार जयकुमार चर्जन यांच्यासोबत काही गावे बघायला निघालो. बहुसंख्य विद्यार्थी गावाकडे गेलेले. तरीही आम्ही काही आश्रमशाळांना भेटी दिल्या.

जामली हे गाव. इथे आमदारांची खासगी आश्रमशाळा. आश्रमशाळा मुख्य रस्त्यावर नाही तर रस्त्याच्या पाठीमागच्या बाजूला. अर्थात शाळा बंद होती. शाळा गावापासून उंचीवर एका बाजूला असल्यामुळे कुणी गावकरी तिकडे जात नसावेत. तरीही लांबून बंद दिसणाऱ्या शाळेत आम्ही सहज डोकवायला गेलो, तर आश्रमशाळेच्या वऱ्हांड्यात ५ मुले बसलेली होती. आश्रमशाळेला कुलूप होते. सगळ्या परिसरात सन्नाटा होता.

सुरुवातीला आम्हाला असे वाटले, की ही मुले गावातली असावीत. खेळत असतील. पण मुले बारीक चेहरे करून बसलेली. जेव्हा चौकशी केली, तेव्हा विलक्षण वेदना झाल्या. ती मुले त्याच आश्रमशाळेतली होती. त्यांना न्यायला त्यांचे पालक आले नव्हते, त्यामुळे ती शाळेतच थांबली होती. पण भयानक गोष्ट ही होती, की या ५ दिवसांच्या सुट्टीत आश्रमशाळांच्या मुख्याध्यापकांपासून शिपाई, स्वयंपाक्यापर्यंत सर्व जण निघून गेले होते. या मुलांच्या जेवणाची, राहण्याची कुणीच काळजी घेतलेली नव्हती. ती मुले २ दिवसांपासून उपाशी होती. आम्ही जर

गेलो नसतो, तर पुढेही आणखी ३ दिवस ती तशीच राहिली असती. कारण या कोरकू समाजातील मुले ही इतकी गरीब असतात, की या मुलांकडे गावात जाऊन मागण्याचे धैर्य नसते आणि आश्रमशाळा एका बाजूला, त्यामुळे गावातलेही कुणीच आले नसते. कधी वास्तव हे कल्पनेपेक्षाही भीषण असते, याची प्रचिती आम्ही घेत होतो. मन विषण्ण झाले... शेवटी जाताना ज्याने कुलूप लावले, त्याच्या हे मनातसुद्धा आले नसेल का, की ही मुले आता काय करतील?

मागच्या वेळी भेट दिली, तर याच आश्रमशाळेत १००पेक्षा जास्त ताप असलेल्या मुलीला एका बंद खोलीत झोपवलेले होते. मला कण्हण्याचा आवाज आला म्हणून दार ढकलले, तर ही मुलगी दिसली. माझ्या *'शाळा आहे, शिक्षण नाही'* या पुस्तकात याच आजारी मुलीचा फोटो मी टाकला आहे. त्याच शाळेत ६ वर्षांनंतर भेट दिल्यावर पुन्हा तीच अनास्था... संताप अनावर झाला... गावकरी गोळा केले. गावातच या आश्रमशाळेचा एक शिपाई राहत होता. लोकांनी त्याचे घर दाखवले. तो शेतात गेला होता. त्याच्या घरापुढे माणसे जमवली. मी खूप आवाज चढवला. खूप गर्दी जमली, तेव्हा त्याच्या घरातल्या लोकांनी जाऊन त्या मुलांना आणले. जेवू घाला म्हटले, तेव्हा हो म्हणाले... मुलांचा प्रश्न त्या दिवसापुरता सुटला...

परत निघालो. मन सुन्न झाले. दुसऱ्या दिवशी चर्जन सरांनी पेपरला बातम्या दिल्या. तेव्हा या प्रकरणाची चौकशी झाली आणि मुख्याध्यापक निलंबित झाले. पण एवढ्या शाळांना रोज भेट द्यायला एवढी माणसे कुठून आणायची. प्रश्न पुढे आणून पाठपुरावा कुणी करायचा?

हे आश्रमशाळांमधले वास्तव आहे. मला प्रश्न पडला, या उपाशी ५ मुलांनी का शिकावे? त्या आश्रमशाळेत का थांबावे? शेतकरीसुद्धा गावाला जाताना जनावराच्या घास-पाण्याची सोय लावून जातो, पण या मुलांना तर जनावरांचेही भाग्य त्या शाळेत लाभले नाही. या वर्तणुकीने मुले शाळेत टिकत नाहीत!

भर दुपारची वेळ. रणरणत्या उन्हात आम्ही मेळघाटाच्या त्या दुर्गम आश्रमशाळेत पोचलोय...ही मेळघाटातील सर्वांत मोठी आश्रमशाळा मानली जाते. मुले जेवायला बसली आहेत. समोर स्वयंपाक मांडलेला. स्वयंपाक म्हणजे काय तर एक भाजी आणि पोळ्या. मला मुलांची संख्या आणि समोर पोळ्यांची मांडलेली चवड यांचा काही ताळमेळच दिसेना. मी चटकन समोरच्या ४ पोरांना पोळ्या मोजायला सांगतो. पोरे असली कामे मोठ्या उत्साहाने करतात.

मी विचारतो, "किती?"

पोरे म्हणतात, "साहेब, ३४५ पोळ्या आहेत."

मी अधीक्षकांना विचारतो, "आज किती मुले हजर आहेत?"

अधीक्षक म्हणतात, "साहेब, आजचा हजर पट आहे २४४."
मी भागाकार करतो. पोळ्या भागिले मुले. उत्तर येते, १.४१...
एका मुलाच्या वाट्याला फक्त दीड पोळीच येत होती.

समोर दहावीतली तरणीबांड आदिवासी पोरे बसली होती. आशेने पोळ्या आणि भाजीच्या पातेल्याकडे बघत होती आणि त्यांच्या वाट्याला येणार होती फक्त दीड पोळी...

गडचिरोली जिल्ह्यात कोर्ची तालुक्यातून जाताना एक आश्रमशाळा लागली. आश्रमशाळेच्या स्वयंपाकघराला लागून जेवणखोली नाही. म्हणून पोरांनी स्वयंपाकघराबाहेर रांग लावायची आणि ताट घेऊन आपल्या खोलीत जेवण न्यायचे. वाढप एकदाच होणार. पोरे ताटात जेवण घेऊन जाताना आमच्यासमोरून चालली होती. ताट बघितले. फक्त भात आणि डाळ ताटात वाढलेली होती आणि पुन्हा मागायला यायचे नाही ही तंबी... एवढ्या भात-वरणावर ती लेकरे सारा दिवस काढणार होती. मला माझ्या लहान मुलाला सकाळपासून झोपेपर्यंत बळेच खाऊ घालणारी पत्नी आठवली आणि समोर दिसणारी ही मुले.... आश्रमशाळेच्या अधीक्षकाला फैलावर घेतले, "घरची मुले ठेवाल का उपाशी?"

तो घाबरत म्हणाला, "साहेब, आम्ही आपले हुकमाचे ताबेदार... संस्थाचालक सामान खरेदी करून पाठवतात आणि त्यात महिनाभर भागवावे लागते. जर काही संपले असे कळवले, तर फोनवर शिव्या ऐकाव्या लागतात."

खासगी आश्रमशाळेत भ्रष्टाचार आणि सरकारी आश्रमशाळेत साहित्य असते, पण आळस... परिणाम उपाशी लेकरे...

यवतमाळ जिल्ह्यात एका आश्रमशाळेजवळून जाताना सोबतचे अधिकारी सांगत होते, "सर, या आश्रमशाळेत १०वीला शिकवायला इंग्रजीचा शिक्षक नव्हता म्हणून गावकऱ्यांनी व पालकांनी आंदोलन केले, तेव्हा कुठे जानेवारीत शिक्षक मिळाला आणि दोन महिन्यांत पोरांनी परीक्षा दिल्या."

"का बरं? शिक्षक भरती केली नाही का?"

ते म्हणाले, "मुळातच ही भरती पैसे घेऊन केली जाते. सगळा फार्स होतो. अगदी लेखी, तोंडी परीक्षा होते. पण पेपर बदलले जातात. थेट मंत्र्यांपर्यंत पैसे असतात. अशा वेळी कोण कशाला विषयानुसार शिक्षक भरील? इंग्रजी-गणिताचे शिक्षक कमी असतात व मग त्या शिक्षकांची पळवापळवी होते. जिथून दडपण, तिथे त्यांची बदली होते..."

"पण जानेवारीत शिक्षक येऊन मुले पास झाली का?" मी बावळटासारखा प्रश्न विचारला.

ते हसून म्हणाले, "निकाल १०० टक्के लागला... कारण निकाल हा मास कॉपीवर अवलंबून असतो, शिकवण्यावर नाही..."

ज्या ज्या आश्रमशाळेत गेलो, तिथे तिथे आम्ही चाचण्या घ्यायचो. अत्यंत विदारक अवस्था. नेहमीप्रमाणे मी जोडाक्षरे लिहायला द्यायचो. अपवादाने शब्द बरोबर यायचे. अनेक आश्रमशाळांतील उत्तरपत्रिका माझ्याकडे अजून आहेत. सर्वांत शहारलो ते एका उत्तराने... वजाबाकी दिली होती ५११-४९९. वर्ग दहावीचा होता. ५११ ही संख्या एका मुलाने लिहिली ५००११. अर्थात, हे प्रातिनिधिक चित्र नसले, तरी घसरणीचा अंदाज यावा.

पहिली ते चौथीच्या वर्गांचा आढावा घेतला, तर शिक्षकच नेमलेले नसायचे. रोजंदारीवर शिक्षक नेमले जाणार. अत्यल्प पैशांत नेमलेले हे शिक्षक परवडत नसल्याने सोडून जाणार. जबाबदारी कोणावरच नाही. आश्रमशाळांमधले अध्यापन बघायची जबाबदारी मुख्याध्यापकावर असते. पण मुख्याध्यापक त्यांच्यातलाच. वयाच्या ज्येष्ठतेने नेमलेला. तो कशाला कुणाशी वाईटपणा घेईल. केंद्रप्रमुख असतात, पण त्यांची संख्या कमी आणि आश्रमशाळेतली अंतरे खूपच. त्या सर्वांचा प्रमुख असतो प्रकल्प अधिकारी. तर त्याच्याकडच्या ५० विषयांतला एक विषय आश्रमशाळा. बाकी आदिवासींना शेतीची अवजारे देणे, वस्तू कर्ज, धान्यपुरवठा, सिंचन, सामुदायिक लग्न, सततच्या मीटिंग, विकास आराखडा हे सारे मोठ्या आर्थिक तरतुदींचे विषय त्यांना बघावे लागतात व त्यातील मोठ्या तरतुदीतच त्यांना रस असतो... शिक्षणाचा दर्जा हा विषय तर खूपच दूर...

आदिवासी विभागाच्या १००० आश्रमशाळा असूनसुद्धा या शाळांना शिक्षण विभागच नसतो. शिक्षण विभागातून अधिकारी प्रतिनियुक्तीवर घेतले जातात आणि ते इथे रमत नाहीत.

मुलींवरच्या अत्याचाराच्या घटना विधिमंडळातही गाजल्या. शासनाने महिला आमदारांची समिती नेमली. त्या समितीने अनेक शाळांना भेटी देऊन शिफारशी केल्या. मद्यपी कर्मचारी किंवा एखादा विकृत शिक्षक यांच्याकडून काही अत्याचाराच्या घटना घडतात. हे प्रमाण खूप कमी असले, तरी महाराष्ट्रभर अशी प्रकरणे गाजतात. मी एका कार्यकर्त्याला विचारले, "याचा परिणाम काय होतो?"

तो थंडपणे म्हणाला, "अत्याचार झालेली मुलगी ज्या गावाची किंवा परिसरातली असते, त्या भागातील पालक आपल्या मुली आश्रमशाळेतून काढून घेतात आणि नंतर अनेक वर्षं आश्रमशाळेत मुली शिकवायला पाठवल्या जात नाही." ऐकताना शहारल्यासारखे झाले. एका मूर्खपणाची किंमत अनेक वर्षे मुलींना मोजावी लागते.

आश्रमशाळा आणि भ्रष्टाचार हे समानार्थी शब्द समजावेत का? आपण मुख्याध्यापकांच्या भ्रष्टाचाराची चर्चा जरूर करू. पण मोठे मोठे भ्रष्टाचार उघड होत नाहीत. या मुलांच्या करुणेने मंत्रालय नेहमीच कार्यप्रवण होते आणि एका शाळेला खरेदीचा त्रास ते देत नाही, तर सर्व राज्याची खरेदी एकदम करून टाकतात!! या

मुलांचे स्वेटर, बूट, चादरी, ड्रेस, खेळण्याचा ड्रेस अशा सर्व वस्तूंची मुंबईतच खरेदी होते. गडचिरोली, मेळघाटमधील मुलांच्या थंडीची काळजी मुंबईत घेतली जाते हे बघून कुणीही भारावून जाईल. केंद्रीभूत खरेदी करायची आणि खाली पाठवायची एवढाच एक उद्योग सुरू असतो. या वस्तूंचा दर्जा काय असतो, हे विधिमंडळाच्या अधिवेशनात आपण बघतोच आहोत.

महाराष्ट्रात २०१२ व २०१३च्या आकडेवारीनुसार ५५२ शासकीय आश्रमशाळा आहेत. त्यात नाशिक विभागात २२२, ठाणे विभागात १२९, अमरावती विभागात १००, तर नागपूर विभागात १०१ आश्रमशाळा आहेत. त्यात १०८३३९ मुले व ९९६२४ मुली आहेत. एकूण २०७९६३ विद्यार्थी शिक्षण घेत आहेत.

त्यातल्याच एका आश्रमशाळेत मी उभा..... भाजीपाला बघतोय.

"रोज एकच भाजी मुलांना खाऊ घालता? तुम्ही स्वत:च्या घरी तरी रोज एकच भाजी खाल का?"

अधीक्षक खाली मान घालून उभे. हळू आवाजात म्हणतात, "काय करणार साहेब? ठेकेदार रोज त्याच भाज्या देतात. आम्ही तरी काय करणार?"

"मग ठेकेदारांना बोलत का नाही?"

"साहेब कसं बोलणार? ते आमदारांचे कार्यकर्ते आहेत. माझी बदली करून टाकतील. दोन जिल्हे ओलांडून बदली झाली, तर मी काय करणार?"

तिथली स्वयंपाक करणारी बाई म्हणाली, "बरं, भाजी एकच का देइना. पण तीही खराब, शिळी असते."

आणि हसून म्हणाली, "मार्केट यार्डाचा भाव आम्हाला इथे जंगलात रोज कळतो."

मला कळेना.

ती म्हणाली, "सर्वांत जी भाजी स्वस्त असते, तीच फक्त इथे आणली जाते. महाग भाज्या आमच्या मुलांना कधीच खायला मिळत नाहीत."

इतके छोटे छोटे शोषण सुरू असते आणि विधिमंडळात बजेटमध्ये आदिवासी विभागाचे बजेट वाढवले, की आदिवासींचे जीवनमान उंचवणार म्हणून तज्ज्ञांनी त्याचे स्वागत करायचे... बजेट वाढवणे आणि योजना राबवणे या साऱ्या आदिवासी विकास नव्हे तर ठेकेदार विकास योजना आहेत.

आश्रमशाळांना माल पुरवायला ठेकेदार नेमले जातात. ते सत्ताधारी पक्षाचे कार्यकर्ते असावेत अशी शासकीय अट नियमात आहे का, असा संशय यावा इतपत त्यांची संख्या मोठी असते. भाजीपाला, अंडी, मांसाहार, गोड पदार्थ, फळे, धान्य, दूध या सर्वांसाठी ठेकेदार नेमलेला असतो. तो प्रत्येक ठेकेदार अपवाद वगळता दर्जा घसरवून नफा कमवतो. दर्जा द्यायचा, तर मग राजकीय संबंधांचा

उपयोग तरी काय, असा त्यांचा सरळ प्रश्न असतो. मुख्याध्यापकांना एकतर ते भ्रष्टाचारात सामील करून घेतात आणि जर सामील झाले नाही, तर त्यांना राजकीय संबंधांची भीती दाखवत राहतात. मुख्याध्यापक व अधीक्षक गप्प बसतात. बऱ्याचदा या ठेकेदार बनलेल्या कार्यकर्त्यांनी मांडलेला हा दमदाटीचा भ्रष्टाचार त्या राजकीय नेत्यांना तपशिलात माहीतही नसतो.

यात मुख्याध्यापकांना, अधीक्षकांना भ्रष्टाचारात सामील करणे अस्वस्थ करणारे असते. थेट मुलांच्या भुकेशी तडजोड केली जाते. समजा, मुलांना महिन्यातून दोन वेळा मांसाहार द्यावा असा आदेश असतो. हे ठेकेदार मुख्याध्यापकांशी संगनमत करून फक्त एकदाच मांसाहार देतात आणि दोन वेळा दिल्याचे बिल काढून मुख्याध्यापकांना थोडे पैसे देतात किंवा २५ किलो मांस दाखवायचे आणि १० किलोच द्यायचे. वरची रक्कम वाटून घ्यायची. विषय दोघांतच असतो, त्यामुळे चर्चाही होत नाही.

न्यायालयाचा कडक आदेशसुद्धा भ्रष्टाचारासाठी वापरला जातो. मध्यंतरी न्यायालयाने सुमोटो केस दाखल केली आणि आश्रमशाळेच्या तपासणीसाठी कोर्टानेच पथके नेमली. मीसुद्धा खूप सूचना उत्साहाने केल्या होत्या. तेवढ्या काही दिवसांत आश्रमशाळा एकदम दर्जेदार झाल्या. न्यायालयाने मुलांना दूध, फळांपासून जेवायला काय द्यावे, इथपर्यंत सूचना दिल्या. आदिवासी विभागाने त्याची कडक अंमलबजावणी सुरू केली आणि बघता बघता आश्रमशाळेतल्या मुलांना दूध आणि फळे मिळू लागली... फक्त तपशिलात थोडा फरक होता. कागदावर आणि प्रत्यक्षात आकड्यांचा फरक केला. न्यायालय म्हणाले होते, की मुलांना रोज एक सफरचंद, रोज केळी आणि रोज एक अंडे द्या. ठेकेदारांनी आणि मुख्याध्यापकांनी फळांची नावे तीच ठेवून संख्या फक्त बदलली. म्हणजे असे की रोज सफरचंद, केळी आणि अंडे अशा तीनही वस्तू द्यायच्या आहेत ना. त्यांनी तिन्ही वस्तू रोज देण्याइतके बिल सादर केले आणि प्रत्यक्षात आठवड्यात आज फक्त सफरचंद, उद्या फक्त अंडे आणि परवा फक्त केळी असे दिले. म्हणजे एक वस्तू आठवड्यात दोन वेळाच द्यायची आणि बिल मात्र संपूर्ण आठवड्याचे काढायचे, असे केले जाते. एक तर सर्वांना भ्रष्टाचारात सामील करून घेण्याचा पॅटर्न असतो आणि समजा, कुणीही अधिकारी आले तर ते विचारतात की, 'मुलांनो, तुम्हाला अंडी, सफरचंद, केळी मिळाली का...' तर मिळत असल्याने ते हो म्हणतात. किती दिवसांनी मिळते, हा उपप्रश्न कुणीच विचारत नाही.

या मानसिकतेपुढे इथे न्यायालय तरी काय करेल....?

मुख्याध्यापक भ्रष्ट झाल्यास त्याचा फटका शाळेच्या गुणवत्तेला बसतो. भ्रष्ट मुख्याध्यापकाची कामे कर्मचारी बघत असतात. त्यामुळे तो त्यांना शैक्षणिकदृष्ट्या फारसे बोलू शकत नाही. त्याचे नीतिधैर्यच खच्ची होते, हा यातला सर्वांत गंभीर

परिणाम आहे. आश्रमशाळेच्या या भ्रष्ट दुष्टचक्रात जो कोणी हस्तक्षेप करील, त्याला काहीही सहन करण्याची तयारी ठेवावी लागेल, अशी स्थिती आहे. एकतर कडक अधिकारी आला, की त्याला सरळ आमिष दाखवणे किंवा दमदाटी करणे हेच दोन पर्याय असतात.

चंद्रपूर जिल्ह्यात आश्रमशाळांना भेट दिली आणि त्या शाळेत खूप दोष काढले. सोबतच्या अधिकाऱ्यांनी नोटिसा दिल्या. दुसऱ्या दिवशी गेस्ट हाउसबाहेर गाडीत बसताना आमच्या ड्रायव्हरला त्या आश्रमशाळेच्या शिपायाने बाजूला बोलावले. तो एक पाकीट ड्रायव्हरच्या हातात देत होता आणि ड्रायव्हर नकारार्थी हावभाव करत होता. गाडीत बसल्यानंतर त्याने सांगितले, की त्या शाळेचा शिपाई पाच हजारांचे पाकीट घेऊन आला होता. त्यांची ती पद्धतच होती. इतका तो सर्वांच्या अंगवळणी पडलेला व्यवहार होता. ड्रायव्हरने माझा अवतार दोन दिवसांत बघितला असल्याने त्याने परस्पर त्याला नाही सांगून टाकले होते. मला हसूही आले आणि हे सारे किती राजरोस चालते, हेही लक्षात आले. शाळांची एकतर तपासणीच करायची नाही आणि केली तर कडक कारवाई यासाठी करायची, की त्यातून उत्पन्न मिळाले पाहिजे. एखाद्याने कडक तपासणी केली की होणार काहीच नाही, फक्त थोडा खर्च करावा लागेल, इतकाच अर्थ शाळांनी घेतला होता. हे अधिक क्लेशदायक होते.

हा अनुभव किमान सुसह्य तरी होता. आपण भ्रष्टाचार करत नाही, हा अहंकार सुखावणारा होता; पण दुसरे दोन अनुभव अंगावर येणारे होते.

नांदेड जिल्ह्यातील अशीच एक आश्रमशाळा रस्त्यावरून जाताना दिसली. समाजकल्याण विभागाच्या अंतर्गत खासगी आश्रमशाळा होती... समोरच स्वयंपाकघर होते. सहज म्हणून गेलो, दुपारच्या जेवणात दिलेली एक पोळी तिथे पडलेली होती. खूप जाड, कच्ची आणि काहीशी करपलेली ती रोटी बघितल्यावर एकूण जेवण काय दर्जाचे असेल, याचा अंदाज आला. धान्याची कोठी उघडी होती म्हणून तिथे डोकावलो, तर अक्षरश: जाळी लागलेले धान्य होते. खूपच निकृष्ट होते. आपण पकडले जातो आहोत, हे लक्षात येताच तो अधीक्षक थेट माझ्या अंगावर आला. तुमचा इथे येण्याचा काय संबंध इथपासून सुरुवात केली आणि शिव्या दिल्यासारखा बोलत अंगावर येऊ लागला. माझ्या सोबतच्या अधिकाऱ्यांनी त्याच्यावर आरडाओरडा केला, तेव्हा मागे सरकला. प्रसंग लक्षात घेऊन आम्ही ती पोळी ताब्यात घेतली आणि निघालो. नांदेडला समाजकल्याण अधिकाऱ्यांना भेटू असा विचार केला, तर नांदेडला पोचेपर्यंत गाडीत असतानाच सोबतच्या व्यंकटेश चौधरी या विस्तार अधिकाऱ्यांच्या मोबाइलवर समाजकल्याण अधिकाऱ्यांचा फोन... तुम्ही शिक्षण विभागाचे लोक आमच्या समाजकल्याण खात्याच्या आश्रमशाळेत गेलातच का? हा त्यांचा प्रश्न होता आणि सकाळी जेवणात फेकून दिलेली रोटी तुम्ही का उचलली, असेही ते विचारत होते. मला धक्काच बसला. तो

गैरव्यवहार दुरुस्त करण्याची जबाबदारी त्यांच्यावर होती, ते करायला आम्ही मदत केली, तर ते आम्हालाच जाब विचारत होते आणि संस्थाचालकांची वकिली करत आम्हाला कायदे शिकवत होते. काही मिनिटांत त्यांना माहितीही मिळाली आणि ते स्वामिनिष्ठाही दाखवू लागले. याचा अर्थ संस्थाचालक या अधिकाऱ्यांवर किती खर्च करत असतील, याचा अंदाज यावा.

यांना भेटण्यात अर्थच नव्हता. त्या वेळी भटक्या-विमुक्तांच्या आयोगाचे अध्यक्ष बाळकृष्ण रेणके दिल्लीत होते. त्यांना झाला प्रकार सांगितला, त्यांनी फॅक्स करायला सांगितले. त्यांना फॅक्स केला. त्यांनी दिल्लीवरून नोटिस पाठवली. पुढे त्यातून ती यंत्रणा किती दिवस सुधारली माहीत नाही, पण ओरडल्याचे समाधान मिळाले.....

मी खूप अस्वस्थ झालो. त्या रात्री मित्र मनोज बोरगावकर व राम शेवडीकरांना म्हणालो, "महाराष्ट्रातल्या आदिवासी आणि समाजकल्याणाच्या १५०० शाळा... रोजची दोन जेवणं म्हणजे ३००० जेवणांवर लक्ष ठेवायला रोज इतकी माणसं आणायची कोठून? आणि जेवण तपासण्याचे जर पैसे मिळू लागले, तर मी तरी माझी खात्री किती दिवस देऊ शकेन?"

संस्थाचालक आणि अधिकारी यांचे साटेलोटे बघितल्यावर तर मला काही उत्तरच सापडेना. मी म्हणालो, "त्या अधीक्षकानं मला आज खरंच मारायला पाहिजे होतं."

ते दोघे म्हणाले, "असं का म्हणता.."

अगतिक होऊन मी म्हणालो, "किमान त्या निमित्तानं तरी आश्रमशाळेच्या जेवणावर महाराष्ट्रात चर्चा झाली असती.."

हे वाचताना विचित्र वाटेल, पण अगदी मनापासून सांगतो. जोपर्यंत हे भयावह चित्र आपण बघत नाही, तोपर्यंत ठीक आहे; पण हे सारे बघितल्यावर आपण काहीच करू शकत नाही, ही अगतिकता खूप पराभूत करते. अनेक दिवस जेवताना ती उपाशी, केविलवाणी मुले आठवतात आणि स्वतःच्याच मर्यादांचा खूप राग येतो....

असाच अजून एकदा मार खाता खाता वाचलो...

एका आश्रमशाळेत शिक्षक मंजूर पदे ६ असताना ७ शिक्षक कार्यरत होते. याचा अर्थ एक शिक्षक जास्त होता व तो रिकामा राहत होता... सर्वांत ज्येष्ठ रिकामा राहून बाहेर व्यक्तिगत कामाला फिरत होता. माझ्या ते लक्षात आल्यावर मी वरिष्ठ अधिकाऱ्यांच्या लक्षात आणून दिले. त्या कार्यालयाने काही कारवाई करण्याऐवजी फक्त ती तक्रार मी केल्याचे त्या शिक्षकाला सांगितले. जेव्हा पुन्हा मी त्या शाळेवर गेलो, तेव्हा तो शिक्षक मला शिवीगाळ करू लागला आणि चक्क मला मारायला धावला. त्या शाळेच्या मुख्याध्यापकाने त्याला ओढत बाहेर ढकलले आणि दार

लावून घेतले म्हणून मी वाचलो. तरी तो खिडकीतून शिव्या देत होता. मी शांत राहिलो.

आमच्या व त्यांच्या वरिष्ठ अधिकाऱ्यांना सांगितले. त्याला बोलावून समज वगैरे देणे झाले, पण मी त्याच्यावर कारवाईचा आग्रह धरला. आदिवासी सचिव आयुक्तांना पत्रे लिहिली, पण काहीच घडले नाही. आमदारांना भेटलो. आमदारांनी माझी बाजू घेतली. खूप पाठपुरावा केला, तेव्हा ३ महिन्यांनी त्याची बदली झाली, फक्त ५ किलोमीटर अंतरावरील आश्रमशाळेत....

माझा पाठपुरावा चालूच होता. एक दिवस तो कर्मचारी ज्या जमातीचा होता, त्यांच्या हक्कासाठी लढणाऱ्या संघटनेचे शिष्टमंडळ आले. मला वाटले, दिलगिरी व्यक्त करून विषय संपेल, पण मी तेथे गेलोच का? इथपासून सुरुवात झाली आणि मी तक्रार मागे घेतली नाही, तर अट्रॉसिटी दाखल करू अशी धमकी दिली..... ज्या लेकरांसाठी मी पाड्यापाड्यांवर जाऊन ७०० शालाबाह्य मुले दाखल केली होती, दिवसरात्र त्याच गरिबांचा विचार करत होतो, त्याच जमातीच्या कर्मचारी संघटनेला मी त्या जमातीचा शत्रू वाटलो. मला राग येण्यापेक्षा खूप वेदना झाल्या. आपण केलेल्या कामाचे हे मूल्यमापन असते का? पुढे तो कर्मचारी निवृत्त झाला. त्याच्या पेन्शनला त्रास होऊ नये म्हणून तक्रारीचा पाठपुरावा करू नये, ही विनंती मीही मान्य करून विषय सोडून दिला, पण अशा वेळी आपण एकटे असतो आणि आपलाच प्रामाणिकपणा आपल्याला सिद्ध करावा लागतो, हे खूपच क्लेशदायक असते.

आश्रमशाळांची ही काळी बाजू आहेच, पण आश्रमशाळांच्या काही समस्याही लक्षात घ्याव्यात अशा आहेत. सर्वांत महत्त्वाचे हे, की सरकारी अधिकारी, संस्थाचालक आणि आश्रमशाळा कर्मचारी यांचे संबंध अजिबात प्रेमाचे नाहीत. यांच्यात एक प्रकारे दहशत जाणवते व कर्मचाऱ्यांत एक तीव्र न्यूनगंड जाणवतो. आत्मविश्वास अपवाद वगळता जाणवत नाही. सरकारी आश्रमशाळेत तर बदलीची भीती असते. दुसऱ्या जिल्ह्यात बदलीची भीती घातली जाते. बदली या नावाखाली खूप भ्रष्टाचार होतो. शिक्षक भरतीत तर खुले टेंडर जाहीर व्हावे, तसे लाखो रुपये मागून जागा भरल्या जातात. लेखी परीक्षा होतात; पण त्याचे पेपरसुद्धा बदलले जातात, अशा तक्रारी आहेत. त्यामुळे आश्रमशाळेची कार्यसंस्कृतीच नष्ट झाली आहे. सगळीकडे एक तर पैशाचा वापर किंवा दहशत. खासगी संस्थेत नातेवाईक भरलेले. त्यांना कामाला कसे लावायचे, ही मुख्याध्यापकापुढची समस्या. अनेक ठिकाणी कर्मचारी शहरात राहणार. त्यामुळे जाणे-येणे, गैरहजेरी या समस्या आहेत. कर्मचारी त्यांची मुले मोठी झाल्यावर मुलांच्या शिक्षणासाठी शहरात राहतात. इतक्या दुर्गम ठिकाणी सुविधा नसल्याने कुटुंबीय राहायला तयार नसतात. अर्थात हा मुद्दा सर्व शासकीय विभागांना लागू आहे.

स्वतंत्र शिक्षण विभाग नसल्याने आदिवासी विभागाला शिक्षण विभागाकडून अधिकारी घ्यावे लागतात. पर्यवेक्षीय अधिकारी संख्येने खूप कमी असतात व आश्रमशाळांची अंतरे आणि त्यांची इच्छाशक्ती बघता ते फारसे फिरत नाहीत. मुख्य कार्यालयातच त्यांना सतत कामे दिली जातात. याचा परिणाम गुणवत्तेवर होतो आणि काम बघितलेच जात नाही, त्यामुळे सर्वत्र शैथिल्य येते.

या भ्रष्ट अधिकारशाही व पर्यवेक्षण होत नसलेल्या वातावरणात चांगले काम करणारे शिक्षक कुणी आपली दखल घेत नाही म्हणून निराश होतात व नकळत इतरांसारखे बनतात. काही शिक्षक या वातावरणाचा स्वतःवर काहीच परिणाम होऊ न देता निष्ठेने काम करत राहतात. अनेक आश्रमशाळांत वर्ग बघितल्यावर शिक्षकांचे कौतुक केले, तेव्हा ते भारावून जायचे. असे कधीच कुणी काम बघत नाही, असे म्हणायचे. काही आश्रमशाळेत तर इंग्रजी शिकवण्याचे काम खूप चांगले होते आहे. काही खासगी संस्थांच्या सेवाभावी वृत्तीने चालवल्या जाणाऱ्या आश्रमशाळा खूप चांगल्या आहेत. मधल्या काळात सरकारने सर्व शाळांना प्रोजेक्टर दिला. त्याचा वापर काही शाळांनी खूप चांगला करून घेतला आहे. काही शिक्षकांनी वनौषधीच्या बागा बनवल्यात. काही शाळांमध्ये चित्रकला, वारली पेंटिंग, संगीत, वाद्य यांवर खूप चांगले काम होते आहे. मुलांच्या क्रीडा प्रकारातील नैसर्गिक क्षमता योग्य रीतीने वापरून घेणारे शिक्षक व शाळाही आहेत.

काही शाळांत अधीक्षक पदावरच्या व्यक्ती खूप चांगले काम करतात, पण त्याची काहीच नोंद नसते. रोज दोन्ही वेळा मुलांना जेवायला घालायचे. गॅसपासून तर भाजीपासून सगळे जमवून आणायचे आणि आलेला अधिकारी संशयाने बघणार.... पाठ मात्र कुणीच थोपटणार नाही. काही अधीक्षक दिवसरात्र काम करतात. थोडे जरी कौतुक केले, तरी भरून पावतात. त्यांच्याही समस्या असतात. मुले आजारी पडल्यावर त्यांना दवाखान्यात हलवावे लागते. सर्पदंशाच्या केसमध्ये खासगी दवाखान्यात खूप बिल होते. अनेकदा ते मंजूर होण्यासाठी कार्यालयात खेपा माराव्या लागतात. पावसाळ्यात धान्य दळून मिळत नाही. भाज्या पोचत नाहीत. वीजपुरवठा खंडित होतो. अशा वेळी खूपच तारांबळ होते. रोज ३०० मुलांचे दोन वेळचे जेवण म्हणजे एखाद्या लग्नाचा स्वयंपाक करावा तसेच असते. लग्नातली आपली तारांबळ व तणाव अधीक्षक रोज अनुभवत असतो. यातून ते खूप चिडचिडे होतात. त्यात जर भ्रष्ट असतील, तर स्वभाव विचित्र होतो व अधिकच मारकुटे होतात. मला नेहमी असे वाटते, की साने गुरुजींनी वसतिगृहातील मुलांशी किती प्रेमाने वागता येऊ शकते, हे दाखवून दिले आहे. त्या भूमिकेतून अधीक्षकांची अशी प्रशिक्षणे व्हायला हवीत. त्यांना अधिक संवेदनशील व पालकांच्या भूमिकेत न्यायला हवे आहे.

याचा एक अनुभव मी घेतला. गाडगेबाबा मिशनचे अध्यक्ष मधुसूदन मोहिते

माझे मित्र. त्यांनी सर्व आश्रमशाळा मुख्याध्यापक आणि अधीक्षक यांचे प्रशिक्षण आयोजित केले. त्यात प्रेमाने मुले हाताळण्यावर मी बोललो आणि शिक्षण नेमके कशाला म्हणायचे, हे सांगून प्रयोगशीलतेची चर्चा केली. त्यानंतर अनेक मुख्याध्यापकांचा दृष्टिकोनच बदलला, असे अनेकांनी सांगितले. हे सर्वत्र करायला हवे.

आदिवासी, भटके-विमुक्त यांच्यासाठीच्या शाळांमध्ये काम करण्यासाठी कर्मचारी हा कार्यकर्ता मनाचा व्हायला हवा आहे. त्याला त्या मुलांची सामाजिक पार्श्वभूमी माहीत असायला हवी. त्या समाजाचे प्रश्न माहीत असायला हवेत. त्यातून त्या मुलांविषयीचे आकलन उंचवायला मदत होईल व शिक्षक, अधीक्षक, कर्मचारी त्या मुलांशी अधिक संवेदनशीलतेने वागतील. या मुलांमध्ये आक्रमकता असते, ती उपद्रवी असतात; पण हे समजून घ्यायला हे आकलन उपयोगी पडते. *'टू सर विथ लव्ह'* या पुस्तकातला शिक्षक झोपडपट्टीतल्या शाळेत मुलांच्या शिक्षेबाबत म्हणतो, की ही मुले अशी वागतात, याचे कारण त्यांचे पालक तसे आहेत आणि पालक तसे वागतात, कारण ते या व्यवस्थेच्या शोषणाचे बळी आहेत. तेव्हा मला जर शिक्षाच करायची असेल, तर या व्यवस्थेला करावी लागेल. या मुलांना नाही. या पातळीवर या यंत्रणेचे आकलन उंचवावे लागेल.

यालाच जोडून आणखी एक मुद्दा हा आदिवासी आणि भटक्यांतील मध्यमवर्गाचा आहे. या आश्रमशाळेत काम करणारा कर्मचारिवर्ग या जमातीतील आहे, परंतु तरी मध्यमवर्गात सरकल्यावर त्यातले अनेक जण कर्मचारी मानसिकतेत जातात. आपल्याच बांधवांची सेवा करायची, या भूमिकेतून नोकरीकडे बघत नाहीत. आज शेतकरी कुटुंबातील, आदिवासी, भटके यातून निर्माण झालेला मध्यमवर्गच ग्रामीण आणि आदिवासी भागांत कर्मचारी म्हणून सर्वच शासकीय विभागांत काम करतो आहे, पण आपण सेवांचा दर्जा अनुभवतो आहेच. माणसांचे वर्ग बदलले की भावविश्वच बदलते, हे कसे समजावून घ्यायचे? शरद जोशी म्हणतात त्याप्रमाणे, 'माणसाचे विचार करण्याचे इंद्रिय हे मेंदू नसून खिसा आहे,' हेच दुर्दैवाने खरे आहे. तेव्हा आजच्या शिक्षणातून या बांधिलकीची लस कशी टोचायची, ही चिंता आहे. त्याचप्रमाणे आश्रमशाळेतून शिकून नोकरी लागलेले त्या आश्रमशाळेत पुन्हा फारसे येत नाहीत. ते का येत नाहीत, याचाही अभ्यास करायला हवा. ते आश्रमशाळेतील गरीब विद्यार्थ्यांना आर्थिक मदत करत नाहीत. हा अनुभव सर्वच सेवाभावी संस्थांना येतो. लाओत्से म्हणतो त्याप्रमाणे, 'माणसाला उपकाराच्या खुणा लवकर पुसून टाकायच्या असतात,' हेच सत्य असते का? पण या माजी विद्यार्थ्यांची शक्ती वापरण्याबाबतही विचार करायला हवा.

दुसरा मुद्दा शिक्षकांबद्दलही जाणवतो. आमच्या तालुक्यातील आश्रमशाळा शिक्षकांसमोर एकदा दीर्घ व्याख्यान दिले आणि त्यात आदिवासी जमाती, त्यांची

संस्कृती याचा शिक्षणात कसा वापर करता येईल, यावर बोललो; तर ते शिक्षक इतके खूश झाले, की अजून एक व्याख्यान द्या म्हणाले. तेव्हा मला असे जाणवले, की आश्रमशाळा शिक्षकांना या मुलांचे वेगळेपण, या मुलांच्या समस्या, संस्कृती हे सारे समजावून सांगायला हवे आहे. आदिवासी शिक्षणावर काम केलेले दिवंगत दत्ताभाऊ सावळे यांनी ठाणे जिल्ह्यात एक शाळा काढली. मुलांना बाराखडी येईना, मुले नीट शाळेत बसेनात. ते वैतागले. एकदा मुलांची सहल जंगलात काढली. मुले एकदम हरखून गेली. डोंगर चढताना दत्ताभाऊ अडखळत होते. पाय सटकत होते आणि मुले मात्र त्यांना विविध झाडांची नावे सांगत होती आणि पुन्हा पुन्हा विचारीत होती. दत्ताभाऊ वैतागले. तेव्हा झाडावर चढलेला झिपर नावाचा एक मुलगा त्यांना म्हणाला, "मास्तर, आमचं बी असच होतं वर्गात ग, म, भ, न शिकताना......" मला हा प्रसंग विलक्षण भावतो. या मुलांना जे येते, त्याचा आधार घेऊन जोपर्यंत त्यांना शिकवत नाही, तोपर्यंत आश्रमशाळा प्रभावी होणार नाहीत व गळतीही थांबणार नाही.

त्याचप्रमाणे या मुलांशी जीवन कौशल्यांविषयी, त्यांच्या जगण्याविषयी, प्रश्नाविषयी बोलायला हवे. दत्ता सावळे या आदिवासी मुलांशी त्यांच्या शोषणाविषयी बोलायचे. एकदा ते मुलांना विचारतात,

'बाजारात गेल्यावर काय काय खरेदी केलं?' मुले वस्तूंची नावे सांगतात. मग ते विचारतात की, 'त्या वस्तूंचा भाव कोणी ठरवला.' मुले म्हणतात, 'दुकानदारांनी...' 'तुमचे वडील कोणत्या वस्तू विकतात? विकलेल्या वस्तूंची किंमत कोणी ठरवली?' मुले म्हणतात, की दुकानदाराने.....

आणि मुलांच्या लख्खपणे लक्षात येते, की आपण काही विकायला गेलो, तरी किंमत तेच ठरवतात आणि काही खरेदी केली, तरी किंमत तेच ठरवतात आणि त्यांना शोषण समजायला सुरुवात होते. दत्ता सावळेंचे भाष्य मोठे भेदक आहे, की आदिवासींचे शोषण म्हणजे करवतीने लाकूड कापण्यासारखे. करवत पुढे जातानाही कापते आणि करवत मागे जातानाही कापते. या पातळीवर जर आश्रमशाळेत संवाद झाले, तर आदिवासी शिक्षणात वेगळेच काही घडू शकेल. पावलो फ्रियरीने शिक्षणाकडून नेमकी हीच अपेक्षा व्यक्त केली होती.

आश्रमशाळेची गळती ही खूप मोठी समस्या आहे. मोठ्या संख्येने मुले शाळा सोडतात. ही गळती रोखायला या मुलांच्या जीवनशैलीचा, परंपरेचा वापर शिक्षणात करून घ्यायला हवा. अर्थात आदिवासींसाठी वेगळा अभ्यासक्रम मला मान्य नाही, कारण उच्च शिक्षणात सर्वांना एकच अभ्यासक्रम आहे. तेव्हा हाच अभ्यासक्रम शिकवणे योग्य आहे. शिकवण्यातून, सहशालेय उपक्रमातून हे घडवायला हवे. आश्रमशाळेचा रविवार दुपारचा वेळ पूर्ण मोकळा असतो. त्याचा वापर करायला हवा. चित्रकार मुले, गाणी म्हणणारी मुले, वाद्य वाजवणारी मुले यांना प्रशिक्षित

करायला हवे. त्याच वेळी ज्या मुलांना क्रीडा क्षेत्रात गती आहे, त्यांना पुढे न्यायला हवे. वनौषधी जमवायला न्यायला हवे; या मुलांच्या घरात म्हटली जाणारी गाणी, जुन्या लोककथा, जमातीचा इतिहास या मुलांच्या माध्यमातून संकलित करायला हवा. त्यातून नक्कीच या मुलांना शाळेची गोडी वाटेल.

महाराष्ट्रात आश्रमशाळा या दोन प्रकारच्या आहेत. एक आदिवासी मुलांसाठी चालवल्या जाणाऱ्या आदिवासी विभागाच्या आणि दुसऱ्या समाजकल्याण विभाग चालवतो त्या. अनेकदा हे माहीत नसते. आदिवासी आश्रमशाळा अनेक कारणांनी गाजतात, त्यामुळे त्या जास्त माहीत आहेत. समाजकल्याण विभागाच्या आश्रमशाळेत प्रामुख्याने भटके, विमुक्त मुले असतात. बाकी रचना, सरकारी व खासगी भ्रष्टाचाराचा मुद्दा, जेवणाचा दर्जा, शिक्षणाची अवस्था हे सर्व प्रश्न जवळपास दोन्ही प्रकारच्या आश्रमशाळांत सारखेच आहेत. फक्त फरक जागेचा असतो. आदिवासी आश्रमशाळा या दुर्गम भागात तर समाजकल्याण आश्रमशाळा या कमी दुर्गम नागरी भागात आहेत. त्यामुळे नैसर्गिक अडथळे कमी आहेत.

आश्रमशाळा या विषयाचा क्लायमॅक्स...

दिल्लीला केंद्रीय नियोजन आयोगाच्या समितीवर असताना विविध मंत्रालये बघायला जायचो. अशातच मनुष्यबळ विकास मंत्रालयाजवळच्या आदिवासी विभागाचा बोर्ड बघून वळलो. आश्रमशाळा हा जिव्हाळ्याचा विषय असल्याने आत गेलो.

देशपातळीवर आश्रमशाळेचे काम बघणाऱ्यांना भेटावे आणि तळातल्या आश्रमशाळा कशा चालतात, हे त्यांना सांगावे, असे ठरवले होते. खोली नंबर ४०१ इतकेच तिथे कळले. चौथ्या मजल्यावर १०० खोल्या ओलांडत जवळपास अर्ध्या तासाने तिथे पोचलो. जवळपास ५ वाजत आलेले. ऑफिस सुटायला जरी अजून पाऊण तास होता, तरीसुद्धा शाळेतली पोरे जशी शाळा सुटताना दप्तर आवरून बसतात, तसाच काहीसा सीन सर्वत्र होता..

अशा नको त्या वेळी नेमका पोचलो. तिथल्या आश्रमशाळा विभाग पाहणाऱ्या उपसचिव बाईंना मोबाइलचे मेसेज वाचताना मी डिस्टर्ब केले होते. देशपातळीवर आश्रमशाळा हा विषय त्यांच्याकडे होता. अतिदुर्गम भागातील बघितलेल्या आश्रमशाळा माझ्या डोळ्यांसमोर तरळल्या. तिथली उपाशी लेकरे आणि शिक्षणाची दुरवस्था हे सारे त्यांना मी माझ्या तोडक्यामोडक्या हिंदी, इंग्रजीत सांगू लागलो. माझ्या बोलण्याचा त्यांच्यावर काही परिणाम दिसेना. त्या घड्याळाकडे बघत होत्या.

माझी बकबक त्यांनी थांबवली आणि विचारले, "तुम कौनसे स्टेट से हो?"

मी मोठ्या अपेक्षेने म्हणालो "महाराष्ट्र."

त्या म्हणाल्या, "हम सिर्फ यहा फंड डिसबर्स करते है. उनका विनियोग कैसे

करे, ये तो उस स्टेट की बात है.''

मी म्हणालो, ''पर मॅडम, ये विनियोग यदी ठीक से नही होता, तो आपने देखना चाहिये.''

त्या म्हणाल्या, ''यदी आपको ये गलत लगता है तो आप महाराष्ट्र सरकार को क्यूं नही बोलते?''

या वादावादीत काही अर्थ नव्हता. मी माझ्या पिशवीतून माझे पुस्तक काढले. *'शाळा आहे शिक्षण नाही'* या पुस्तकात आश्रमशाळेतील विदारक चित्र असलेले फोटो आहेत. ते उपाशी मुलांचे फोटो, इमारती नसलेल्या आश्रमशाळांचे फोटो दाखवले आणि त्यांच्या चेहऱ्याकडे मी खूप उत्कंठेने अभिप्रायार्थ बघू लागलो.

त्यांनी थंडपणे ते फोटो मिटवून ठेवले आणि म्हणाल्या, ''इसमे नई बात क्या है? ये तो हम सब जानते है... इससे भी बहुत कुछ हम जानते है...''

हे ऐकताच आपण तळातले काहीतरी सांगायला आलो आहे, हा अहंकारच गळून पडला. मी म्हणालो, ''मॅडम, आप ॲक्शन क्यूं नही लेते..?''

वैतागून त्या म्हणाल्या, ''मैने आपको बोला ना, ये देखने की सब जिम्मेदारी स्टेट की है..''

पुन्हा चिकाटीने मी म्हणालो, ''ये देखने का आपको अधिकार तो है ना. आप वो अधिकार क्यूं नही इस्तेमाल करती?''

त्या म्हणाल्या, ''क्यूं नही.. क्यूं नही, हम तो हमेशा स्टेट मे जाते है।''

मी विचारले, ''तो आप बहोत स्कूल देखती होंगी?''

त्या म्हणाल्या, ''नही. स्टेट २ स्कूल सिलेक्ट करती है और हम वहा उनके साथ जाते है ।''

मी विचारले, ''पर मॅडम, वो तो बेस्ट स्कूल ही सिलेक्ट करेंगे ना?''

त्या हसून म्हणाल्या, ''ये तो होता ही है... लेकीन हम उनको उस बेस्ट स्कूलमेही बहोत प्रॉब्लेम दिखाते है और बोलते है, की तुम्हारे बेस्ट स्कूल यदी ऐसे है तो बाकी कैसे होंगे... तो वो सारे अधिकारी चूप हो जाते है।''

हे सारे त्या इतक्या गमतीने सांगत होत्या, की उपाशी लेकरे, शिक्षणाचा खेळखंडोबा, मुलींवर होणारे अत्याचार याचे काहीच गांभीर्य त्यांना नव्हते. शेवटी मी पुन्हा पुन्हा तेच तेच बोलतो आहे, हे लक्षात येताच त्यांनी मला महाराष्ट्राच्या आदिवासी सचिवांचे नाव सांगितले (जणू ते मला माहीतच नव्हते..!) आणि माझे बोलणे तोडून त्या उठल्याच. म्हणाल्या, ४ वाजेनंतर मी कुणालाच भेटत नाही. त्या ऑफिसखाली त्यांच्या घराकडे जाणारी बस लागते आणि ती हुकली, तर १० मिनिटे चालावे लागते. माझ्या डोळ्यांसमोर कामाला जाताना ५ किलोमीटर चालणारे आदिवासी आले.

थांबण्यात अर्थच नव्हता. मी त्यांना कार्ड मागितले. त्या म्हणाल्या, ''नही, हम

पब्लिसिटी नही चाहते.''

मला वाक्याचा अर्थच कळला नाही. मी खाली रस्त्यावर आलो आणि दिल्लीतल्या प्रचंड गर्दीचा भाग झालो. मनात आले, की ज्यांना शिक्षण आणि आश्रमशाळांवर थेट नियंत्रण ठेवण्याचा पगार मिळतो, ते पगार घेऊन इतके बेफिकीर झाले आहेत आणि गावोगावीच्या कार्यकर्त्यांनी आश्रमशाळा चालकांशी संघर्ष घ्यायचा. खरेच, आपलेच काही चुकतेय का? आपण उगाचच तिथे लक्ष घालतोय का? असे विचार निराशेपोटी मनात येऊ लागले. बसच्या गर्दीत स्वत:च्या क्षुद्रत्वाची भावना अधिकच गडद झाली. या व्यवस्थेच्या अवाढव्य यंत्राला आपण हलवणे दूरच पण हातही लावू शकत नाही, ही असहायता अधिकच अगतिक करत होती.

८०पेक्षा जास्त आश्रमशाळा मी बारकाईने बघितल्यामुळे या साच्यात काही सुधारणा होईल, असे मला खरेच वाटत नाही. यावर उपाय म्हणून मला वाटते, की आपण या आश्रमशाळा सरळ विसर्जित कराव्यात व ही मुले शहरी भागात आणून आश्रमशाळांचे वसतिगृहात रूपांतर करावे. ही सूचना धक्कादायक वाटेल, पण वस्तुस्थिती बघायला हवी. आज आश्रमशाळा दुर्गम ठिकाणी ठेवण्यातले तोटे काय आहेत?

दुर्गम ठिकाणी या शाळा असल्याने अधिकारी भेटी खूप कमी देतात. त्यामुळे जेवण व शिक्षणाचा दर्जा सातत्याने तपासला जात नाही. त्यामुळे दुर्गमतेचा गैरफायदा घेतला जातो. चांगले जेवण अनेक ठिकाणी दिले जात नाही. त्याचप्रमाणे शिक्षणाकडे दुर्लक्ष केले जाते. जंगलात या शाळा असल्याने सर्पदंश होण्याच्या घटना खूप घडतात. अलीकडेच ११० विद्यार्थी महाराष्ट्रातल्या आश्रमशाळांत केवळ सर्पदंशाने मृत्यू पावले. आश्रमशाळा या अशा काळात निर्माण झाल्या, की जेव्हा आदिवासी भागात प्राथमिक व माध्यमिक शाळा नव्हत्या, पण आता प्राथमिक शाळा एक किलोमीटरमध्ये पोचली आहे व किमान ५ किलोमीटरपर्यंत हायस्कूल आहे. आदिवासी मुलांना तोच अभ्यासक्रम शिकवला जातो, की जो पुणे-मुंबईत शिकवला जातो. त्यामुळे जर आदिवासी मुलांचा अभ्यासक्रम प्रकल्प हे आदिवासी भाग, जंगल यावर अवलंबून नसेल, तर या शाळा या दुर्गम ठिकाणी ठेवण्यात आता काय औचित्य आहे? पावसाळ्यात या जंगलातल्या शाळा चालवणे अतिशय जिकिरीचे असते. याचे कारण जंगलात पाऊस तीव्र असतो. पाऊस अनेक दिवस थांबत नाही. पत्रे असतात, त्यातून पाणी आत येते. थंडी प्रचंड असते. कपडे वाळत नाहीत. गिरण्यांतून धान्य दळले जात नाही. वीज अनेक दिवस नसते. मुले आजारी पडतात. दवाखाने जवळ नसतात. तेव्हा या शाळा आपण या जंगलात का ठेवतो आहोत? पूर्वी शिक्षक, कर्मचारी हे आश्रमशाळेत राहत. आज अपडाऊन इतके वाढले आहे, की १०० किलोमीटरवरून शिक्षक, कर्मचारी येतात. त्यामुळे या

शाळा तिथे ठेवणे, चालवणे मुश्कील झाले आहे. त्यामुळे असे सुचवावेसे वाटते की, या आश्रमशाळा तालुक्याच्या गावात आणल्या पाहिजेत. प्राथमिक स्तरावर शिक्षण हे मुलाने पालकांबरोबरच घ्यावे, कारण आज जिल्हा परिषदेच्या शाळा या प्रत्येक ठिकाणी १ किलोमीटरपर्यंत पोचल्या आहेत. त्यामुळे घराजवळच मूल शिकू शकते. पुन्हा आश्रमशाळेत ज्या सुविधा दिल्या जातात, त्या सर्वच आता जिल्हा परिषद शाळाही देतात. प्रतिविद्यार्थी ५००० रुपये सुवर्णमहोत्सवी शिष्यवृत्तीही दिली जाते. ती शिष्यवृत्ती आणखी वाढवली, तर पालक आणखी उत्साहाने मुलांना जिल्हा परिषद शाळेत पाठवतील.

त्याचे अनेक फायदे होतील. सर्पदंश व तीव्र पावसाळ्यात होणारे हाल यातून मुलांची सुटका होईल. इतर जातीच्या मुलांसोबत ही मुले शिकतील. त्यामुळे त्यांचे सामाजिकीकरण होईल. इतर मुलांशी ती स्पर्धा करतील. नागरी समूहाचा परिचय होईल, त्यामुळे मोठे झाल्यावर त्यांच्यात न्यूनगंड निर्माण होणार नाही. याचा अर्थ आदिवासी मुलांमधील त्यांची वैशिष्ट्ये पुसावीत, असे अजिबात नाही; पण ती जपताना नागरी समाजाशी संपर्क गरजेचा आहे. शिक्षणाची सोय तालुक्याच्या गावात असतेच. त्या गावातील खासगी व सरकारी माध्यमिक शाळेत ही मुले दाखल करावीत. यात शासनाचा एकाच वेळी दोन ठिकाणी शिकविण्याचा खर्च वाचेल. एकाच वर्गात ही नागरी व आदिवासी मुले शिकतील. ज्या प्रमाणात या मुलांच्या संख्येमुळे तुकड्या वाढतील, त्या प्रमाणात आश्रमशाळा शिक्षकांचे समायोजन माध्यमिक शाळांमध्ये होईल. दोघांची एकमेकांशी आंतरक्रिया होईल. ही मुले शहरी नागरी वातावरणात कसे राहावे, हे शिकतील. या वातावरणाची त्यांना भीती वाटणार नाही. आदिवासी विभागाकडे शिक्षणाचे काम पाहणारी स्वतंत्र यंत्रणा नाहीच, तेव्हा या निमित्ताने आदिवासी विभागाची शिक्षणाची जबाबदारीही कमी होईल. आश्रमशाळेने फक्त निवास व जेवणाची जबाबदारी घ्यावी. पुन्हा ही वसतिगृहे तालुक्याच्या गावी असल्याने अधिकारी सतत भेटी देतील. पत्रकार, सामाजिक कार्यकर्ते त्यावर नियंत्रण ठेवतील. शासनाला गावातील महिला मंडळे, बचतगट, कार्यकर्ते, ज्येष्ठ नागरिक यांची नियंत्रण समिती करणे शक्य आहे.

आश्रमशाळा या विषयावर टीकात्मक लिहिताना हेही मान्य केले पाहिजे, की आज आदिवासी भटक्या जमातीत जो एक मध्यमवर्ग निर्माण झाला आहे त्याचे श्रेय हे आश्रमशाळांना आहे. यामुळे आदिवासींमधील पहिली पिढी शिकली आणि सरकारी नोकरीत गेली. हे आश्रमशाळांचे ऐतिहासिक योगदान नोंदवावे लागेल, त्याचप्रमाणे आदिवासी व भटक्या मुलींच्या शिक्षणाचे प्रमाण केवळ आश्रमशाळांमुळे वाढले. मेळघाटात टेम्ब्रूसोडा या आश्रमशाळेत ६०० मुली आहेत आणि कोरकू या आदिवासी जमातीतील शिक्षण घेणारी ही पहिली पिढी आहे. ती शाळा बघताना अक्षरशः अंगावर शहारे आले. हे याच व्यवस्थेने घडवले आहे, हे कसे विसरता येईल?

परंतु माझी वेदना ही आहे, की गडचिरोली, चंद्रपूर, मेळघाट परिसरांत मला ५२ गावे अशी आढळली, की गावात ५० वर्षांपासून शाळा आहे; पण गावात सातवी पास तरुण नाही. आश्रमशाळांच्या काम करण्याच्या पद्धतीमुळे शालाबाह्य मुलांची संख्या वाढली आहे. पालक मुले दाखल करतात, अनेक मुलांची गळती होते आणि शाळा ती मुले हजर करण्याचा प्रयत्न करत नाहीत. जेवणाचा दर्जा व इतर कारणाने या मुलांची गळती होते.

याचा अर्थ केवळ सुविधा देऊन उपयोग नाही; तर त्या प्रभावी, मानवी चेहऱ्याच्या, संवेदनशील कशा बनवायच्या; ही आजची समस्या आहे.

❑

१०.
वीटभट्टीतले आणि उसाच्या थळातले जग....

वीटभट्टी... दृश्य नेहमीचेच... संध्याकाळ झालीय. पुरुष मांडीपर्यंत चिखलात उभा. एकीकडून नळीने पाणी सोडलेले. दुसरीकडे बायको पाटी भरून लाकडाचा भुसा आणि कोळशाचा चुरा टाकते आहे. हातातल्या खोऱ्याने चिखल ओढते आहे. संध्याकाळ होऊ लागल्याने थंडीचा कडाका जाणवतोय. थंडगार पाण्याच्या चिखलात तो उभा आहे. त्याचे रांगणारे पोरगे धुळीने माखलेय. सर्दीने त्याचे नाक गळतेय. कामाच्या गडबडीत तो पुरुष पोराला उचलण्याचे बायकोला सांगतोय.

खोरे ओढून ओढून आता इतक्या थंडीतही त्याच्या कपाळावर घाम जमा झालाय. तो अगदी पहाटे ३ वाजताच उठलाय. बायको आणि तो दोघेही पहाटे ४ वाजेपासून अंधारात विटा पाडायला लागलेत. चिखल आदल्या दिवशीच मळलेला होता. तो विटा पाडून देतोय. बायको त्या उचलून समोर लांब जाऊन लावतेय. इतक्या थंडीत गार पडलेल्या चिखलात हात घालायचा. सूर्योदयापर्यंत बरेच काम ओढलेय. विटा पाडायला पायावर उपडे बसून त्याची कंबर-पाठ दुखू लागलीय. १००० विटा उचलताना तिला २००० वेळा वाकावे लागतेय... आता ऊन वाढू लागलेय. पहाटेपासून काम करत असल्याने दोघांना थकवाही जाणवू लागलाय. तो थोडा वेळ विश्रांती घेतो, पण बाईला कसली विश्रांती...

पोरे उठल्यावर बाईला त्यांचे आवरायचेय, स्वयंपाकाचे बघायचे. तिला प्रत्येक वीट उचलताना वाकावे लागतेय आणि ठेवायला एकदा वाकावे लागतेय. पोरे आता उठलीत, चहा झाला, जेवणाची तयारी करतेय. पुन्हा विटेला जुंपली. ११ वाजत आलेत. १००० विटा कशाबशा झाल्या. मालकासाठी आणखी १०० विटा करायच्यात. त्या करताना दोघांनाही संताप आलाय, पण काय करणार! १००० विटांमध्ये तूटफूट म्हणून मालकाने १०० विटा हक्काने घ्यायच्या. म्हणजे ११०० विटा दिल्या, तरच १००० विटा मोजल्या जाणार. तूटफूट म्हणजे वाळल्यानंतर वाहतुकीत विटा फुटतात म्हणून. खरे तर एकदा विटा बनवून दिल्यावर त्या विटा

मालकाच्या मालकीच्या होतात, पण तरीही तूटफूट कामगाराच्याच बोकांडी... ही फसवणूक वर्षानुवर्षे चालू आहे. एक मजूर महिन्याला ३०,००० विटा पाडतो आणि वर्षात १ लाख ८०,००० विटा करणार म्हणजे १८००० विटा फुकट मालकाला द्यायच्या...हे कष्ट मालक चोरणार. हिवाळ्यात तरी विटा पाडण्याचे काम खूप होते, उन्हाळ्यात तर घामाने तेवढेही होत नाही.

दुपारी जेवण झाले. तो झोपी गेला. पहाटेपासूनचे जागरण आणि कष्ट. तासा-दीड तासातच बायकोने उठवले. पुन्हा दुसऱ्या दिवशीचा चिखल मळायचा होता. अंधार पडेपर्यंत तो तेच करत होता. चरकातल्या बैलासारखे जगणे झाले होते. कशाचे पोरांचे शिक्षण आणि कशाचे काय...

पोरांचे शिक्षण वीटभट्टीवर सती जात होते...

कुठेही वीटभट्टी दिसली, की मी मजुरांची चौकशी करायचो. आजपर्यंत आमच्या तालुक्यातल्या प्रत्येक भट्टीवरच्या प्रत्येक मजुराशी बोललोय. बाहेरगावी गेलो, तरी तिथल्या मजुरांशी बोलतो. गावे बदलली, तरी काही गोष्टी बदलत नाहीत. कुठेही एकही कामगार रिकामा बसून माझ्याशी बोललेला दिसला नाही. तो एकतर चिखल मळताना बोलतो किंवा विटा पाडताना.

त्यांच्या पार्श्वभूमीतही फार फरक आढळत नाही. सगळे एकतर आदिवासी जमातीचे किंवा शेतमजूर असतात. जमीन बहुधा नसतेच. असली तरी अत्यल्प व कोरडवाहू असते. त्यामुळे दिवाळीनंतर गाव सोडावेच लागते. स्वतःचे घरही अपवादानेच आढळते. ग्रामपंचायतीच्या घरकुल योजनेतही सर्व जण सामावलेले नसतात. मुळात गावात फारसे राहत नसल्याने त्यांना कोण विचारणार? सरपंचांवर दबाव टाकण्याइतके यांच्याकडे असतेच काय?

पुन्हा इतर खर्चाचे फटकेही खूप बसतात. मी ३०० कामगारांचे सर्वेक्षण केले, तेव्हा आढळले की या कामगारांची गाव सोडून खरेतर या कामासाठी येण्याची इच्छा नसते. पण कुटुंबात लग्नकार्य झाले, की ७० हजार ते २ लाखांपर्यंत खर्च झालेला असतो. पुन्हा अधूनमधून आजारपणाचे संकट असते. असा मोठा फटका बसला, की कर्ज काढावेच लागते आणि उचल घ्यावी लागते. कर्ज फेडायला वीटभट्टीत रक्त जाळावे लागते. गावात कोणतीच प्रतिष्ठा नसलेली ही हरलेली माणसे गावे सोडतात. त्यांचा निरोप समारंभ होत नाही की ज्या गावात ते जातात, तिथे कुणी स्वागत करत नाही.

ही माणसे ऊस तोडायला का जात नसतील? तेव्हा उत्तर मिळाले, की वीटभट्टीच्या कामातले स्वातंत्र्य त्यांना महत्त्वाचे वाटते. ऊसतोडीत एकमेकांवर अवलंबून राहावे लागते. गटात काम करावे लागते. इथे म्हणजे पत्नी व तोच. हे स्वातंत्र्य त्यांना मोलाचे वाटते.

त्यांच्या मुलांच्या शिक्षणाचा अभ्यास करताना या मजुरांच्या आर्थिक आणि

सामाजिक परिस्थितीचा अभ्यास केला, तेव्हा हे सारे लक्षात आले. मुले गावाकडे ठेवावी, तर गावाकडे कुणी नसते. ऊसतोड कामगारांच्या मुलांसाठी वसतिगृह योजना आहे, पण ती कुणी यांच्या मुलांसाठी राबवत नाही. पुन्हा इथे वीटभट्टी गावापासून लांब. शाळा गावात असते. लहान मुलांना कसे पाठवायचे, हा प्रश्न असतो. जरी प्रशासनाने तिथे शिक्षक पाठवायचा म्हटले, तरीसुद्धा एका भट्टीवर ५ कामगार म्हणजे ५ ते ७ मुले. शिवाय वेगवेगळ्या वर्गातली. यावर दोन-तीन जवळच्या भट्ट्या एकत्र करणे शक्य आहे, पण ही इच्छाशक्ती कोण दाखवणार? तूर्तास विटा, भुसा, कोळसा वाहायला मुले हवीच आहेत. मग कशाला शाळेची बात...

वीटभट्टी मजुरांचा अभ्यास करताना मी प्रत्येक मजुराची माहिती गोळा करत होतो.

"बाई, नाव सांगा."

"लक्ष्मी."

"वय सांगा."

"असेल काहीतरी..."

"बाई, नीट सांगा."

वीटभट्टीचा मालक म्हणतो, "लिहा सर, ४०."

"बाई, लग्न झालंय का?"

"झालंय."

"माहेरचं गाव कुठलं?"

बाई गप्प.

"बाई, लवकर सांगा. मला पुढच्या भट्टीवर जायचंय."

"अहो बाई, माहेर म्हणजे तुमच्या वडलांचं गाव सांगा."

बाई गप्पच. मी वैतागतो. मालक तिला तोच प्रश्न सोपा करून सांगतो.

"आता कोणतं गाव सांगू? अहो, मला गाव नाही."

सगळे हसतात, "म्हंजी, तू काय आकाशातून पडली का?"

आता ती रडवेली झालेली. "खरंच, मला गाव नाही. माझा जन्म वीटभट्टीवर झाला. तेव्हा बाप वेगवेगळ्या भट्ट्याच फिरत होता. माझ्या जन्मानंतरही आम्ही भट्ट्या बदलत राहिलो."

"अगं, पण भट्टी संपल्यावर पावसाळ्यात कोणत्या तरी गावात जात असाल की..."

"नाही ना. आम्ही विटा विकायला, ट्रॅक्टर भरायला तिथंच राहायचो. तसंच आता वर्षभर राहतो." पुढं ती म्हणाली, "माझा जन्म भट्टीवर. माझं गाव भट्टी आणि सासर भट्टी... माहेरसुद्धा वीटभट्टी. माझं लग्नही भट्टीवर झालं आणि आतासुद्धा

भट्टीवरच राहते. मग कोणतं गाव सांगू?"

सारेच थरारले. काय बोलावे, तेच कळेना.

डॉ. आंबेडकर गांधींना म्हणाले होते, "आय हॅव नो मदरलँड."

ती वेदना वेगळ्या अर्थाने मी समोर बघत होतो. गाव म्हणजे आपली ओळख असते. भावविश्वातली हळुवार जागा असते. आपला भूतकाळ असतो. सवंगडी असतात. यातले काही काही तिच्या नशिबी नव्हते. एक सरळसोट, कोरडेठाक आयुष्य तिच्या वाट्याला आले होते.

मुले शाळेत का घातली नाही? हे विचारायची हिंमत झाली नाही.

कोणत्याही प्रशिक्षणात शाळाबाह्य मुलांचा विषय निघाला, की शिक्षक हमखास म्हणतात, "सर, तुम्ही आमच्या इतके मागे लागता, पण पालकांना काहीतरी शिक्षा असली पाहिजे. पालकांनी मुलांना शाळेत पाठवलं नाही, तर त्यांचं घरकुल काढून घ्या. त्यांचं रेशनकार्ड रद्द करा. दारिद्र्यरेषेचं कार्ड रद्द करा." मला व्यक्तिश: पालकांवर काहीतरी धाक असला पाहिजे, ही भूमिका मान्यच आहे.

हेच डोक्यात ठेवून एकदा एका वीटभट्टीवर गेलो. दोन मुले खेळत होती.

"पोरांनो, शाळेत जाता का?"

"नाही जात."

"तुमचे वडील कुठंयत?"

"ते तिकडं चिखुल मळत्येत."

तणतणत त्या बापाकडे गेलो. कडेला इतर कामगारांची गर्दी झाली. मी म्हणालो, "तुम्ही मुलं शाळेत पाठवत नाही. तुमच्यावर कडक कारवाई होईल."

तो चाचरत म्हणाला, "म्हणजे तुम्ही काय कराल?"

मी म्हणालो, "काय कराल म्हणजे तुझं घरकुल काढून घेऊ."

तो म्हणाला, "खुशाल काढून घ्या."

"तुझं रेशनकार्ड काढून घेऊ."

"खुशाल काढून घ्या."

"तुझं दारिद्र्यरेषेचं कार्ड काढून घेऊ."

"खुशाल काढून घ्या."

माझा संताप वाक्यागणिक वाढत गेला. मी मालकाला म्हटले, "हा भलताच उर्मट दिसतोय."

तो कामगार म्हणाला, "साहेब, तुम्ही म्हणताय हे काढून घेईल, ते काढून घेईल. पण यातलं आपल्याकडे काहीच नाही, तर तुम्ही काय काढून घ्याल?" माझा चेहरा पाहण्यासारखा झाला.

आपल्या सूचना, उपाय किती मध्यमवर्गीय असतात. प्रश्न कधीकधी त्याही पलीकडचे असतात. अशा पालकांना आपण काय शिक्षा करणार आहोत?

शालाबाह्य मुलांचे काम करताना मला काही वेळेस पराभवालाही सामोरे जावे लागले. या मुलांबाबत कोटी, लाख ही संख्या वापरणे हे खूप सोपे आहे. पण एकएका मुलाच्या आयुष्याला भिडणे म्हणजे त्या समाजवास्तवाला भिडणे असते, याचा अनुभव अनेकदा आला. वीटभट्टीवरचा हा अनुभव.

माया... मला गेली ८ वर्षे छळणारे हे नाव. मायाला शाळेत टिकवण्याचा प्रयत्न सतत ८ वर्षे करूनही ती शाळेबाहेरच राहिली. मी ८०० मुले शाळेत बसवल्याचे श्रेय घेतो, पण एका पारड्यात ८०० मुले दाखल केल्याचा माझा शैक्षणिक, सामाजिक अहंकार आणि दुसऱ्या पारड्यात मायाला शाळेत बसवण्याचे माझे अपयश.

'सर्वशिक्षण अभियाना'त काम करायला लागल्यावर वीटभट्ट्यांवर मी फिरायचो. आमच्या गावात भिल्ल नाईक जमातीची माणसे वीटभट्टीवर काम करतात. या माणसांची मुले शाळेत अपवादानेच जातात. भट्टीवर ४ ते ५ मुले खेळत होती. मे महिना. रणरणते ऊन. समोर नदीचे वाहणारे पाणी. माया नदीतून पोहून तशीच ओल्या कपड्याने माझ्यासमोर आली. वय वर्षे ७. चेहऱ्यावरून पाणी निथळताना डोळ्यांतली चमक आणि चेहऱ्यावरचा आनंदी स्वभाव लपत नव्हता. थोड्या वेळाने सगळी लहान मुले एकत्र केली. शाळेत कुणीच जात नव्हते. भट्टीमालकाला बोललो. तो या मुलांना जून महिन्यात शाळेत घालायला तयार झाला. पालकही तयार झाले.

मे महिन्यात आमच्या ऑफिसातही फारसे काम नव्हते. तेव्हा मी व माझ्या बायकोने ठरवले, की रोज दुपारी आपण यांना शिकवायचे. तेवढीच शाळेची तयारी होईल. आमचा मुलगा मायाच्याच वयाचा. त्यामुळे तोही येऊ लागला. त्यालाही हे मित्र मिळाले. पहिला काही वेळ या सर्वांना गोळा करण्यात जायचा. माया तिच्या मित्राबरोबर हमखास पाण्यात पोहत असायची. आम्हाला बघितले, की दोघेही पाण्यात सूर मारायचे आणि पाण्याखालून पोहत लांब जाऊन हसायचे. कडेला येताना ते पाण्याला घाबरणाऱ्या आमच्या मुलाची गंमत करायचे. त्याला कधी कधी पाण्यात ओढायचे. तो घाबरून ओरडला की मोठ्याने हसायचे... मासा शोधून आणून दाखवणे, हा रोजचाच खेळ होता. त्यांचे कौशल्य बघितले, की आपण आपली मुले सुरक्षिततेच्या नावाखाली किती बनचुकी करतो आहोत, असेच मला वाटायचे. ते काठावर आले की नंतर मग वीटभट्टीवर आमची शाळा सुरू होणार. खूप प्रयोगशील शाळा बघितल्यावर आता मला प्रत्यक्ष कार्यवाही करून बघायला मिळत होती. तेव्हा वाचन-लेखन शिकवण्याच्या नव्या नव्या पद्धती मी वापरून बघायचो आणि चक्क ही मुले वाचनाच्या दिशेने प्रगती करायला लागली...

मायाच्या जन्मानंतर तिच्या बापाने आईला सोडले. आईचे आता हे दुसरे लग्न. मुलाच्या आशेने या नवऱ्याकडून तिला रांगेने ५ मुली झाल्या. मायाच्या आईचे वडील याच भट्टीवर कामाला होते. हळूहळू मायाचे आजी-आजोबा, आई-वडील

यांच्या कुटुंबाचे प्रश्न लक्षात आले. त्यांना रेशनकार्ड, जातीचे दाखले मिळवून देणे गरजेचे आहे, हे लक्षात आले. कागदपत्रे जमवली. तहसीलदार कचेरीत जमा केली. एक दिवस तहसील कार्यालयात कळले, की ती सगळी कागदपत्रे हरवली होती... तहसीलदारांशी खूप भांडलो. पेपरला बातम्या दिल्या. दोन दिवसांत तलाठ्याने सर्व कागदपत्रे गोळा करून रेशनकार्ड व जातीचे दाखले भट्टीवर आणून पोच केले होते. मला आश्चर्यही वाटले आणि विषादही. पेपरला बातम्या आणि तक्रारी केल्यावर इतक्या वेगाने पळणारी ही यंत्रणा या माणसांना एकटे गेल्यावर दारात तरी उभी करील का?

रेशन मिळायला लागले. मुलांना जून महिन्यात शाळेत दाखल केले. मला वाटले, चला प्रश्न मार्गी लागला. पुढे काही दिवसांनी भट्टीवर गेलो, तर भट्टीवर शांतता. मालकाला विचारले. मालक म्हणाला, "त्यांना कोण मालक? तेच त्यांच्या मनाचे राजे. गेले असतील कुणीकडे..."

अनेक महिन्यांनी शोध लागला. ते जवळच्या भट्टीवर आहेत. तिथे गेलो. खूप बोललो. मायाची शाळा सुटलेली. पुन्हा जवळच्या शाळेत दाखल. असे शाळा बदलणे, भट्टी बदलणे काही थांबेना. एका वर्षी जून महिन्यातच भट्टीवर गेलो. मायाचे आई-बाप, आजी बसलेले. मायासह ४ मुलींना घेतले आणि एका आश्रमशाळेत नेले. मायाच्या आईला एकदम ४ पोरींची शिक्षणाची सोय झाल्यापेक्षासुद्धा ४ पोरींच्या जेवणाची सोय झाल्याचा जास्त आनंद झाला. माया आश्रमशाळेत बंद केल्यावर आता चिंता मिटली, असे वाटले... पण तिच्या आजीला भलतेच सुचले. तिने सुट्टी काढून मायाला नवस फेडायला आणले. नवस होता, खंडोबाशी लग्न लावायचा. माया लहानपणी आजारी होती. तुझ्याशी लग्न लावेल, असा नवस आजी बोलली होती. भट्टीवर लग्नाचा कार्यक्रम. मला निमंत्रण आले. गेलो.

सगळीकडे भंडारा उधळून पिवळेधम्मक झालेले. लहानशी माया नटलेली. खंडोबा नवरा म्हणजे काय, हे तिला काहीच कळेना. मला बघितल्यावर तर अधिकच लाजली. लग्न लागले. वऱ्हाड जेवून पांगापांग झाली. आजीला बाजूला घेतले. म्हटले, "हा वेडेपणा आहे..." आजी म्हणाली, "सर, तुमचा नसंल भरवसा. पण आमचं लेकरू खंडोबानं वाचवलंय. त्याच्याच स्वाधीन तिचं जगणं." मला एकदम यल्लम्मा देवी आणि तिथल्या बायकांची परवड आठवली...सरकन काटा आला. म्हटले, "म्हणजे तिला आता जेजुरीला पाठवणार...?" हसल्या, म्हणाल्या, "सर, नाही हो... लेकरू इथंच तर राहणार." न जेवताच मागे फिरलो. लहानपणची पाण्यातून सूर मारून मासा काढून देणारी माया डोळ्यांपुढे आली. आज तीच मासा होऊन भलत्याच जाळ्यात सापडली होती.

माया पुन्हा आश्रमशाळेत. पण हळूहळू रविवारी घरी यायची. कुठे जागरण-गोंधळाच्या कार्यक्रमाला जायला लागली. आश्रमशाळेत गैरहजेरीच्या तक्रारी

वाढल्या. कार्यक्रमात ती हळूहळू नाचूही लागली. लहान मुरळी म्हणून कौतुक व्हायचे. खंडोबाची सेवा करते म्हणून मायाच्या हातात पैसा यायला लागला. पैसे मिळायचे आणि आजीला आनंद. आश्रमशाळेतून तक्रारी यायला लागल्या. ती जवळच्या दुकानातून गुटख्याच्या पुड्या घेऊन खाते. इतर मुलींशी अचकट विचकट बोलते. सतत मेकअप करते. इतर मुली तिच्यासारख्या नटतात. तिच्या इतर ३ बहिणी शिकवा, या तडजोडीवर तिला पुन्हा घरी आणली. तिच्या वडलांशी बोलायला जावे, तर ते म्हणायचे, ‘‘माया माझी नाहीच. ती पहिल्या बापाची. तिचं मला काहीबी नका सांगू.’’

कुटुंब सिन्नर तालुक्यात गेल्याचे कळले. अशीच २ वर्षे गेली आणि एक दिवस मोठी झालेली माया मला भट्टीवर दिसली. सगळ्यांचेच अवतार २ वर्षांत बदललेले. मला कुणी ओळख दाखवेना. कळले, की माया तिकडे असेच जागरण-गोंधळाचे कार्यक्रम करत फिरायची. माझ्यासमोर मुद्दाम गळ्यातले मंगळसूत्र नाचवत बसली होती...

आठ दिवसांनी मायाची आई-आजी मला रात्री शोधत आल्या. मायाच्या बापाकडे एक सीमकार्ड सापडल्याने मोबाइल चोरीच्या गुन्ह्याखाली त्याला अटक झालेली. गावातील माणसांनी बेदम मारलेले. तो बेकसूर असल्याचे त्या सांगत होत्या. त्याचा एक लांबचा नातेवाईक मुक्कामाला आला. त्याच्याकडेच ते सीमकार्ड होते वगैरे. पोलिसांनाही खरा आरोपी सापडला होता. एका पत्रकार मित्राच्या मदतीने पोलिसांना सांगितले. पोलिसांनी दंडाधिकाऱ्याची समज देऊन सोडवले. भट्टीमालक म्हणाला, ‘‘बाबा, तुला सोडवायला लई खर्च झालाय. आता कामातून फेड.’’ मालकाने पुन्हा उपकाराच्या ओझ्याखाली त्याला दाबला.

आता कुटुंब पुन्हा माझ्याकडे भक्तिभावाने पाहू लागले आणि उपकाराची फेड म्हणून माया पुन्हा शाळेत जायला लागली... पण काही दिवसच. जंगलात एका ठिकाणी त्यांची शेतजमीन होती. तिथे दूर डोंगराच्या पायथ्याशी जाऊन ते राहायला लागले. एक दिवस बघायला गेलो. दूर डोंगराच्या पोटाला एकटीच झोपडी. दाट झाडी. शेती कसायला ना बैल ना नांगर. केवळ हातची जमीन अतिक्रमणात जाऊ नये म्हणून जाऊन राहिलेले. तिथे लाईट नाही की पाणी नाही. जवळच्या एका खेड्यात शाळा होती. मायाला तिथे तरी पाठवा म्हणत राहिलो. पण एकटी कशी जाणार म्हणत टाळत राहिले. पुन्हा माझी गरज लागलीच. एक दिवस सकाळीच फोन. कुठूनतरी दुकानातून लावलेला. रडक्या आवाजात सांगत होते, ‘‘सर, आपली शेळी वाघानं खाल्ली हो.’’ मी माझ्या फोटोग्राफर मित्र गोरख घोडकेला घेऊन गेलो. झाडांच्या मधोमध शेळी पडलेली. घरातला माणूस गेल्यावर बसावे, तसे रडवेलेच चेहरे करून सारे बसलेले...आम्ही फोटो काढला. पशुवैद्यकीय अधिकाऱ्याचे प्रमाणपत्र घेतले. वनअधिकाऱ्यांची माणसे पाठवली आणि ३००० रु. मिळतील

असे प्रकरण केले... या भांडवलावर मी पुन्हा मायाला शाळेत पाठवायला तयार केले. त्या शाळेने कौतुकाने तिच्या स्वागताचा कार्यक्रम केला. एकदा खूप दिवसांनी मायाचे वडील रस्त्यात भेटले. मी विचारले "शेळीचा चेक मिळाला का...?"

तो म्हणाला. "चेक मिळाला, पण पैसे मिळत नाहीत." मला कळेनाच. ते म्हणाले, "पैसे जमा करायला बँकेत खातं उघडा. बँकेत गेलो तर ते म्हणाले, रेशनकार्ड पुरावा म्हणून आणा किंवा रहिवासी दाखला. तुम्ही दिलेलं कार्ड तेव्हाच हरवलं. तलाठी रहिवासी दाखला देत नाही. त्यामुळे बँकेचं खातं उघडता आलं नाही. यात ६ महिने संपले आणि चेक आता बाद झाला." शेळी मारल्यावर फोटोग्राफर नेऊन वनखात्याची माणसे पाठवून कसेतरी प्रकरण केले आणि त्याचा शेवट हा असा झाला.

दरम्यान माया पुन्हा शाळेबाहेर...

शेवटी मीच आता शिक्षक म्हणून शाळेवर आलो. म्हटले, चला आता मीच बघतो, कशी शाळेत बसत नाही ते. त्या शाळेकडून दाखला मागवला. प्रत्यक्ष शिक्षक म्हणून तिला आता सातव्यांदा शाळेत दाखल केले. माया वयाने कमी पण अनुभवाने मोठी. जागरण-गोंधळाची कामे करून नजर उघडी झालेली. माया त्या लहान पोरींमध्ये रमेना. एक दिवस काही पोरींनी तिला त्रास दिला, तेव्हा तिने जिवंत उंदराची पिल्ले शाळेत आणली आणि त्या पोरींच्या दप्तरात टाकली. सगळ्या वर्गात हलकल्लोळ. त्या मुलींचे पालक भांडायला शाळेत आणि सगळ्यांच्या दृष्टीने माया खलनायिका झाली. पुन्हा काही दिवस शाळेबाहेर. तिची आजी आता वेगळी राहत होती. ती तिला घेऊन गेली. आजी तिला कधी कामाला पाठवायची, तर कधी नाचायला. ती मुरळी म्हणून वाघे आता त्यांच्या घरी येत. तिचे भावविश्वच बदलले. आजीचे दारू प्यायचे प्रमाण वाढले. आता ती जीन पँट, टी शर्टमध्ये दिसू लागली. तिच्याबाबत लोक काही वाईटसाईटही बोलायला लागले. एकदा पुलावर भेटली. सगळे नाते विसरून मला फाडफाड बोलली. म्हणाली, "मला नाही शिकायचं. माझा खंडोबा माझं बघून घेईल. तुम्ही मला पुन्हा शाळेत बोलवायचं नाही."

शेवटचा पर्याय कायद्याचा होता. पोलिस स्टेशनला अर्ज दिला. लहान मुलींचा मुरळी म्हणून गैरवापर होतो आहे. ते म्हणाले, "प्रत्यक्ष जागरण-गोंधळ सुरू असताना आम्हाला सांगा. आम्ही तिथे येऊन तिला ताब्यात घेऊ." आता घरात शुभकार्य असताना कोण आम्हाला कळवणार आणि म्हणणार की, या पोलिस घेऊन आणि बंद पाडा आमचा कार्यक्रम. अंधश्रद्धा निर्मूलनाच्या कार्यकर्त्यांनी सापळा लावायचे ठरवले.

एक मधला मार्ग निघाला. मित्र वसंत मनकर व गजे सर वकील म्हणाले, "तिच्या आईनं अर्ज दिला, तर तिची मालकी आईकडे येऊ शकते. तिचा गैरवापर तर टळेल." रात्रीच्या वेळी वीटभट्टीवर गेलो. आई मासे विकत होती. तिला कायदा समजून सांगितला. ती म्हणाली, "कशाला तिला इथं आणता. माझ्या बाकीच्या

पोरी बिघडवायला? ती अचकट-विचकट बोलते. राहू द्या तिला तिकडेच.'' खूप संतापलो. म्हटले, ''दारूसाठी तिची आजी तिला विकून टाकील.'' तिला काहीच फिकीर नव्हती. तिच्या काकाशी बोललो, तर तो दारूच्या नशेत. माझ्यासोबत वकील आहे म्हटल्यावर तो त्याचेच दुःख सांगत बसला. शेवटी तिचा एक मामा औरंगाबादला असतो. त्याच्याशी बापाने संपर्क केला व कायदेशीर प्रकरणातून सुटका केली. मामा आला व मायाला घेऊन गेला. त्याला फोन केला तर शाळेत घालतो म्हणाला.

पण तिथून काही महिन्यांतच गुपचूप तिला इथे आणले आणि पुन्हा जागरण-गोंधळ, रात्रीचे लोक येणे सुरू झाले. तिच्या आजीला आणि मामाला पैशाची चटक लागली होती. ती इथे आल्याची माहिती ४ महिन्यांनी मिळाली. १३ वर्षांची ती आता ५ महिन्यांची गरोदर होती. ॲबॉर्शनही शक्य नव्हते. बाळंत होताच पोलिसांना कल्पना दिली. पोलिस सतत बंदोबस्त आणि इतर कामे सांगत राहिले. बाळंत झाल्यावर तिला रक्तस्राव खूपच झाला. शेवटी एक दिवस सतत पाठपुरावा करून पोलिसांच्यामार्फत तिला ताब्यात घेतले. आम्ही सगळे तिच्या खोपटावर गेलो, तेव्हा ती झोपडीत बसली होती. तिच्या आजीने नेहमीप्रमाणे आरडाओरडा केला. तिला वाटले, की आपली नात शाळेत जात नाही म्हणूनच पोलिस आले आहेत. सर्वांना पोलिस स्टेशनला आणले. पोलिसांनी कोणतेच पुरावे नाहीत म्हणून टाळाटाळ केली, पण आम्ही पत्रकारांची मदत घेतली आणि सर्व चॅनलवर दिवसभर ठळक बातमी झाली आणि मग लगेच गुन्हा दाखल झाला.

माजी आमदार विवेक पंडित येऊन गेले. तेव्हा खूप मोठा सामाजिक प्रश्न यात गुंतलेला असल्याचे लक्षात आले. मुरळी आता महाराष्ट्रात शिल्लक नाही, असा शासनाचा दावा आहे. तो दावा खोटा असल्याचे आमच्या या प्रकरणाने उघड झाले. पण इतके प्रकरण गाजूनही शेवटपर्यंत मुख्य आरोपींना अटक झाली नाही. फक्त तिची आजी व जे गोंधळाच्या कार्यक्रमाला न्यायचे, ते वाघ्या-मुरळी यांनाच पकडले गेले. पुढे तिला आणि तिच्या मुलीला जवळच्या महिला आश्रमात ठेवले. तिथे सतत भेटायला जावे लागायचे. कारण ती खूप त्रास द्यायची. एकदा तिथून पळून जायचा प्रयत्न केला. सर्वोदय नावाच्या एका जुन्या गांधीवादी संस्थेतल्या त्या महिला कर्मचाऱ्यांचे विलक्षण कौतुक वाटते. इतक्या अल्प मानधनात बिचाऱ्या त्या प्रत्येक मुलीची काळजी घेतात. एकदा मायाने तिच्याच लहान मुलीचा गळा दाबण्याचा प्रयत्न केला. पण त्या संस्थेने तिला जीव लावला. पुण्याच्या एका देशपांडे नावाच्या गृहस्थांनी तिच्यासाठी ५००० रुपये पाठवले.

माया आजीला भेटायला व्याकूळ झाली होती. आपली आजी आपल्यामुळे तुरुंगात आहे, याचे तिला खूप दुःख व्हायचे. याचा फायदा तिच्या वकिलाने उचलला. त्याने तिला आजीला सोडवण्यासाठी कशी साक्ष द्यायची, हे पढवले

आणि ती तसेच बोलली. माझ्यावर अज्ञात व्यक्तीने अत्याचार केला, आजीचा काही दोष नाही, असे म्हणाली. केसच संपली आणि सर्व आरोपी निर्दोष सुटले.

आठ वर्षे लढून त्याचा हा शेवट झाला. मी स्वत: माझ्या धडपडीचा ८ वर्षे लढून झालेला हा एक पराभव मानत होतो. तिला वेगवेगळ्या शाळांत दाखल करून हा त्याचा शेवट. आपण मुलींची शिक्षणगळती लाखोच्या संख्येत बोलतो. पण त्यातील प्रत्यक्ष एका एका समस्येला भिडणे किती कठीण आहे, ही जाणीव या प्रकरणाने करून दिली. एक एक शालाबाह्य मुलगी अशी एक एक समस्या. आपण कसे भिडणार आहोत या एक एक समस्येला? नुसत्या या विचारानेच थकायला होते. माया वीटभट्टीवरची मुलगी होती, पण अशा अनेक माया ठिकठिकाणी दिसतात.

उसाच्या थळातले जग

वीटभट्टीवरच्या कामगारांसारखेच ऊसतोड कामगारांचे वेगळेच विश्व. हे कामगार पहाटेच निघालेत. बैलगाडीच्या किणकिणाटाशिवाय रस्त्यावर कसलाच आवाज नाहीये. बैलगाडीत बाईच्या मांडीवर तिचे लहानगे पेंगुळलेय. त्याची धड झोपही पूर्ण झाली नाही. अंगात स्वेटर नाही की कानटोपी नाही. बापाच्या धाकाने गुपचूप उठून गुमान पहाटेच्या कडाक्यात बैलगाडीत चढलेय. निर्मनुष्य रस्त्यावरून गावातून जाताना बंद घरांतून सुखात झोपलेल्या मुलांची तुलना ती आई नकळत आपल्या लेकराशी करतेय. तिकडे स्वेटर, कानटोपी आणि दुलईत झोपलेले लेकरू, आणि इथे बैलगाडीत ठेचकाळत थंडीत कुडकुडणारे तिचे लेकरू.

रात्रभर थंडी होती की नाही, हे तिला अतीव श्रमाने झोप लागल्यावर समजले पण नाही. पहाटे तीन वाजता तिला उठावे लागलेय. काटक्याकुटक्या कशातरी गोळा करून तिने चहा केला. अंघोळीची चैन भागवायला इतकी लाकडे हाताशी नव्हती. तशातच स्वयंपाक उरकला. लाईट नाही. तशा अंधारात विझणारी चूल सावरत कसातरी स्वयंपाक केला. पीठ भिजवायला पाण्यात हात घालवत नव्हता. भाजी चिरायला बोटे वाकडी होत होती. एवढी सगळी कामे एका तासाच उरकली.

फडात पोचल्यावर या थंडीचा विचारही करायला वेळ नाही. लेकरे तशीच गाडीत टाकून आता तोड सुरू झालीय. लेकरांना मिळणारी आईची ऊबही आता नाही. थंडीने हात वाकडे होताहेत. तसाच कोयता सुरू झालाय. आधार म्हणून वाळलेले पाचट पेटवून दिलेय. उसाच्या फडात तर पाणी जवळ असल्याने थंडी जास्तच झोंबते आहे. उसाचे टोकदार पाते अंगाला कापतेय. थंडीत त्या वेदना अधिकच बोचतात. लेकरू बैलगाडीत रडायला लागलेय. त्याच्या अंगावर पांघरूण टाकून पुन्हा फडात, पुन्हा लेकराकडे अशी तगमग. कशातरी गाड्या भरल्यात आणि कारखान्यावर पोचलेत.

साखर कारखान्याची चिमणी वर धूर ओकत असते. खाली लांब घरांची रांग.

एखाद्या कॉलनीसारखी ही ऊसतोड कामगारांची वस्ती. नुकतेच कामावरून परत आलेत. आजचे काम पूर्ण केल्याचे समाधान चेहऱ्यावर आहे. तिकडे तो गाडी नंबरला लावून आलाय. अंघोळीचे तापलेले पाणी आणून तिथेच दगडावर अंघोळ करतोय.

पोरे पाणी घेऊन आल्यावर एकाला झोका द्यायला बसवून मुलीला पुन्हा पाण्याला पाठवलेय. पोरे आणि नवरा जेवायला घालून ती आता जेवायला बसलीय. पुरुष माणसांची ये-जा वाढलीय, तरी तशीच अंगाला साडी गुंडाळून झोपडीमागच्या दगडावर अंघोळ करतेय. कोण बघतेय, कोण नाही ही लाज बाळगायलाही तिला वेळ नाही. नवरा केव्हाच बैलगाडीच्या रांगेकडे गेलाय. पोरे गेलीत खेळायला. तिने तसेच धुणे घेतलेय. संध्याकाळ होत आल्याने थंडी वाढलीय. कारखान्याच्या संख्येने कमी असलेल्या नळांवर ही गर्दी उसळलेली. त्यामुळे रात्री अंधारात गर्दी कमी झाल्यावर धुणे धुवावे लागतेय.

अंधारात घरी आली. नवऱ्याला हाक मारत्येय, पण तो दारू ढोसून आलाय. पोरे झोपलीत. दारुड्या नवऱ्याला शिव्या घालते, पण ऐकायला तो शुद्धीत नाही. धुणे वाळत टाकून अंग टाकते. पुन्हा पहाटे ३ वाजता कामावर जाण्यासाठी.

कसे विचारू तिला पोरे शाळेत का पाठवत नाही...?

ऊसतोड कामगारांच्या मुलांच्या शिक्षणाची चर्चा करताना त्यांच्या या जीवनक्रमाकडे बघावे लागेल.

पोरे खेळात रंगली आहेत. बंद खोप्यांसमोरच्या रिकाम्या मैदानात खेळ रंगलाय.

''ए पोरांनो, इकडं या! मला सांगा, ती तिकडे शाळा दिसते का?''

''हो दिसते.''

''मग तुम्ही शाळेत का रे जात नाही?''

१. माझा बा मला रात्रीचाच फडात नेतो.

२. आमचं लहान बाळ आहे ना म्हणूनच मला सोबत आणलंय, त्याले सांभाळायला.

३. मी व्हय? माझ्या आईला काम व्हत नाही म्हणून मीपण जातो ऊस तोडायला. मीबी तोडू लागतो.

४. मला किनई वाढे विकायला बसवत्यात. मला वाढेबी बांधावे लागत्येत.

५. मी खोपीवरचं असत्यो पण आय म्हणत्ये, धान्य चोरी जातं म्हणून कुठं जायचं नाही. मग मी खोपीसमोरच खेळतो.

मी शांतपणे उठतो. माझ्या हातातल्या पिशवीतल्या 'मोफत व सक्तीच्या शिक्षण कायद्याची' प्रत एकदा डोळे भरून बघतो आणि ''पोरांनो, उद्या या बरं का शाळेत नक्की.'' असलं एक निरर्थक वाक्य बोलून पुढे निघतो...

पोरे गारीगार विकायला आलेल्या माणसासारखे माझ्याकडे बघत असतात. मी

वळल्यावर जोराने हसतात आणि खेळ पुन्हा सुरू होतो.

ऊसतोड कामगारांच्या फडातली संध्याकाळ तशी रम्य असते. एका गावची माणसे एकत्रच राहतात. बायका स्वयंपाक करत एकमेकींशी बोलत असतात, तर पुरुषही एका ठिकाणी जमलेले असतात. अधिक प्रगत मंडळी पत्ते खेळत मनोरंजन करत असतात. मी प्रत्येक कुटुंबाची माहिती विचारतो. मुले किती? इथे किती? गावाकडे किती? शाळेत जातात का? शाळा का सोडली? शेती किती? कर्ज किती? लग्नावर खर्च किती? बरेच जण माहिती देताना त्रासिक चेहरा करतात. पूर्वी लोक उत्साहाने माहिती द्यायचे. त्यांना वाटायचे, की माहिती दिल्यावर काही योजना मिळेल पण अलीकडच्या काळात भ्रमनिराशा इतकी तीव्र आहे की माहिती देऊन काही घडेल, असे त्यांना वाटतेच नाही. पुन्हा माहिती देताना दबलेली वेदना बाहेर येते. आपण विचारावे, घरात सरकारी नोकरी किती जणांना? त्यावर ते पैसे दिल्याशिवाय मिळतात का नोकऱ्या? असे विचारतात. शेतीत उत्पन्न किती? त्यांचा पडीत शेती, बाजारभाव यावरचा संताप व्यक्त होतो.

बहुतेक सर्वच जण जिरायतदार अल्पभूधारक आहेत. पाऊस जितका कमी पडेल, तितकी ऊसतोडीला जाणाऱ्या कामगारांची संख्या वाढते. बैल शक्यतो सिझनला विकत घेतात आणि सिझन संपल्यावर विकून टाकतात. दोन भाऊ असतील, तर एक जोडी गावाकडे थांबते आणि दुसरी ऊस तोडायला. अनेक जण कर्जामुळे ऊस तोडायला येतात. लग्न व आजारपण ही कर्जाची मुख्य कारणे असतात. आजारपणात महिलांच्या आजारांची संख्या जास्त असते. लग्नासाठी कर्ज होण्याचे प्रमाण एक लाखाच्या पुढेच सरकते. म्हणजे महाग होत जाणारी लग्न हासुद्धा एक शोषण करणारा मुद्दा आहे.

साधारणपणे ६ महिने ही माणसे काम करून ७० ते ८० हजारांची रक्कम नेतात असे दिसले, तरीसुद्धा त्याचे प्रतिमहिना, प्रतिमाणशी उत्पन्न जर काढले तर ते फारसे निघत नाही. पुन्हा हे उत्पन्न जर ८ तासांच्या हिशोबाने काढले, तर १६ तासांचा हिशोब करावा लागेल. तरीपण ही माणसे ऊस का तोडतात; याचा शोध घेतला तेव्हा असे आढळले की, जरी फार उत्पन्न मिळत नसले, तरीही एकत्रित मिळणारी रक्कम उपयोगाची वाटते. पुन्हा ६ महिने रोज काम मिळते. वाढे विकून इकडचा खर्चही वरच्यावर निघतो व ६ महिने गावात इतर रोजगार नसतो. त्यामुळे ही माणसे हे अमानुष वाटणारे कामसुद्धा आवडीने करत राहतात.

मी विचारू लागलो,

"बाबा, तुमची मुलं कुठं आहेत?"

"कुठं म्हणजे इथंच, ऊसतोडीला सोबत आणलीत की."

"पण त्यांच्या शाळेचं काय?"

"काय म्हणजे इकडे आलो, म्हणजे मग शाळेला कशी काय जातील?"

"पण मुलं गावाकडे का ठेवली नाहीत?"

"कशी ठेवणार? आई-बाप आहेत गावाकडं पण म्हातारे आहेत. पुन्हा गावाकडं पोरं ठेवणं म्हणजे जुळ्याचं दुखणं असतं. माझा भाऊ बी गेलाय ऊस तोडायला. त्याचीबी पोरं आहेत की, तेव्हा आई-बाप कुणाचीच पोरं ठेवून घेत नाहीत. ती म्हणत्यात तुमची पोरं तुमच्याजवळ."

"पण मग गावात सरकारनं सुरू केलेली हंगामी वसतिगृहं नाहीत का?"

"नाही ना. जबाबदारी नको म्हणून शाळेनं गावात स्थलांतरच दाखवलं नाही. मागच्या वर्षी गाव पुढाऱ्यांनी या वसतिगृहांवर हात मारला होता आणि वसतिगृहात जेवण नीट नसते, काही धड सोय नसते. पुन्हा पोरी ठेवाया नको वाटतं. काळ मोठा वंगाळ आलाय. पोरी आपल्याजवळच हव्यात."

"पण मग इथं कारखान्याजवळच शाळा आहे. मग तिथं तरी शाळेत का पाठवत नाही?"

"तुमचं बरोबर हाय. पण तुम्हीच सांगा, आम्ही जातो पहाटे ३ वाजता आणि शाळा भरते सकाळी ११ वाजता. ८ तास पोराची जबाबदारी कोण घेणार? सकाळी लेकरं उठल्यावर ते कसं स्वत:चं आवरतील? तुम्ही तरी ८ वर्षाचं पोरगं एकटं सोडून जाल का? तुमचं हे सरकार याचा इचार करणार की नाही?"

"तुमचं म्हणणं पटतंय मला, पण शिक्षणाचं महत्त्व."

तो मध्येच मला तोडत म्हणतो, "पण बिण काही नाही, सकाळी पोरानं काडेपेटी ओढली, खोपी पेटली तर जबाबदार कोण? पुन्हा समद्या रस्त्याला उसाचा ट्रक चालू. कसा रस्ता ओलांडावा त्या बारीक पोरांनी?"

"बरोबर आहे, पण मग शिकवायचीच नाही का मुलं?"

"शिकवू की, पण पाळणाघर सुरू करा कारखान्यावर. आम्ही तोडीला जाताना रात्री त्यांच्या ताब्यात पोरं देऊन जाऊ आणि त्यांनी सकाळी आवरून पोरांना शाळेत पोचवायचं. काय?"

धोरणात आपण इतका बारीक विचार करतो का? असे प्रश्न असतात, हे निर्णय घेणाऱ्यांच्या गावी तरी असते का?

"च्यायला, तुमच्या त्या सरकारला काही कळतं का?"

"का, काय झालं?"

"आता तुम्ही म्हणता पोरं शाळेत पाठवा, पण मग त्या साखरशाळा आमच्या फडात चालायच्या, त्या कशाला झक मारायला बंद केल्या?" बाबा भलताच तापला होता.

"अहो, आता शिक्षणाचा कायदा आला. सर्व मुलं एकाच शाळेत शिकली पाहिजेत. सर्वांना एकच प्रशिक्षित शिक्षक हवा ना, म्हणून हे धोरण आहे." मी पुस्तकी उत्तर फेकतो.

"पण उपयोग काय झाला? लहान लेकरं ट्रकच्या गर्दीतून जातील व्हय? अहो, ती साखरशाळा आमच्या खोप्यांसमोर भरायची. आमची पोरं आपली शाळा म्हणून आनंदानं जायची."

"पण कारखान्याच्या परिसरातल्या शाळेत जायला तुमच्या मुलांना हरकत काय?"

"हरकत मुलांना नाय. हरकत आमचीच हाय. आम्ही गावाकडून धान्य आणतो. त्या धान्याची चोरी होते. खोपीतच तुमची साखरशाळा असायची. आमची पोरं शाळेतबी जायची आणि शाळेतून आमची खोपीबी दिसायची. त्यामुळे धान्यावर लक्ष राहायचं. पुन्हा आमच्या गायी-म्हशी असत्यात. त्यांना दुपारच्या वक्ताला पाणी पाजायचं असतं. पोरं साखरशाळेतून पळत यायची आणि पाणी पाजून पुन्हा शाळेत जाऊन बसायची. आता तुमची शाळा लांब कोसावर असतेय. कसं काय जमायचं? धान्य चोरी जातंय आणि गुरंबी तहानलेली राहत्यात. पुन्हा एवढी लेकरं ट्रक-ट्रॅक्टरच्या गर्दीतून पाठवायचं खरंच जीवावर येतं. तुम्ही तरी तुमचं लेकरू धाडाल का सांगा बरं?"

मी निरुत्तर. समान शिक्षणाच्या नावाखाली आम्ही साखरशाळा बंद केल्या. गावाकडे वैताग नको म्हणून शिक्षक हंगामी वसतिगृह सुरूच करत नाहीत. केली, तरी सोयी चांगल्या नाहीत. कारखान्यावर यावे, तर या अडचणी. या समस्येच्या विळख्यात ऊसतोड कामगारांच्या मुलांचे शिक्षण अडकले आहे. शिक्षणाची आबाळ होऊन पुन्हा हीच पोरे भविष्यातले 'कोयते' बनताहेत. पण लक्षात कोण घेतो?

साखरशाळा बंद झाल्या. मग बदल असा झाला, की आता जिल्हा परिषदेच्या शाळेत मुलांना नेऊन बसवायचे. रोज इतकी मुले काम सांभाळून शिक्षक कसे करणार?

आमच्या तालुक्यात अगस्ती सहकार कारखान्याने एक शक्कल लढवली. एक पगारी कर्मचारीच नियुक्त केला. तो रोज मुले गोळा करतो. हा मार्ग आम्ही आमच्या तालुक्यापर्यंत शोधला. पण इतरत्र काय घडले आहे, ते बघण्यासाठी मध्यंतरी महाराष्ट्रभर फिरलो, तेव्हा धक्काच बसला.

सांगली जिल्ह्यातल्या प्रसिद्ध कारखान्यावर गेलो. कारखान्याने सुंदर साखरशाळा बांधलेली. त्या शाळेत सर्व साहित्य. पुन्हा शाळा अगदी कामगार राहतात त्याच्या मध्यावर. पोचलो, तेव्हा ११ वाजलेले. शिक्षण विभागाने या शाळेसाठी दोन शिक्षक नेमलेले. दोन्ही जिल्हा परिषदेचे शिक्षक बसलेले, पण एकही मुलगा आत नाही. एक जण पेपर वाचत बसलेले. विचारले, "मुलं कुठं आहेत?" ते म्हणाले, "अजून नाही आली." त्यांना मुले गोळा करावीशी वाटत नव्हती. मुलांची ते वाट बघत होते. आम्ही विचारल्यावर शाळेच्या खिडकीतून मुलांना हाका मारायला लागले. ज्या कामासाठी त्यांना इथे पाठवले, त्यात रोज या मुलांना बोलवावे हे अपेक्षित होते आणि शाळेभोवतीच फार तर गोलाकार २०० झोपड्या. मुले बाहेरच

खेळत होती. सहकारातल्या त्या ताकदवान कारखान्याचे संचालक, कारखान्याचे अधिकारीही याचा आढावा घेत नव्हते की शिक्षण विभागाचेही अधिकारी बघायला येत नव्हते. सर्व मुलांची हजेरी मांडली की प्रश्न संपणार होता, अहवालात मुले शिकलेली दिसणार होती.

सांगलीवरून सातारा जिल्ह्यातल्या प्रसिद्ध साखर कारखान्यावर गेलो. कारखान्याने 'सर्वशिक्षण अभियाना'च्या निधीतून छानशी शाळा बांधून घेतली. आम्ही कारखान्याच्या कर्मचाऱ्यांच्या सोबत तिकडे निघालो. पंचायत समितीने दोन पूर्ण वेळ शिक्षक आम्हाला या शाळेसाठी ६ महिने दिले आहेत, असे ते अभिमानाने सांगत होते. पोचलो तर शाळा बंद. सारेच जण गडबडले.

मुले बाहेर खेळत होती. शिक्षक मीटिंगला गेले म्हणून सुट्टी दिली, असे मुले सांगत होती. माझ्यासमोर कारखान्याच्या लोकांनी फोन लावला. गट शिक्षणाधिकारी चौकशी करतो म्हणाले. मीटिंगला दोन्ही शिक्षक लागतात का, यावर पुन्हा चौकशी करतो म्हणाले. कसली मीटिंग होती, हे त्यांनाच माहीत नव्हते. दोघांपैकी एकच शिक्षक आज आल्याची माहिती मुलांनी दिली. म्हणजे आलटून-पालटून दिवस हा पॅटर्न सुरू झाला होता तर.

दोन्ही घटना प्रातिनिधिक आहेत. साखरशाळा बंद झाल्या आणि जिल्हा परिषदेच्या शाळांकडे हा विषय आला, पण ही स्थिती आहे. कारखाने आणि शिक्षणविभाग या दोघांचाही हा प्राधान्यक्रम नाही. कारखान्यांना विश्वासात घेतले तर जसे आम्ही केले, तसे कर्मचारी नेमणे अशा गोष्टी ते करतीलसुद्धा. आमच्या कारखान्याने तर हायस्कूलला एस. टी.ने जाणाऱ्या मुलांना एस. टी.चा पास काढून दिलाय. महाराष्ट्रात हे पहिल्यांदाच घडले. प्रश्न पाठपुराव्याचा व इच्छाशक्तीचा आहे. शिक्षण विभागात ही इच्छा कशी जागवायची?

ऊसतोड कामगारांची गावे बघायची खूप उत्सुकता होती. हे कामगार गावात नसताना ही गावे कशी असतील, हे बघायला बीड जिल्ह्यात पोचलो. सोबत होते शांतिवन प्रकल्पाचे दीपक नागरगोजे. त्यांनी मला जिल्ह्यात फिरवले.

ऊसतोड कामगारांनी जाताना मुले गावातच ठेवायची म्हटली तर अनेक गावांत वसतिगृहे सुरूच होत नाही. सुरू झाली, तरी नीट चालत नाहीत. गावातील राजकारणाची ही वसतिगृहे बळी ठरतात. मुले ऊसतोडीला सोबत न्यावीत, तर तिकडे वर वर्णन केलेल्या समस्या. मला तर निराशेने ग्रासले. या वर्तुळातच विचार करताना वर्तुळाबाहेरचे उत्तर दिसले आणि दीपक नागरगोजे आणि त्यांच्या १३ मित्रांनी जो प्रकल्प केलाय, तो बघितला आणि उत्तरच सापडले.

दीपक नागरगोजे आणि त्यांच्या १३ मित्रांनी १३ कायमस्वरूपी वसतिगृहे उभारली आहेत. २००१ सालापासून ही वसतिगृहे सुरू केली. या प्रकल्पाला 'शांतिवन प्रकल्प' नाव दिले आहे. ही संकल्पनाच नवीन असल्याने वाडी वस्तीवर

जाऊन ऊसतोड कामगारांचे प्रबोधन केले. त्यातून जून २००१ मध्ये १०० विद्यार्थी दाखल झाले. तिथेच शाळा सुरू करण्यात आली. हे मॉडेल यशस्वी ठरल्यावर नागरगोजेंनी मित्रांना प्रोत्साहन देऊन बीड जिल्ह्यात असे १४ प्रकल्प सुरू केले. या सर्व प्रकल्पांत मिळून २३४७ विद्यार्थी शिक्षण घेत आहेत. गेल्या १० वर्षांत या प्रकल्पातून शिकलेले विद्यार्थी वैद्यकीय, अभियांत्रिकी, कृषी शिक्षणशास्त्रात पदवीधर झाले. या ऊसतोड कामगारांसोबतच इतर अनाथ मुले सांभाळायलाही सुरुवात झाली आहे. त्यात ऊसतोड कामगारांची मुले जून महिन्यात प्रवेश देऊन सांभाळली जातात. दिवाळीनंतर मूल पालकांबरोबर जात नाही. जवळपास ३००० मुलांचे स्थलांतर दीपक व त्याच्या सहकाऱ्यांनी थांबवून दाखवले आहे.

दीपक नागरगोजे यांची व्यवहार्य सूचना अशी, की हंगामी वसतिगृहावर कोट्यवधी रुपये उधळण्यापेक्षा जिथून स्थलांतर होते, या तालुक्यात पक्क्या इमारती उभारून ही मुले ठेवावीत. याचे कारण प्रत्येक जिल्ह्यात हंगामी वसतिगृहांवर झालेला खर्च काढला, तर त्या रकमेत किती इमारती होतील? या तात्पुरत्या वसतिगृहांवर आपण का पैसे उधळत आहोत? या पक्क्या इमारती वर्षभर उपयोगाच्या आहेत. पालक ऑक्टोबर महिन्यात जातात, तर मे महिन्यात परत येतात. म्हणजे फक्त ४ महिनेच त्यांचा वापर होणार नाही. या काळात त्यातील कर्मचाऱ्यांना संभाव्य स्थलांतराचे सर्वेक्षण करायला लावणे शक्य आहे. पुन्हा या ठिकाणी कायमस्वरूपी कर्मचारी खूप कमी असतील. ज्या गावातील जास्त मुले तिथले शिक्षक ऑक्टोबर महिन्यात हंगामी वसतिगृहात पाठवून शाळाही चालेल. त्यामुळे जून ते ऑक्टोबर महिन्यात मुले जिथे असतील, त्या गावातच शिक्षकही असतील. या सूचनेचा गंभीरपणे विचार करण्याची गरज आहे.

दीपक नागरगोजे करतात, तसे जूनपासूनच मुले या वसतिगृहात दाखल करायला हवीत म्हणजे मुलांना सवय होईल व ते पालकांसोबत जाण्याचा हट्ट धरणार नाहीत. एक प्रकारे आश्रमशाळांच्या धर्तीवरच ही वसतिगृहे सुरू करण्याची गरज आहे. पूर्ण वर्षभर या मुलांवर होणारा खर्च हा हंगामी वसतिगृहांपेक्षा खूप कमी असेल व हा खर्च एकाच वेळी करावा लागणार आहे. राज्यातील जास्तीत जास्त ५० तालुक्यांत हे करावे लागेल. त्यातही सोय म्हणून तालुक्यातील ज्या गावात बाजार भरतो, त्या गावात ही वसतिगृहे सुरू करण्यात येतील. मुलांचे शिक्षण होईल आणि अर्थात जी मुले पालकांसोबत जातील, त्यांच्याही शिक्षणाची सोय करावी लागेल.

केवळ कल्पना न मांडता दीपक व त्याच्या मित्रांनी हे केले आहे. याचे सार्वत्रिकीकरण करणे, हेच उत्तर वाटते.

❑

११.

शालाबाह्य मुलांच्या वेदनेची परिक्रमा...

शालाबाह्य मुलांचा प्रश्न मला इतका कसा भावला असेल? नगरच्या आणि अकोल्याच्या आमच्या शाळेत गरीब कुटुंबांतील मुले होती. या मुलांमध्ये गैरहजर असणारी, शाळा सोडणारी मुले असायची. शाळा सुटल्यावर गैरहजर मुलाच्या घरी जायचो. पालकांना समजावून सांगायचो. त्यातून या मुलांचा काय फायदा झाला हे माहीत नाही, पण या वंचित मुलांची घरे बघून माझे मात्र समाजभान उंचावले. पुढे गरीब वस्त्यांवर गेलो, की नेहमी अशी शाळा सोडलेली मुले दिसायची. त्यांची शाळा सोडण्याची अनेकविध कारणे कळायची. शालाबाह्य मुलांच्या कामाशी मी जोडला गेलो.

*साधना*चे संपादक नरेंद्र दाभोळकरांनी मला २००५मध्ये *साधना*च्या विशेषांकाचे संपादन करायला सांगितले. विषय ठरला, वंचितांचे शिक्षण. या विषयाने मला हलवून टाकले. संपादन करताना एक नवे विश्व समोर आले. खूप अभ्यास केला. विशेषत: आदिवासींच्या गळतीने मला जास्त अस्वस्थ केले. या अंकाच्या संपादनाच्या निमित्ताने पुण्यात १५ दिवस राहिलो. रा. ग. जाधव जिथे राहायचे, त्या *साधना*च्या फ्लॅटमध्ये मी राहायचो. या निमित्ताने जाधव सरांचाही चांगला परिचय झाला. स्टेशनजवळच्या आदिवासी विकास संशोधन संस्थेत मी जायचो. तिथल्या ग्रंथालयात आदिवासी शिक्षणावर खूप पुस्तके आहेत. त्यातली निवडक पुस्तके घेऊन जिल्हा परिषदेला यायचो. काही प्रकरणे झेरॉक्स करायची आणि पुन्हा नेऊन द्यायची. असा रोज दुपारचा उद्योग. आदिवासींच्या प्रश्नांचे अभ्यासक दिवंगत शरद कुलकर्णी यांच्याशी मैत्री झाली. त्यांच्या मार्गदर्शनाने आदिवासी जाती कळायला लागल्या. संशोधन कसे करायचे, हेही कळले. यातून तो एक छान अंक झाला. सगळ्या प्रमुख कार्यकर्त्यांनी त्यात लिहिले. तो अंक युनिसेफने ७०,००० प्रती घेऊन महाराष्ट्रातील सर्व शाळांना दिला. तेव्हापासून मी नकळत या प्रश्नाशी जोडला गेलो. माझ्यातील वंचितांच्या संवेदनांना या अंकाच्या निमित्ताने

एक टोक आले.

मिलिंद बोकिल यांचे *'कातकरी'* हे पुस्तक वाचून माझे आकलन उंचावले. हळूहळू शालाबाह्य मुलांच्या प्रश्नाचे गांभीर्य लक्षात येऊ लागले. शाळा सोडणाऱ्या मुलांमध्ये आदिवासी, दलित, भटके, मुस्लीम हेच प्रामुख्याने आहेत. शिक्षण नाही म्हणून गरिबी आणि गरिबी म्हणून शिक्षण नाही, हा अन्योन्य संबंध लक्षात आला. मी ठिकठिकाणी कार्यक्रमांत यावर बोलायचो. मी म्हणायचो, ५००० वर्षांपूर्वीच्या ब्राह्मणी व्यवस्थेने या देशातील दलित, आदिवासी, भटके यांना शिक्षणापासून वंचित ठेवले. आज लोकशाही समाजवादी व्यवस्थेच्या नावाखाली आपण पुन्हा जर याच मुलांना दूर ठेवणार असू, तर व्यवस्था म्हणून काहीच बदलले नाही असेच म्हणावे लागेल.

त्यानंतर २००६ साली 'सर्वशिक्षण अभियाना'त सीईओ प्राजक्ता लवंगारे यांनी मला प्रतिनियुक्तीवर घेतले आणि गटशिक्षणाधिकारी उमेश डोंगरे यांनी मला शालाबाह्य मुलांचीच जबाबदारी दिली. ज्या विषयावर मी अंक काढला, त्या विषयावर प्रत्यक्ष काम करण्याची संधी आली. आमचा अकोले तालुका हा आदिवासीबहुल तालुका आहे. महादेव कोळी, भिल्ल, ठाकर अशा जमाती प्रामुख्याने आहेत. या मुलांसाठी काम करता आले. प्रत्यक्ष व्यवस्थेत काम करता आल्यामुळे मला फायदा झाला. अनेकदा तळमळ असूनही प्रशासनाची माहिती नसल्याने मांडणी नेमकी होऊ शकत नाही.

शालाबाह्य मुले या विषयात काम करायला स्वयंसेवी संस्थांना खूप मर्यादा आहेत. जे काही मोठे काम होणार आहे, ते काम शेवटी शासनच करणार आहे. त्यामुळे प्रशासन कसे काम करते, ते माहीत होणे गरजेचे आहे. मला ७ वर्षे प्रशासनात काम केल्यामुळे शासन कसे काम करते, हे कळायला लागले. मलाही स्पष्टता येत गेली, की त्यांच्या विविध विभागांत आपण जाणीवजागृती करायला हवी. शिक्षक, शाळा, पर्यवेक्षीय यंत्रणा, शासकीय विभाग यांच्यात संवेदना निर्माण करणे गरजेचे आहे, हे लक्षात आले.

शिक्षकांमध्ये भीती आणि अनास्था दोन्हीही आढळायच्या. भीती आपल्यावर कारवाई होईल, याची. या मुलांसाठी काही योजना राबवावी लागेल, ही मुले सतत गैरहजर दिसतील, अधिकारी रागावतील असे त्यांना वाटायचे. अनास्था ही, की ही मुले न आल्याने काही फरक पडणार नाही, त्यामुळे शाळेच्या पटसंख्येला काही धक्का लागत नाही. मला ही अनास्था विलक्षण क्लेशदायक वाटते. या मुलांसाठी समर्पित काम करणारे शिक्षक बघितलेत, पण सर्वसाधारण अनास्थाच जास्त आहे.

शाळेत न येणाऱ्या मुलांच्या पालकभेटी घ्याव्यात, असे अपेक्षित असते; पण त्यासाठी महिन्यातून एकदाही वेळ काढला जात नाही. किंबहुना मला काही ठिकाणी चक्क पालकांच्या खोट्या सह्या केल्याचे आढळले. ते बघून राग येण्यापेक्षा मला

वाईट वाटायचे. आपल्या मुलांसाठी आपण इतका आटापिटा करताना या गरीब मुलांविषयी माया का वाटत नसेल, असा प्रश्न पडायचा.

शिक्षक सांगायचे, मुलांच्या घरी गेल्यावर हे पालक नीट बोलत नाहीत, दुरुत्तरे करतात. आम्ही जाणार नाही. मग मी म्हणायचो, की जर ते पालक शिकलेले असते, तर ते असे बोलले असते का? हे गरीब पालक त्यांच्या जीवनसंघर्षात इतके वैतागून जातात, की ते खूप चिडचीड करतात. शिक्षणाने जगणे बदलू शकते असा अनुभव त्यांनी घेतलेला नसल्याने मुले शिकली काय आणि नाही काय, याने ते फार अस्वस्थ होत नाहीत. पण हे सामाजिक आकलन, संयम, समजूतदारपणा मात्र काही शिक्षकांत नसायचा. ही मुले जरी शाळेत आली; तरी त्यांची भाषा, खोडकरपणा याविषयी सतत तक्रारी. ही मुले शाळा सोडून द्यायची. शिक्षण कायदा आला, तरी ही मुले मात्र शाळेपर्यंत आली नाहीत. मुले शाळेत आणणे हे एक काम, पण ती मुले शाळेत टिकवणे हे सर्वांत कठीण काम होते. त्यासाठी सतत पाठपुरावा आवश्यक असायचा. पण यावर 'आम्ही वर्गातील ४० मुले सोडून द्यायची आणि त्या एका मुलाच्या पाठीमागे फिरायचे का?' असले असंवेदनशील प्रश्न विचारायचे.

"सर, तुम्ही शिक्षकांच्या जबाबदारीचं खूप सांगता, पण मग जे पालक आपली मुलं शाळेत पाठवत नाहीत, त्याबाबत त्यांच्या जबाबदारीचं काहीच का बोलत नाही?" हा प्रश्न मला प्रत्येक मीटिंगमध्ये विचारला जातो. शिक्षण कायद्याने शिक्षणाची सक्ती शाळांवर केली, पण पालकांवर मात्र केली नाही. याचा परिणाम पालक अधिक बिनधास्त झाले.

एक संवाद -

"अहो, कृष्णा शाळेत का येत नाही?"

"काय माहीत! आम्ही म्हणतो त्याला, पण तोच जात नाही."

"आता कुठं गेलाय?"

"काय माहीत? सकाळी इथंच होता."

"असं कसं? दिवसभर तो कुठं जातो, काय करतो तुम्ही लक्ष घालत नाही का?"

"आता काय करणार? आम्ही आपले दिवसभर कामाला जातो. त्याच्या मागे कोण फिरत बसणार? तो ऐकत नाही ना!"

"मग त्याला थोडा धाक दाखवा. रागवा. आमचा मुलगा असा शाळेत गेला नाही, तर आम्ही अजिबात सहन करणार नाही."

"अहो, रागवलो तर तो घरातूनच गेला आणि तीन दिवसांनी आला. जातो कुठं म्हणा. इथंच जवळ शेजारच्या वाडीत बहिणीकडे गेलता."

ते पालक इतके गरीब आणि जगण्याची लढाई हरलेले असतात, की ते

आपल्या मुलांबाबतही कठोर होत नाहीत. यांना शिक्षा तरी काय करणार? असते फक्त रेशनकार्ड आणि तो अन्नाचा अधिकार काही आपण काढून घेऊ शकत नाही. तेव्हा पालकांना धाक दाखवणारे कायदे नक्की व्हायला हवेत. किमान शासकीय योजना मिळणार नाहीत, असा दृष्टिकोन घ्यायला हवा. महात्मा फुले यांनीही अशा हेकट पालकांना सक्ती करण्याच्या कायद्याची गरज मांडली होती. त्याचप्रमाणे शाहू महाराजांनीही शाळेत मुले न पाठवणाऱ्या अशा पालकांना सक्ती करण्याचे प्रयत्न केले होते.

मुले शालाबाह्य होण्याचे कारण गरिबीशी जोडले जाते. हे कारण काही अंशी खरे असले, तरी गरिबीच्या नावाखाली इतर कारणे दडपली जातात. आंध्र प्रदेशात शांता सिन्हा यांनी ६ लाख शालाबाह्य मुले व बालकामगार शाळेत दाखल केले. त्या विचारतात की, जर गरिबीमुळे मुले शाळा सोडत असतील, तर मग देशातील सर्वच गरिबांची मुले शाळा का सोडत नाहीत? ज्या गरिबांना शिक्षणाचे महत्त्व पटले आहे, ते मुलांना कामाला पाठवत नाहीत. तेव्हा पालकांना शिक्षणाचे महत्त्व पटवणे, हे मुख्य आव्हान आहे.

महाराष्ट्रात आंबेडकरांनी बौद्ध समाजात शिक्षणाची प्रेरणा दिली. बौद्ध माणूस कितीही गरीब असला, तरी तो मुलाला शाळेतून काढत नाही; याउलट भटक्या-विमुक्तात कितीतरी जाती अशा आहेत, की शिक्षणाचे प्रबोधन नसल्याने पालक मुलांना शिकवत नाहीत. इंग्रजीतले एक वाक्य पूरक आहे, 'No literate society is poor and no illiterate society is other than poor.' या वाक्यात शिक्षणाची जागरूकता आणि दारिद्र्याची शृंखला यातला अन्योन्य संबंध लक्षात येतो. शालाबाह्य मुले शाळेत घालण्यासाठी आपल्याला वंचित वर्गाला शिक्षणाचे महत्त्व पटवून द्यावे लागेल. महात्मा फुलेंच्या भाषेत 'विद्येविना मती गेली' हा सारा तर्कसंगत क्रम घेऊन प्रबोधन करावे लागेल.

मुले शाळेत दाखल करणे हे एक वेळ सोपे आहे, गळती थांबवणे हे शालाबाह्य मुलांच्या बाबतीत महत्त्वाचे आव्हान आहे. गळतीचे खरे कारण मुलांना लिहिता-वाचता येत नाही, हे आहे. ज्या मुलाला चांगले लिहिता-वाचता येते, ते कधीही शाळा सोडत नाही. ज्याला लेखन-वाचन येत नाही, त्याला शाळा आवडत नाही. मी नेहमी एक उदाहरण देतो, की टी.व्ही. बघताना तमिळ चॅनल लागला, तर काही समजत नाही म्हणून लगेच आपण तो चॅनल बदलून टाकतो. तर मग मुलांना वाचन-लेखन येत नसताना फळ्यावर काय चालले आहे, हे त्यांनी वर्षभर बघत बसावे, हे कसे शक्य आहे? तेव्हा गळतीचे खरे कारण गुणवत्ताविहीन शिक्षण आहे. आठवीपर्यंत मुले पुढे ढकलली जातात, ही मुले पुढे गळतात व बालमजुरीला जातात. तेव्हा 'आजचे अभ्यासात प्रगत नसलेले मूल हे उद्याचे शालाबाह्य मूल आहे' हा सिद्धान्त लक्षात ठेवावा लागतो.

हे विश्लेषण जर स्वीकारले, तर गळतीच्या सामाजिक कारणापलीकडे जाऊन मग दर्जेदार शिक्षणाकडे लक्ष द्यावे लागेल. ज्या गरिबांच्या मुलांना शिक्षणात गती असते, ती मुले पुढे शिकत राहतात. अब्दुल कलाम किंवा इतर गरीब मुलांची उदाहरणे हेच सत्य अधोरेखित करतात.

गळतीचे एक महत्त्वाचे कारण हेसुद्धा आहे, की मुळातच त्या मुलाच्या वाचन-लेखनक्षमता या कमी असतात व त्याला शाळेत रुची वाटत नाही. बराच काळ लोटल्याने त्याला अभ्यासात गोडी उरलेली नसते. अशा वेळी शाळेने जर त्याला तातडीने वाचन-लेखनक्षमता विकसित करायला मदत केली नाही, तर त्याच्यावर अभ्यासाचा तणाव वाढत जातो व तो पुन्हा शाळा सोडतो आणि आपण म्हणतो, की पुन्हा गरिबीमुळे मुलाने शाळा सोडली. सुदैवाने शिक्षण हक्क कायद्याने अशा मुलांसाठी विशेष मार्गदर्शन वर्ग सुरू केले, त्याचा अभ्यासक्रम बनवला. असा अभ्यासक्रम बनवणारे महाराष्ट्र हे देशातील पहिले राज्य आहे. इतर राज्ये त्या आधारे अभ्यासक्रम बनवत आहेत.

पण निराश करणारी बाब ही होती, की शाळांना अनुदान दिले गेले, शिक्षकांना अल्प मानधन दिले गेले; पण शाळा भरण्यापूर्वी एक तासाचे हे वर्ग बहुसंख्य ठिकाणी घेतले गेले नाहीत. त्यामुळे या अभ्यासक्रमाची अंमलबजावणी स्वयंसेवकांकडून करावी का, याचा विचार करावा लागेल. सामाजिक प्रबोधनासोबत शाळेत हे प्रयत्न झाले, तरच ही मुले टिकतील.

आदिवासी भागांतील गळती मात्र अजूनही गंभीर आहे. गडचिरोली, यवतमाळ, नंदुरबार, मेळघाट या आदिवासी भागांतील गावांना भेटी दिल्या, तेव्हा आश्रमशाळा नीट काम करत नसल्याने मुलांची नावे आश्रमशाळेत आहेत; पण ती शाळेत सतत गैरहजर दिसलीत. नंदुरबार जिल्ह्यात मेधा पाटकरांच्या जीवनशाळांचा प्रयोग समजावून घेतला, तेव्हा त्या भागात जिल्हा परिषदेच्या शाळाच नीट भरत नसल्याने शालाबाह्य मुलांची संख्या वाढली आहे, हे लक्षात आले.

सच्चर आयोगाने मुस्लीम समाजातील गळती वाढल्याचे मांडलेले वास्तव माझ्याही भटकंतीत अधोरेखित झाले. भिवंडी, मालेगाव, नागपूर येथे गरीब मुस्लीम वस्त्यांतील मुले बालमजुरीला जुंपली जातात. मदरसा शिक्षणाचे प्रमाण वाढते आहे. सातवीनंतर उर्दू शाळा नसल्याने ही गळती वाढते आहे. मुस्लिमांपेक्षाही शिक्षणाची दयनीय स्थिती भटक्या-विमुक्तांची आहे. देशात ११ कोटींपेक्षा जास्त संख्या असणाऱ्या भटक्यांतील अनेक जातींत शिक्षण अजून दशांश अपूर्णांकात मोजावे लागते. मात्र, भटक्यांसाठी काही संस्था आणि व्यक्ती खूप चांगले काम करत आहेत. यमगरवाडी, माढा येथील प्रकल्पांना भेटी दिल्या. निलंग्यात नरसिगझरे या कार्यकर्त्याने गोपाळ समाजात केलेले काम तर एखाद्या चित्रपटाचा विषय ठरावा, असे आहे. पण भटक्या-विमुक्तांत आमचे कोणतेच अभियान पोचले नाही, हे या

अभ्यासात मला स्पष्टपणे जाणवले. विशिष्ट जातींना फक्त फायदा झाला.

गावाबाहेर भटक्यांची कुटुंबे नेहमीच येतात. भटके आले, की त्यांच्यात जाऊन बोलायला, गप्पा मारायला मला आवडते. विचारलेल्या सर्व प्रश्नांवर मनमोकळे बोलतात. गुढीपाडवा होता. संध्याकाळी फिरायला निघालो, तर गावाबाहेर ही माणसे गावात आलेली दिसली. २-४ दिवसांपूर्वी आलेली. आज काय गोडधोड केले विचारले, तर म्हणाले, "भाऊ, कशाचा सण अन् कशाचं काय, गरिबांना सगळे दिवस सारखेच."

भीक म्हणून भाकरी मागून आणलेल्या होत्या. कागदाच्या पुरुचुंडीत बेसनपीठ बांधलेले. मी पुरणपोळी खाऊन आलेलो, मला फारच लाजल्यासारखे वाटले. ते कैकाडी जमातीचे होते. समोर त्यांची दोन पोरे खेळत होती. रोज हे गावोगाव फिरणार. मी पोरांच्या शाळेचा विषय काढला, तेव्हा म्हणाले, "आहेत की त्यांची नावं गावच्या शाळेत."

"पण तुम्ही गावात असता कधी?" "हा तो बी प्रश्नच आहे म्हणा. कधी पावसाळ्यात आम्ही गावात असतो, तेव्हा जातात ना शाळेत." मी त्यांना खूप समजावून सांगितले, पुढच्या काळात तुमच्या धंद्यांना कुणी विचारणार नाही. तेव्हा पोरांना शिकवा. तुमचे आयुष्य न शिकल्यामुळे कष्टदायक झाले, आता किमान पोरांना तरी शिकून सुखाचे दिवस असू द्या.

ते फिरणे कसे सक्तीचे आहे, हेच सांगत राहिले. बराच वेळ बोलल्यावर मार्ग निघाला तो असा, की आमच्याच तालुक्यात भटक्यांसाठी समाजकल्याणाची आश्रमशाळा आहे, त्या आश्रमशाळेत ही पोरे घालायची. ठरले. मी उत्साहाने चौकशी केली. ते सर माझे मित्र. म्हणाले, "नक्की सर, २ मुलांचा प्रवेश पक्का समजा." मी फॉर्म घेऊन पालावर एका संध्याकाळी गेलो.

ते नुकतेच दमून आले होते. माझ्या हातात फॉर्म पाहिल्यावर जरा तुटकच बोलायला लागले. मी उत्साहाने सांगू लागलो, "आता मुलं शाळेत राहतील आणि तुम्ही फिरा गावोगाव." ते गप्पच. बाई स्वयंपाकात मग्न असल्याचे दाखवत होती. पुरुष अंधारात बघत होता. मी वैतागलो, "मग त्या दिवशीच स्पष्ट सांगायचं ना. कशाला फॉर्म आणले असते? तुम्ही पोरांचं वाटोळं करताय."

आता ती बाई बोलायला लागली. म्हणाली, "दादा, लई झालं तुझं शिक्षणाचं कौतुक. आम्ही सारं बघितलंय. असाच एक शहाणा १५ वर्षांपूर्वी आला होता पालावर. म्हटला, लेकराला शाळेत घाला. त्याचं ऐकलं. पोरगं शाळेत टाकलं. आम्ही कैकाडी टोपल्या विणत गावोगावी फिरत राहिलो. पोरगं बारावीत गेलं आणि नापास झालं. आता पोरगं घरी बसलंय. त्याला टोपल्याबी इनता येत नाही आणि कॉलेजातबी जाता येत नाही. ते तुमच्याकडूनबी हुकलं आणि आमच्याकडूनबी

हुकलं. तेव्हा नको सांगू शाळेचं काही.''

गांधींचे बुनियादी शिक्षण, व्यवसाय शिक्षण हे शब्द डोळ्यांसमोरून जात होते. खेळणाऱ्या त्या अजाण पोरांकडे बघत पराभूत नजरेने पालावरून परत फिरलो.

महाराष्ट्रात सर्वांत दुर्लक्षित शालाबाह्य समस्या ही भटक्या-विमुक्तांची आहे. त्यांचे अजून प्रश्नच माहीत नाही, तर उत्तरे अजून दूरच. बाळकृष्ण रेणके यांच्या आयोगाने भटक्यांची आर्थिक, सामाजिक, शैक्षणिक विदारक स्थिती पुढे आणली. एकूण ४७ प्रमुख जातींत आजही मसणजोगी, छप्परबंद, गोपाळ डोंबारी यांसारख्या अनेक जातींत शिक्षण अत्यंत कमी आहे. भटक्या-विमुक्तांची नेमकी संख्या राज्यात किती, याची सांख्यिकी माहितीसुद्धा नक्की नाही, यावरून समस्या लक्षात यावी.

भटके-विमुक्त प्रतिष्ठान यमगरवाडी यांनी ३८००० भटक्या कुटुंबांचा ३१ जमातींचा ७ जिल्ह्यांत सर्व्हे केला. त्यात ४७ टक्के मुले कधीच शाळेत न गेलेली आढळली, तर महाविद्यालयीन शिक्षण घेताना मुले अपवादानेच आढळली. मुलींच्या शिक्षणाची स्थिती तर खूपच वाईट आढळली.

भटक्यांसाठीच्या आश्रमशाळांचा सिसकॉम संस्थेने माहिती अधिकारात अभ्यास केला, तेव्हा त्यातल्या पुढारलेल्या जातींचीच मुले फक्त या शाळांमध्ये दिसतात. भटक्यांमधील मसणजोगी, छप्परबंद, गोपाळ डोंबारी यांसारख्या उपेक्षित जातींची मुले आश्रमशाळेत दिसत नाहीत. तेव्हा ती मुले या प्रवाहात कशी येतील, हा खरा मुद्दा आहे. त्यासाठी अशा जाती नक्की करून त्या जमातींची मुले विशिष्ट संख्येने आश्रमशाळेत असल्याशिवाय पडताळणी होणार नाही, असा नियम करण्याची गरज आहे. हे जर केले, तर ही मुले दाखल करण्याचा आश्रमशाळा जाणीवपूर्वक प्रयत्न करतील अन्यथा या जमातींच्या शिक्षणाचा प्रश्न तसाच राहील. आश्रमशाळेत नापास मुलांना प्रवेश दिला जात नाही. त्यामुळे ९वी, १०वीची मुले मोठ्या संख्येने गळतात. त्यामुळे नापास मुलांना आश्रमशाळेत प्रवेश असलाच पाहिजे. आश्रमशाळेत १२०ची मर्यादा असल्याने अनेक पालकांची मुलांना प्रवेश मिळत नाही, अशी तक्रार असते. तेव्हा प्रवेशमर्यादा वाढवावी.

भटक्या मुलांचे आश्रमशाळेतून गळती होण्याचे प्रमाण मोठे आहे. पारंपरिक पद्धतीने व्यवसाय करताना मुलांचा वापर होऊ नये, यासाठी भिक्षेकरी कायद्यान्वये कठोरपणे कारवाई करण्याची गरज आहे. जिथे भटक्यांच्या यात्रा भरतात, तेथे बालविवाहाबाबत पथनाट्ये व इतर मार्गाने प्रबोधन करण्याची गरज आहे. याचे कारण आजही मोठ्या संख्येने बालविवाह होतात. या मुलांमधील इतर कौशल्ये बघता या मुलांना क्रीडा अकादमीत सामावून घेण्याचा प्रयत्न व्हायला हवा. भटक्या समाजातील मुले थेट शाळेत जात नाहीत. तेव्हा 'पालावरच्या शाळा' हा उपक्रम भटके-विमुक्त प्रतिष्ठान यांनी केला. पालात अनौपचारिक शाळा सुरू केल्या. त्यात मुलांना शाळेची गोडी लागली आणि मग त्यांना दाखल केले. या उपक्रमाचा

अभ्यास करण्याची गरज आहे.

गडचिरोली जिल्ह्यात नक्षलवाद्यांमुळे आश्रमशाळांपुढचे गळतीचे प्रश्न अधिकच गंभीर आहेत. नक्षलवाद या समस्येचे अभ्यासक पत्रकार देवेंद्र गावंडे सांगतात, की छत्तीसगडमध्ये जसे आश्रमशाळांचे स्थलांतर केले, तशा आश्रमशाळा बिगर नक्षलवादी विभागात स्थलांतरित करायला हव्यात. आश्रमशाळेत नक्षलवादी येतात. गाणी म्हणायला लावतात. प्रजासत्ताक दिनाला काळा झेंडा लावतात. एकाच वेळी २५० मुलांच्या मनावर परिणाम होतो. आश्रमशाळेत येऊन जेवतात, त्यांचे लक्ष हुशार मुलांकडे विशेष करून असते. ते हुशार मुलांना हेरतात व त्या मुलांना सक्तीने नक्षलवादी कँपमध्ये घेऊन जातात. नक्षलवाद्यांकडून बचाव करण्यासाठी शिक्षक हुशार मुलांना पळवून शहरी भागात नेतात. नक्षलवाद्यांच्या लक्षात ही मुले येऊ नयेत, यासाठी शिक्षक प्रयत्न करतात. नक्षलवाद्यांना कंटाळून गडचिरोलीत स्थलांतराचे प्रमाण सर्वांत जास्त आहे. तिसरी–चौथीत गळती झालेली मुले भीतीने गावात राहत नाहीत. शाळेतून गळती झालेल्या मुलांना नक्षलवाद्यांचा धोका सर्वांत जास्त असतो. पालक त्यांना रोजगारासाठी जिल्ह्याबाहेर पाठवून देतात. आई-वडील त्या मुलांचे पत्ते सांगत नाहीत.

गळती रोखायला उपाय काय, हा प्रश्न पडायचा. पर्यवेक्षीय यंत्रणेने किमान शाळेला भेट देताना तरी गैरहजर मुले बघावीत, पण तेही होत नाही. शिक्षक प्रयत्न करत नाहीत, पालकही प्रतिसाद देत नाहीत आणि अधिकारी पाठपुरावा करत नाहीत. या सर्व मर्यादेत मग ही मुले दाखल करायला समाज सहभाग हाच मार्ग दिसायचा. मी काम सुरू केले.

स्थळ : आमदारांचे घर

भेटायला तुफान गर्दी. त्यात मी एक मसुदा घेऊन उभा. मी दिसताच आमदार मधुकरराव पिचड मला काम विचारतात. मी ते पत्र दाखवतो. आमदारांनी सरपंचाच्या नावाने लिहिलेले पत्र असते. तुमच्या गावातील शाळेत न जाणारी मुले शाळेत दाखल करा, असे त्यात आवाहन असते. आमदारांना हसू येते. हे काय काम आहे का? असे त्यांना वाटते. ते पत्र ते पी.ए.कडे देऊन लेटरहेडवर द्यायला सांगतात. मी सही घेऊन ते पत्र तालुक्यातल्या सर्व सरपंचांना आणि पोलिस पाटलांना पाठवून देतो. आमदार १५ दिवसांनी भेटतात.

"अरे, तू कसलं पत्र पाठवलं? मला १०-१५ फोन आलेत सरपंचांचे, तुम्ही सांगितलं, ते काम केलं बरं का म्हणून. मलाच ते लक्षात येईना... मग पी.ए.नं आठवण करून दिली."

सरपंच फोनवर म्हणायचे, "अहो साहेब, तुम्ही पत्रात सांगितलं म्हणून मग आमच्या गावातील पोरं शोधली आणि शाळेत आणली. पालकांच्या वस्तीवर जाऊन खूप रागावलो पालकांना." या पत्रामुळे किमान ६०पेक्षा जास्त मुले ८

दिवसांत हजर झाली होती. आमदारांनी आपल्याला पत्र पाठवून काम सांगितले म्हणून ते आपण केले पाहिजे, अशी भावना सरपंचांची झाली होती. मला एकदम किल्ली सापडली. मग गावोगाव जाऊन मी सरपंचांना भेटायचो.

सरपंच आमच्यासोबत फिरायचे. धामणगाव नावाचे एक गाव. गावाला ७ आदिवासी वाड्या आणि अर्थात अनेक मुले शालाबाह्य. सरपंच आणि आम्ही सकाळीच निघालो. सरपंच निघाल्यामुळे सोबत गावातील महत्त्वाचे कार्यकर्तेही निघाले. शिक्षक आणि मुख्याध्यापक होतेच. ज्यांना ग्रामीण भागाचे वास्तव माहीत आहे, त्यांना याचे महत्त्व समजेल, की हे दृश्य ऐतिहासिकसुद्धा होते. याचे कारण गावातील सरपंच हे म्होरके असतात. गरीब कुटुंबातील मुले शिकतात की नाही, याची गाव म्हणून कुणी चिंता करत नसते; पण या निमित्ताने गावातील गरिबांच्या झोपड्यांत जाऊन ते तुमच्या मुलांना शिकवा, असा आग्रह धरू लागले. हे सामाजिक अभिसरण मला महत्त्वाचे वाटले.

हाच प्रयोग मग मी जिल्हा परिषद सदस्य आणि पंचायत समिती सदस्य यांच्यासोबत केला. त्यांनाही आमदारांचे पत्र आणि याद्या दिल्या. त्यांनी त्या त्या गावात गेल्यावर आढावा घेतला. शाळाही त्यामुळे हा विषय गांभीर्याने घेऊ लागल्या. समाज सहभाग हा गुळगुळीत झालेला शब्द इथे जिवंत झाला.

ग्रामीण भागातील पोलिस पाटील हे एक महत्त्वाचे पद. आजही या पदाला ग्रामीण भागात खूप आदर आणि पदाचा दरारा आहे. पण आज या पदाला तसे काम नाही. पूर्वी ज्या काळात गुन्हे घडल्यावर संपर्क साधने नव्हती, तेव्हा गुन्ह्याची पहिली खबर देणे हे त्यांचे प्रमुख काम होते. आता पोलिसांना पूरक भूमिका घेणे, इतकेच त्यांचे काम आहे. या महत्त्वाच्या पदाचा शालाबाह्य मुलांच्या प्रश्नासाठी उपयोग करणे, हे लक्षात आले. तहसीलदार आणि पोलिस निरीक्षक या दोन्हीही विभागांचा त्याच्यावर अंकुश आहे. त्याचसोबत तलाठी आणि ग्रामसेवक या दोघांनाही ग्रामीण भागात खूप मान आहे. हे लक्षात घेऊन एक पत्र तहसीलदार, बीडीओ आणि पोलिस निरीक्षक यांच्याकडून घेतले व पत्राखाली सह्या व त्या गावातील शाळांमधील गैरहजर मुलांची यादी जोडली. ती सर्व पत्रे त्या त्या गावातील ग्रामसेवक आणि पोलिस पाटील यांना पोचवली. ग्रामसेवकांचा प्रमुख बीडीओ आणि तलाठी पदाचा प्रमुख तहसीलदार. खेड्यात गरीब लोकांचे काम नेहमीच याच पदांशी असते. ते या अधिकाऱ्यांना खूप मानतात. त्याचा खूप सकारात्मक परिणाम झाला. मुले हजर होऊ लागली. मुख्य म्हणजे शिक्षकांचा उत्साह वाढला. ते भेटी करायला या अधिकाऱ्यांना सोबत नेऊ लागले.

दिनांक ९ ऑगस्ट २०११

स्थळ - पिंपळगाव

गावाची ग्रामसभा सुरू आणि आता पुढचा विषय आहे - गावातील शाळेत न जाणाऱ्या आणि सतत गैरहजर असणाऱ्या मुलामुलींची चर्चा करणे. ग्रामसेवक यादी वाचतात. वाचन सुरू असताना ज्या मुलाचे नाव येईल, त्या मुलाच्या पालकाकडे सर्व जण बघत राहतात. तो पालक कावराबावरा होतो. सरपंच त्या पालकाला उभे करतात, "उठा! का नाही पाठवत तुम्ही त्याला शाळेत?"

"माझ्यासोबत कामाला नेत होतो. शेतात काम खूप पडतं."

सरपंच - "अरे, पण तू मजुरी करतोस, तर त्यानंही आता मजुरीच करायची का?"

त्यानंतर अनेक गावकरी त्याला फाडफाड बोलतात.

पालक - "बरं, मी उद्या त्याला शाळेत पाठवतो."

सरपंच - "पाठवतो नाही, घेऊन यायचं आणि हो, तू घरकुल द्या म्हणून माझ्या मागं लागलाय ना? जोपर्यंत पोरगं शाळेत येत नाही, तोपर्यंत घरकुलही मिळणार नाही."

वरील प्रसंग गावोगावी घडू लागला.

ग्रामसभा हा ग्रामीण भागातील एक महत्त्वाचा घटक आहे. अण्णा हजारे म्हणतात, की ग्रामसभा संसदेपेक्षा श्रेष्ठ आहे. गावातील जर सर्व महत्त्वाचे प्रश्न ग्रामसभेत चर्चिले जात असतील आणि त्यावर जर निर्णय होत असेल, तर मग शालाबाह्य मुलांच्या प्रश्नाची चर्चासुद्धा याच व्यासपीठावर झाली पाहिजे, असे मला वाटायला लागले.

सुदैवाने त्या वेळचे गटविकास अधिकारी दिलीप रूपवते हे या प्रश्नावर संवेदनशील होते. त्यांनी तसा आदेश काढला आणि ग्रामसभांच्या अजेंड्यावर आम्ही 'गावातील शाळा, हायस्कूल, आश्रमशाळेत जाणाऱ्या शालाबाह्य मुलांची आणि सतत गैरहजर मुलांची चर्चा करणे' असा विषय घेतला. त्यामुळे तालुक्यातील सर्वच्या सर्व गावांतील ग्रामसभेत एकाच दिवशी शालाबाह्य मुलांचा विषय घेतला गेला. ग्रामसभेत गावाचे सारे म्होरके उपस्थित असतात. या म्होरक्यांना या निमित्ताने गावातील गरिबांची मुले शिकतात की नाही, याची खबर मिळाली हेच खूप झाले. गाव म्हणून या मुलांच्या शिक्षणाची चिंता गावाने करणे, हेच खूप लोभसवाणे होते. असे गावोगावी झाले, तरच परिवर्तन घडेल.

❑

१२.

बालकामगार आणि बालविवाहाचे धगधगते वास्तव

स्थळ - अकोले पोलिस स्टेशन

गांधी जयंती

गावातील सर्व व्यापारी, हॉटेल व्यावसायिक उपस्थित.

कार्यक्रम शपथ घेण्याचा. कसली शपथ? बालकामगार न ठेवण्याची. बालकामगार ही समस्या देशव्यापी आहे... २०११च्या जनगणनेनुसार महाराष्ट्रात ४ लाख ९६ हजार बालकामगार आहेत. पण याबाबत प्रबोधन नाही. ग्रामीण भागात तर ही समस्या वाटत नाही. अशा वेळी कायद्याच्या अंमलबजावणीबरोबर ती समस्या समजून सांगणे, हे महत्त्वाचे असते. छोट्या गावात तर एक वेगळाच मुद्दा आहे. बालकामगार गुन्ह्यात ज्यांना कायदेशीर कारवाई करण्याचा अधिकार आहे, तो कामगार विभाग फक्त जिल्हा स्तरावर असतो आणि स्थानिक पोलिसांकडे जावे तर ते म्हणतात, की हे आमचे काम नाही.

मग यावर उपाय काय? स्थानिक पोलिसांना याबाबत जागरूक करणे, हाच मार्ग आहे. म्हणून मग आम्ही पत्रकार संघाच्या मदतीने पोलिस स्टेशनला हा शपथ घेण्याचा कार्यक्रम आयोजित केला. व्यापाऱ्यांना, हॉटेल मालकांना हा प्रश्न समजला. त्यानंतर अनेकांनी अशी मुले कामावर ठेवली नाहीत. पोलिस निरीक्षकांनी अधूनमधून रात्रीच्या वेळी दुकाने, हॉटेल तपासली. एकदा काही ठिकाणी मुले आढळली. तेव्हा मुलांना पोलिस स्टेशनला आणून मालकांकडून प्रतिज्ञापत्रावर लिहून घेतले. तेव्हापासून कुठे बालकामगार आढळला, की लोक आम्हाला कळवू लागले. आम्ही पोलिसांना सांगायचो. त्यानंतर पुढच्याच वर्षी पोलिस निरीक्षक, तहसीलदार याच्या सहीने एक नोटीस काढण्यात आली आणि ती नोटीस सर्व दुकानांना, हॉटेल, भंगार व्यावसायिकांना मी नेऊन दिली. प्रत्येकाची पोच घेण्यात आली. यातून पुन्हा पुन्हा जनजागृती होत गेली. कुठे बालकामगार दिसला, की लोकही त्यांना टोकू लागले. हाच प्रयोग आमच्या तालुक्यातील राजुर नावाच्या एका

मोठ्या गावात घेण्यात आला. तिथेही दुकान आणि हॉटेल मालकांनी शपथ घेतली.

बालकामगार, शालाबाह्य मुले हॉटेलमध्ये दिसताच धाक वाटावा म्हणून आम्ही स्नेहालयच्या चाइल्ड लाइनच्या मदतीने कामगार विभागाच्या धाडी आयोजित केल्या. ते म्हणाले, काही सापडले नाही. पण त्या निमित्ताने हॉटेल चालकांना त्याचे गांभीर्य कळले. पण १०,००० लोकवस्तीच्या आमच्या छोट्या गावात, रोज ज्यांच्याशी संबंध येतात, त्या ठिकाणी हा वाईटपणा घेणे अवघड असते.

आज अनेक श्रीमंत कुटुंबांत लहान मुले कामावर ठेवण्याची पद्धत आली आहे. मोठ्या वयाचे नोकर गुन्हे करतात. त्यातून लहान मुलांना मागणी वाढली आहे. मी सवयच लावून घेतली, की महाराष्ट्रात नव्हे तर आजही देशात कुठेही गेलो आणि तिथे जर बालकामगार दिसला, तर मी त्या हॉटेल मालकाला बोलल्याशिवाय कधीही तिथून बाहेर आलेलो नाही. एक सोपा युक्तिवाद मी मांडतो आणि तो सर्वांना पटतो. मी त्याला म्हणतो, "तुमचा धंदा इतका चांगला चालला आहे. समोरच्या तुमच्यासारख्या व्यावसायिकांना ते बघवत नाही, त्यामुळे ते तक्रार करतील. नाही तरी या मुलाला तुम्हाला काहीतरी पगार तर द्यावाच लागणार आहे ना. मग थोडा अजून खर्च करा आणि मोठ्या वयाचा माणूस नेमा ना." हा युक्तिवाद चपखल बसतो. प्रत्येकाला आपल्या वाईटावर कोणीतरी असते, असे वाटत असतेच. असे जर प्रत्येक ग्राहकाने टोकले, तर आणि तरच बालमजुरीला आळा बसू शकेल. बालमजुरीला समाजमान्यता मिळता कामा नये. मी अगदी याबाबत टोकाचा आग्रही आहे. अर्थात हेही स्पष्ट केले पाहिजे, की मग या मुलांचे काम सोडल्यावर पुढे काय होत असेल? तर मुळात मुलाने काम सोडले म्हणून उद्यापासून ते कुटुंब उपाशी राहील, अशी स्थिती खूप कमी घरांत असते. शांता सिन्हा यांनी असा अभ्यास आंध्र प्रदेशात केला. फार भावुक होण्यात अर्थ नसतो आणि खरेच जर असा मुलगा आढळला, तर त्याची व्यवस्था आश्रमशाळेत करता येते.

पण यात काही वेळा पराभवाचेही क्षण येतात.

"कुलकर्णी सर, आपल्या गावातल्या या बिअर बारसमोर या बरं." आमच्या गटशिक्षणाधिकाऱ्याचा फोन. जरा विचित्रच वाटले. गेलो लगेच. बिअर बारचा मालक, आमचे अधिकारी, आणखी दोन शिक्षक व एक लहान मुलगा तिथे उभा. अंदाज आला. तो लहान मुलगा त्या बिअर बारमध्ये कामाला होता. दारू वाटायचे काम करायचा.

गटशिक्षणाधिकारी म्हणाले, "सर, या मुलाला आपल्याला दाखल करायचंय. जिल्ह्यातले एक जिल्हा परिषद सदस्य आमच्या गावातून जाताना तिथे जेवायला थांबले होते. त्यांना हा अनिल तिथे दिसला. त्यांनी आमच्या गटशिक्षणाधिकाऱ्यांना सांगितलं. जवळच्या शाळेत अनिल दाखल झाला. बिअर बार मालकानं त्याला गणवेश, वह्या घेऊन दिल्या." त्या शाळेत मोठा समारंभ झाला. पहिला एपिसोड संपला.

पुढचा सारा उद्योग मलाच निस्तरायचा होता. त्याला बिअर बारमध्ये राहायला ठेवणे म्हणजे पुन्हा वेटर म्हणून राहणार होता. तेव्हा त्याला तिथून हलवणे गरजेचे होते. गावात एक अनुसूचित जातीच्या मुलांचे वसतिगृह होते. तिथे विनंती केली. अनिल त्याच संवर्गातला असल्याने लगेच प्रवेश मिळाला. मोठे समाधान मिळाले.

अनिल आमच्या जवळच्या एका छोट्या गावचा. लहानपणीच आई-वडील वारले. अनिल आणि त्याची लहान बहीण अनाथ झाले. त्याच्या लहान बहिणीला मावशी घेऊन गेली आणि अनिल एकटाच उरला. त्या गावात एक मठ होता. मठातील महाराजांनी त्याला सांभाळले. पुढे महाराजही दुसरीकडे गेले आणि अनिल पुन्हा अनाथ होऊन हॉटेलात वेटर म्हणून पोचला होता.

वसतिगृहाच्या तक्रारी सुरू झाल्या. अनिलला रोज पनीर रोटी, काजूकरी, तंदूर रोटी खायची सवय लागलेली. वसतिगृहाचे जेवण त्याला मानवेना. त्यातून पगाराचे पैसे त्याने बँकेत साठवलेले होते. तो हॉटेलात जायला लागला. सोबत वसतिगृहाची मुलेही न्यायचा. त्यातून इतर मित्रांनाही चटक लागली. शिस्त बिघडू लागली. तो ज्या हॉटेलात कामाला होता, तिथे रात्री उशिरापर्यंत जाऊन जेवून यायला लागला.

इथपर्यंतही ठीक होते, पण पुढच्या तक्रारी अधिक गंभीर होत्या. अनिलला दारूचे व्यसन लागलेले होते. त्याला एकदम उचलून इथे आणल्याने त्याची चडफड होऊ लागली. त्याने चोरून दारूची बाटली त्याच्या पेटीत ठेवली होती आणि अधूनमधून प्यायचा. त्याच्या दृष्टीने दारूची बाटली ही काही फार मोठी गोष्ट नव्हती. कारण अनेक वर्षे बिअर बारच त्याचे घर होते. पण वसतिगृहाच्या दृष्टीने तो अर्थातच गंभीर गुन्हा होता. एक दिवस अधीक्षकांना तो दारू पिताना सापडला आणि सहनशीलतेचा कडेलोट झाला. रात्री १० वाजता त्यांनी मला फोन केला. तिथे गेलो. अनिल बोलायच्याही मन:स्थितीत नव्हता. अधीक्षक संतापले होते. त्यांची बाजू त्यांच्या बाजूने बरोबर होती. मी अधीक्षकांची माफी मागितली. रात्री उशिरा तणाव निवळला. पण अनिल फार काळ तिथे राहू शकणार नाही, हेही पक्के झाले.

दरम्यान शाळेच्याही तक्रारी सुरू झाल्या. तो गैरहजर राहायचा. पेपरलाही गैरहजर. अर्थात दोन्ही ठिकाणी त्याला मायेने समजून सांगणे, समजून घेणे गरजेचे होते. शाळेचे एक अधिकारी मला एकदा त्याच्या दारू पिण्याविषयी कुत्सितपणे फोनवर सांगत होते. मला वाईट वाटले. त्याला समजून घेण्याची त्यांना बिलकूल इच्छा नव्हती. मुळात अनिलची शिकण्याची इच्छा नव्हतीच आणि खूप दूरचा विचार करण्याची कुवतही विकसित झाली नव्हती. त्यामुळे तो वेगाने घसरत गेला. त्याला एकदा मी कपड्याच्या दुकानात नेले. कपडे घेऊन दिले आणि एक महिन्याने विचारले, तर कपडे त्याने दुसऱ्याच एका वेटरला देऊन टाकले होते. पहिले सत्र संपले. दिवाळीची सुट्टी लागली आणि कसोटीचा क्षण आला.

अधीक्षकांनी मला बोलावून घेतले आणि म्हणाले, "सुट्टीत नियमाप्रमाणे कोणत्याच मुलाला ठेवत नाही. तेव्हा रक्ताच्या नातेवाइकानं त्याला सुट्टीला नेलं पाहिजे." त्याची मावशी गावात राहत होती. त्यांच्याकडे गेलो. ते अगोदरच अनिलच्या बहिणीला सांभाळत होते. ते त्याचे दोष सांगत होते. तो आला तर आमच्या पोरांना बिघडवील, असेच म्हणत राहिले. दिवाळीची सुट्टी लागायचा दिवस आणि तिकडून मला अधीक्षकाचा फोन आणि इकडून यांचा नकार. त्या मावशीचा खूप जीव तुटायचा, पण ती बिचारी सासुरवाशीण. शेवटी खूप विनंती केली, तेव्हा ते लोक अनिलला दिवाळीला घेऊन गेले. माझा जीव भांड्यात पडला पण तात्पुरताच.

धनत्रयोदशीचा दिवस. संध्याकाळची वेळ. अनिलच्या मावशीच्या नवऱ्याचा फोन. "सर, अनिल दुपारपासून घरात नाहीये. एकतर तुम्ही आमच्यावर जबाबदारी दिली. काही झालं, तरी आम्हीच अडकू." दिवाळीचा आनंद बाजूला राहिला आणि मी गाडी घेऊन अनिलला शोधायला निघालो. रात्री उशिरा त्याच बिअर बारमध्ये सापडला. मी खूप चिडलो. म्हणाला, "मावशीच्या घरचे दुपारी खूप बोलले, तेव्हा वैतागून आलो." कोण खरे बोलत होते, काहीच कळेना. दिवाळी संपली, पुन्हा मावशीकडून फोन. पुन्हा तक्रारी सुरू झाल्या होत्या. शेवटी वैतागून बिअर बारच्या मालकाने आणि मी अनिलला दूर गावी त्याची बहीण असते, तिथे एका वेटरबरोबर पाठवून दिला. मालकाचा अनिलवर जीव होता. दिवाळी सुट्टी संपली. पुन्हा तो वसतिगृहात हजर झाला.

एके दिवशी अधीक्षकांचा फोन. अधीक्षकांचा फोन म्हटले, की मला धस्स व्हायचे. ते म्हणाले, "प्रत्यक्षच या आणि पाहा." अनिलला वसतिगृहातले काही टवाळखोर साथीदार मिळाले होते. त्या सर्वांनी मिळून वसतिगृहाची टाकीच फोडून टाकली होती. काही हजारांचे नुकसान केले होते. वसतिगृहाच्या संचालिका तरी क्षमाशील होत्या. त्याला समजावून सांगत होत्या. पण यापुढे त्याला सांभाळून घ्या म्हणायचा माझा अधिकार संपला होता.

पुढील वर्षी वसतिगृहाने त्याला प्रवेश नाकारला. शाळेनेही नाव काढले. बिअर बारवर तो पुन्हा वेटर म्हणून गेल्यावर आम्ही बालकामगार अधिकारी आणून त्याला पकडण्याचा प्रयत्न केला. हेतू हा, की त्याला पकडून रिमांडहोममध्ये टाकावे. पण तो लपवला जायचा. मी अनेकदा रात्री जाऊन शोधला, पण सापडला नाही.

आजही त्या बिअर बारसमोरून जाताना माझी नजर त्याला शोधत असते. पण जरी सापडला, तरी मी काय करणार आहे? त्याला व्यसनासह कोण स्वीकारणार आहे? शालाबाह्य मुलांना दाखल करणे सोपे आहे, पण त्यांना प्रेमाने गुण-दोषांसह स्वीकारणे महाकठीण काम आहे.

हे वाचून अनेक जण म्हणतील, ही मुले तसलीच असतात. पुन्हा तिथेच

जातात. पण मला प्रांजळपणे वाटते, की आम्ही त्याला प्रेमाने बदलण्यास कमी पडलो. पुढच्या आयुष्याची जाणीव करून देण्यात कमी पडलो. अन्यथा हजारो बालकामगार कामाच्या ठिकाणांहून बाहेर पडलेच आहेत. आणखी एक वाटले, की माझ्या छोट्या गावात स्वयंसेवी संस्था नसल्यामुळे आमचे प्रयत्न थकले. त्याचे पुन्हा वेटर होणे, ही माझ्या आयुष्यातली अश्वत्थाम्याची भळभळती जखम आहे.

नांदेड शहरातलाच एक भाग असला, तरीही कडेला सगळी बकाल वस्ती. कुठे रस्त्यावर टायर पडलेले. कुठे कचरा जळालेला. प्रत्येक दारापुढे शेळी बांधलेली. अशा वातावरणात एका घराच्या आतल्या बाजूच्या अंधाऱ्या खोलीत आम्ही पोचतो. इथे बालकामगारांची शाळा भरलेली.

बालकामगारांच्या समस्येला केंद्र सरकारने शोधलेले उत्तर आहे 'इंडस प्रकल्प.' या प्रकल्पात बालकामगारांच्या शाळा चालवल्या जातात. सोलापूरला अशा शाळा बघितलेल्या. नांदेडच्या अशाच एका बालकामगारांच्या शाळेत आम्ही पोचलो. हा प्रकल्प निष्ठेने चालवणाऱ्या पाटोदेकर डॉक्टरांनी पाठवलेले. मुस्लीम वस्तीतली ही शाळा. सर्वच मुले मुस्लीम. पट खूप असला, तरी २० ते २५ मुले हजर होती. त्या छोट्या खोलीत फळा लावलेला. या शाळांमध्ये स्वयंसेवक फारसे प्रशिक्षित नसल्याने शिक्षणाचीही फारशी अपेक्षा करता येत नाही. त्यातल्या सामाजिक आशयाकडे लक्ष केंद्रित करावे लागते.

मुले बोलकी होती. शाळेत पाहुणा आल्यावर इतर शाळेत मुलांवर जसे दडपण येते, तसे दडपण मुलांच्यावर जाणवत नव्हते. इतरत्र मुले खाली मान घालून बसतात. ती त्यांच्या त्यांच्यातच फिदीफिदी हसत होती. मला त्यांचा बिनधास्तपणा आवडलाही. गप्पा मारायला लागलो. मुलाचे नाव. मूळ शाळा का सोडली? नंतर कोणता व्यवसाय करत होता? मग या शाळेत कसा आलास? त्यांचे पालक काय करतात, हेही विचारले. बहुतेकांचे पालक हातमजुरी करत होते. अनेकांना वडील नव्हते. परिस्थिती दारिद्र्यरेषेवर हिंदकळणारी. सध्या काय काम करता? हा प्रश्न आला आणि मी सुन्न झालो. ती सगळी मुले रोज पहाटेच उठून कत्तलखान्यात जात होती. कत्तलखान्यात जनावर मारल्यावर त्याचे शरीर सोलले जाते. त्या सोललेल्या भागातील टाकाऊ भाग गोळा करणे व त्याचे वर्गीकरण करणे अशा प्रकारचे काम. माझ्यासारख्या शाकाहारी व मध्यमवर्गीय मनाला ते सारे समजणे खूपच कठीण जात होते. मग मी तपशील विचारू लागलो. ती भराभर सांगू लागली. कोणती जनावरे कापली जातात, रोज किती जनावरे कापली जातात, बैलासारखी जनावरे कशी मारली जातात याचे वर्णन ती मुले हसून करू लागली. त्या जनावरांचा मारताना होणारा आकांत, तडफड, ओरडणे याने त्या मुलांना काहीच फरक पडत नव्हता. ते एखाद्या गोष्टीचे गमतीने वर्णन करावे, तसे वर्णन करत होते. मी त्यांना पुन्हा पुन्हा

विचारत होतो, की जनावर जेव्हा मारले जाते ती तडफड तुम्हाला बघवते का? तुम्हाला त्रास होत नाही का? इतके तळतळून विचारले, तरीसुद्धा ती मुले हसतच होती. माझा हळवा झालेला आवाज त्यांना थट्टा उडवायला पुरेसा वाटत होता. ते अजूनच भयानक किस्से सांगत होते. मरताना जनावराची तडफड अजूनच वर्णन करत होते. मी सुन्न झालो... मुले म्हणजे फुले असले ऐकत मोठे झालेलो आम्ही. मुलांचे कोमल मन, हळुवार मन. नुसत्या भुताच्या, राक्षसाच्या गोष्टी ऐकूनही बावरून जाणारी आपल्या मध्यमवर्गीय जगातली लहान मुले. श्यामच्या आईच्या मृत्यूच्या प्रसंगाने तो चित्रपट बघताना हेलावणारी आमची दुनिया. आणि इथे हालहाल होऊन मरणारे प्राणी, वाहणारे रक्ताचे पाट आणि हेलावणे दूरच पण गमतीने वर्णन करणारी ही ८ ते १० वर्षांची मुले. या मुलांच्या बालपणाच्या संवेदनशीलतेचे, कोमल भावविश्वाचे विद्रूपीकरण झाले आहे, कोवळ्या वयात ही मुले इतकी राठ आणि राकट बनली आहेत. या मुलांचे पुढे काय होणार, हा प्रश्न पडला. उद्या या मुलांसमोर एखादा खून झाला, तरीही ते गमतीने त्याचे वर्णन करतील.

नंतर ते म्हणाले, "जनावराच्या शरीरातला काही टाकाऊ भाग आम्हाला भाजीसाठी दिला जातो. तो आम्ही रोज सकाळी भरून घरी आणतो, तेव्हा कुत्री मागे लागतात." एका मुलाने सांगितले, की कत्तलखान्यातून येताना अंगाला रक्त लागलेले असते. तेव्हा कधीकधी कुत्री त्या रक्ताच्या वासाने अंगावर उड्या मारतात. एखाद्याचे जगणे इतके रखरखीत वास्तवाने भरलेले असावे?

बालमनाची ती स्थिती बघत बाहेर पडलो. बाहेर आल्यावर पुन्हा मोठ्याने हसण्याचा आवाज आला. रस्त्यावर आलो. मी त्या मुलांना फारच बावळट वाटलो होतो.

सहज बालकामगार कायद्यातील तरतूद आठवली. लहान मुलांना मांसाहार, प्राणिहत्या याच्याशी निगडित काम करण्यास नेमणे हा गंभीर गुन्हा आहे. कोणाला जास्त क्रूर ठरवावे, हेच समजेना. कत्तलखाने चालवून तिथे लहान मुलांना नेमलेल्या मालकांना? बालकामगार कायदा गुंडाळून त्याकडे दुर्लक्ष करणाऱ्या कायद्याच्या चालकांना? की हे काम करायला भाग पाडणाऱ्या मुलांच्या पालकांना की अगतिकता असलेल्या दारिद्र्याला जास्त क्रूर समजावे?

बालकामगारांप्रमाणेच बालविवाहाची समस्यादेखील अशीच गंभीर.

एक दिवस आमच्याच तालुक्यातल्या मित्राचा फोन आला. आमच्या परिसरातील एका शाळेतील मुलीचे लग्न शेजारच्या तालुक्यात लागतेय. काहीतरी करावे. लगेच आम्ही संगमनेरचा लढाऊ कार्यकर्ता गणेश बोऱ्हाडेला फोन लावला. गणेश बोऱ्हाडे तहसीलदारांकडे गेला व त्याने तक्रार केली. तहसीलदारांनी पोलिसांना आदेश दिला. दिलेल्या पत्त्यावर गेले. संध्याकाळी पोलिसांचा अहवाल आला, असे लग्न

झालेच नाही. तिथे फक्त एक म्हातारी होती. तिचे म्हणणे लिहून आणले होते. इकडे संध्याकाळी वऱ्हाड सुखरूप आले. पुन्हा चौकशीचे आदेश. त्या मुलीला आता मुलगा झाला तरी ते लग्न झाले होते की नाही, याचा अहवाल अजून येतोच आहे.

या घटनेने श्रीनिवास रेणुकादास हा पत्रकार मित्र व मी अस्वस्थ झालो. शेवटी या विषयावर काम करायचे ठरवले. रेणुकादासने शिक्षण विभागाकडे बालविवाहांची माहिती मागवली. तेव्हा एका वर्षात शाळेतल्या ७६ मुलींचे लग्न झालेले होते. ज्या मुलींनी पूर्वीच शाळा सोडली आणि ज्या मुलींचे बालविवाह झाले, त्यांची माहिती त्यात असणे शक्यच नव्हते. म्हणजे किमान २०० बालविवाह एका तालुक्यात होत होते. हीच जर सरासरी पकडली, तर किती मोठा हा प्रश्न होता. भ्रूणहत्येवर इतके प्रबोधन होताना बालविवाहांचे काय करायचे? प्रशासनाला सक्रिय करणे गरजेचे होते. तहसीलदारांना भेटलो. तहसीलदारांनी बालविवाहाशी जे घटक निगडित असतात, अशा सर्व घटकांची - लग्न लावणारे सर्व धर्मांतील पुरोहित, बँडवाले, पत्रिका छापणारे, प्रेसवाले, मंगल कार्यालयांचे मालक, सरपंच, ग्रामसेवक, मुख्याध्यापक या सर्वांची एकत्रित कार्यशाळा आयोजित केली. रेणुकादासने आमची भूमिका मांडली आणि मग तहसीलदारांनी सर्वांना एक रजिस्टर ठेवायला सांगितले. त्यात मुलगा व मुलगी यांचे जन्मदाखले घेणे अनिवार्य केले. या एकाच गोष्टीचा खूप परिणाम झाला. एका मंगल कार्यालयाने मुलाकडचे लोक जन्मदाखला देत नव्हते म्हणून मिरवून आलेला नवरदेव परत पाठवला, इतके धाडस संचारले.

आणखी एक धोरणात्मक गोष्टही केली. ग्रामसेवक या पदाला बालविवाह रोखण्याची जबाबदारी शासनाने दिली असून, तो 'बालविवाह प्रतिबंधक अधिकारी' आहे, हे ग्रामसेवकांनाही माहीत नव्हते. अधिकार कळल्यामुळे ग्रामसेवकांनी अतिशय ताकदीने अनेक लग्ने थांबवली. एका वर्षात ग्रामसेवक, पोलिस पाटील व अंगणवाडी सेविका यांच्या पुढाकाराने आम्ही १६० लग्ने थांबवली. नोटिस देऊनही बालविवाह केला म्हणून ग्रामसभेने पुढाकार घेऊन एका कुटुंबावर गुन्हा नोंदवला. काही आठवणी तर थरारक आहेत. बालविवाह थांबवायला गेलेल्या कर्मचाऱ्यांना एका खोलीत कोंडून ठेवले होते. आमच्या गावातील कुणी तुम्हाला नाव सांगितले ते अगोदर सांगा, अशी त्यांची मागणी होती. शेवटी पोलिस पाठवून सोडवण्यात आले.

कायद्याबरोबर प्रबोधनही महत्त्वाचे. आम्ही त्यासाठी २५ महिला निवडल्या. या महिलांना मुद्दे दिले व त्यांनी गावोगावी जाऊन बालविवाहावर भाषणे द्यायची, असे ठरले. या महिलांना आम्ही 'उत्प्रेरका' नाव दिले. या महिला गावोगावी जात आणि तेथील शाळेच्या विद्यार्थ्यांचे पालक, गावकरी यांच्यासमोर बालविवाहाचा विषय मांडून, आमच्या गावात बालविवाह होऊ देणार नाही, आम्ही आमच्या मुला-मुलींचे बालविवाह करू देणार नाही, अशी शपथ व्हायची. शाळा प्रभातफेरी काढायच्या. यातून सामाजिक इच्छाशक्ती निर्माण झाली. परिणाम म्हणून गावोगावी

गावकरी प्रशासनाच्या मदतीने बालविवाह थांबवू लागले. पहिलाच विवाह महिला सरपंचाच्याच मुलीचा थांबवला. लग्न जमले, की ग्रामसेवक वयाचा पुरावा मागू लागले व नियमात वय नसेल, तर नोटिसा देऊ लागले. निनावी पत्रे येऊ लागली. संपूर्ण सरकारी यंत्रणा पाठीशी असल्याने ग्रामसेवक, पोलिस पाटील आक्रमक झाले.

स्थानिक पतसंस्थेने तालुक्यातील प्रत्येक मुलीच्या कंपासपेटीवर लावायला 'पदवी घेतल्याबिगर मी लग्नच करणार नाही' असे स्टीकर छापून दिले. एका वर्षात १६० बालविवाह थांबवले गेले. आहे तेच कायदे, आहे तेच प्रशासन, आहे तेच लोकप्रतिनिधी यांच्या मदतीने ठरवले तर किती मोठे सामाजिक बदल होऊ शकतात, याचा हा अकोले पॅटर्न महिला सक्षमीकरणासाठी महत्त्वाचा आहे.

हे तपशीलवार अशासाठी लिहिले, की आकडेवारी आपली तोंडपाठ असते - भारतात ४७ टक्के बालविवाह होतात, महाराष्ट्रात ३५ टक्के बालविवाह होतात. पण प्रत्यक्षात एक बालविवाह रोखणे किती कठीण असते, हे अनुभवले. शेवटी प्रश्न सगळ्यांनाच माहीत असतात, पण प्रश्नांना हात घालणे महत्त्वाचे आणि दुसरा धडा आम्ही शिकलो, की प्रशासनाला सोबत घ्यायला शिकले पाहिजे. आपण पर्यायी कामे उभी करतो त्यातून ते केवळ प्रायोगिकच काम होते, पण बालविवाहात आम्ही पोलिस, तहसीलदार, सरपंच, ग्रामसेवक, पोलिस पाटील, अंगणवाडी सेविका या सर्वांना सहभागी केले व शेवटी तर गावकरीही सहभागी केले. तेव्हा कुठे हे यश मिळाले. तेव्हा निराश होण्यापेक्षा प्रशासन व समाजाला हलवणे हाच मार्ग असतो.

ही बालविवाह चळवळ सुरू करणे, ही माझ्या शासकीय कामाची गरज होती. आम्ही शालाबाह्य मुले मोठ्या संख्येने दाखल करत होतो, पण आमची कोंडी मला बालविवाहाच्याबाबत जास्त जाणवायची. तो तोंड दाबून बुक्क्यांचा मार असायचा. कारण उघड करावे, तर शाळा अडचणीत यायच्या. आम्ही दर वर्षी केवळ या वर्षी किती मुलींची शाळेत शिकताना लग्ने झाली, त्या याद्या करायचो आणि फाइलीमध्ये बंद करायचो. कारण त्याचे पुरावेही काहीच नसायचे. दर वर्षी ही संख्या बघून खूप पराभूत झाल्यासारखे वाटायचे. मला खूप निराशा यायची. एखाद्या शाळेवर गेलो, की एखादी मुलगी गैरहजर असायची. आपण विचारायचे, अडचण काय? ते म्हणायचे, सतत गैरहजर. मी म्हणायचो, 'चला, तिच्या घरी जाऊ. मुख्याध्यापक मला बाजूला घ्यायचे व म्हणायचे, 'अहो सर, तिचं लग्न झालंय. काय लिहिणार शेरा तुम्हीच सांगा. पुन्हा आम्ही तुम्हाला कळवलं, तर गावात शाळा चालवायचीय.' तेव्हा त्यांचेही बरोबर असायचे. पण परिस्थिती अशी असायची, की जे अल्पवयीन मुलींचे लग्न करायचे, ते पालक बिनधास्त असायचे आणि काही दोष नसताना मुख्याध्यापक, शिक्षक घाबरायचे. पण जेव्हा बालविवाहविरोधी चळवळ वेगाने सुरू झाली, तेव्हा मात्र पूर्वी दबक्या आवाजात बालविवाहाची चर्चा करणारे

मुख्याध्यापकही आक्रमक होऊ लागले. या विषयाला आता व्यापक रूप आल्याने शाळाही आता आक्रमक झाल्या. एखाद्या प्रश्नाची कोंडी कशी फोडावी, हे शिकलो.

बालविवाहित पत्नी कौटुंबिक अत्याचारांना जास्त बळी पडते. बालविवाहामुळे लैंगिक असमानता, आजारपण आणि दारिद्र्य यांचे निरंतर चक्र चालते. जन्माला येणारे बाळ अशक्त असते. वारंवार गर्भपात होतात. त्या मुलीची बौद्धिक व भावनिक वाढ झालेली नसते. त्यामुळे सततचा न्यूनगंड त्या मुलीच्या आयुष्यात राहतो... वास्तविक बालविवाह हा केवळ सामाजिक प्रश्न नाही, तर तो शिक्षणाच्या सार्वत्रिकीकरणाशीही संबंधित आहे. शिक्षण आणि आरोग्याचे उद्दिष्ट जर १०० टक्के साध्य करायचे असेल, तर बालविवाहाचे प्रमाण शून्य टक्के केल्याशिवाय गत्यंतरच नाही; इतका त्यांचा अन्योन्यसंबंध आहे. तेव्हा केवळ शिक्षणाच्या योजना राबवून हा प्रश्न सुटणार नाही. शिक्षणाचा कायदाही त्याशिवाय यशस्वी होणार नाही. राष्ट्रीय आरोग्य अभियान राबवूनही मातामृत्यू, बालमृत्यूचे प्रमाण शून्यावर येणार नाही. त्यासाठी कायद्याचा आधार घेऊन बालविवाह कठोरपणे थांबवावे लागतील.

काही वेळेस शालाबाह्य मुलींचा शोध घेता घेता गुंतागुंत कळते.

एका हायस्कूलला भेट दिली. सगळी हजेरीपत्रे गोळा केली आणि गैरहजर मुले शोधली.

"ही राणी (नाव बदलले आहे) शाळेत का येत नाहीये...?"

"अहो सर, तीन महिने झाले ती नाहीच येत." हायस्कूलच्या वर्गशिक्षिका मॅडम खाली मान घालून सांगत आहेत.

"अहो, तीन महिने झाले आणि मग तुम्ही काय करताय? भेटी द्यायचं तुमचं काम नाही?"

"गेले ना सर, सुरुवातीला जात होते, पण आता...."

आणि मॅडम पुढे काही बोलेनात. गप्प. मुख्याध्यापक पुढे झाले आणि त्या मॅडमला पाठवून दिले.

मला बाजूला घेऊन म्हणाले, "सर, अहो तो वेगळाच प्रकार आहे. तुम्हीही विचारू नका आणि आम्ही सांगत नाही." मी वैतागलो, नीट सांगा म्हटले.

"सर, ही १३ वर्षांची मुलगी गरोदर आहे."

मी हादरलो. जरा वेळ कुणी काहीच बोलले नाही. आदिवासी कुटुंबातली ही मुलगी. शेळ्या वळवायला जायची. शाळा सतत बुडायला लागली आणि त्यातच वाईट वळण लागले. मित्र मिळाले. गरोदर राहिली. सुरुवातीला लपवले. घरच्यांच्या लक्षात येईपर्यंत गर्भपात करण्याची मुदतही टळून गेलेली. छोट्या आदिवासी वाडीत ही बातमी लगेच पसरली. शाळेत ही बातमी आली. मी त्या शिक्षकांना रागावलो. म्हणालो की, "मूल शाळेत किती सुरक्षित असते. ती जेव्हा

सुरुवातीला गैरहजर राहायला लागली, तेव्हाच जर तुम्ही पाठपुरावा केला असता तर ही वेळ आली नसती.''

त्या वाडीत असे अनेक प्रकार घडत होते. काहीतरी करायला हवे. प्रमुख कार्यकर्त्यांना भेटलो. मुलाने नेहमीप्रमाणे विश्वामित्री पवित्रा घेतला. नाकारले. मग शेवटी नाइलाज झाला. ती गरोदर असताना एका रात्री मी, माझी पत्नी, महिला वकील हांडे या कार्यकर्त्या व मित्र रावसाहेब नवले असे आम्ही अंधारात तिथे गेलो. एका छोट्या खोपट्यात ती झोपली होती. म्हातारे आई-बाप जवळ बसले होते. माझ्या पत्नीला आणि वकील बाईंना सुरुवातीला त्या मुलगी-आई फसवत राहिल्या, पण नंतर मदतीची खात्री पटल्यावर दोघीही ढसाढसा रडायला लागल्या. पोलिसात तक्रार द्यायला तयार झाल्या.

दुसऱ्या दिवशी मग पोलिस स्टेशनला ती बाई आली. जबाब दिला. पोलिसांनी नोंद केली. बलात्काराचा गुन्हा होईल, असे सांगितले. मग गावातील पुढारी मध्ये पडले आणि तिच्याशी लग्न करू, पैसे देऊ आणि तिला लगेच घरात घेऊ, असे प्रतिज्ञापत्रावर लिहिले व ते प्रकरण मिटले. पोलिसांची संवेदनशीलता इतकी, की ७ किलोमीटरवर ९ महिन्यांची ती गरोदर मुलगी आलेली. आम्ही म्हणालो, तिला जीपने सोडा. ते नाही म्हणाले. ती रिक्षा, पायी अशी गेली आणि त्यातून खूप धकाधकी झाल्याने दुसऱ्याच दिवशी बाळंत झाली.

६ महिन्यांनंतर त्या गावात गेल्यावर कळले, की त्या मुलाकडच्या लोकांनी काहीच केले नाही. घरातही घेतले नाही. पैसेही दिले नाहीत. उलट अपमानित केले. संताप आला. पुन्हा पोलिस स्टेशन. मध्यस्थ, पुढारी सगळे उलटले. गुन्हा दाखल करणे इतकाच पर्याय उरला. त्या मुलाला अटक झाली. जवळपास १ वर्ष तुरुंगात होता. 'स्नेहालय' या संस्थेने खूप मदत केली. त्यांनी तिला महिलागृहात नेले. तिचे बाळ दत्तक दिले आणि तिला सांभाळले. पुढे ती तिथे राहीना. भेटायला गेल्यावर खूप रडायची. तिचे आई-वडील माझ्याकडे यायचे आणि आम्हाला भेटायला न्या म्हणायचे. मुलीला आणा म्हणायचे. पण छोट्या वाडीत सारेच एकमेकांचे नातेवाईक. त्यांनी एकमेकात तडजोडी केल्या. तेव्हा मला मानवी भावभावना किती वेगाने बदलतात, याचा प्रत्यय आला.

मी एके रात्री त्यांना भेटायला गेलो, तर आम्हाला न भेटता ते लपून बसले. नंतर तो मुलगा तडजोडीमुळे सुटला. तिचेही दुसरीकडे लग्न झाले. या प्रकरणाने वाडीत मात्र अशा खुल्या लैंगिक संबंधांना आळा बसला. हे सविस्तर अशासाठी सांगितले, की शाळेत न येणारी मुले हा विषय खोदत खोदत गेलो, तर तो किती खोलवर जातो, हे लक्षात यावे.

❑

१३.

शालाबाह्य मुलांच्या सर्वेक्षणाचा अनुभव

शालाबाह्य मुलांचा विषय घेऊन मी दिल्लीपर्यंत गेलो. या प्रश्नावर काम करताना एक लक्षात आले, शाळा आणि शिक्षण विभाग शालाबाह्य मुले कमी दाखवतात. एका वर्षी गडचिरोली जिल्ह्यात फक्त ३९ शालाबाह्य मुले दाखवली होती. दिल्लीच्या अनुभवात देशात फक्त १० लाख मुले दाखवली होती, हे लिहिलेच आहे आणि ही लपवालपवी फक्त शिक्षण विभागात नाही तर सर्वच विभागांत. माहितीच्या अधिकारात कामगार विभागाला विचारले, की राज्यात बालकामगार किती? तर उत्तर होते ४१२. २०११ची जनगणना सांगते, की राज्यात बाल कामगार आहेत ४ लाख ९६ हजार. राज्यात सर्वेक्षण झाले. यवतमाळ जिल्ह्यात घरी आणि घाटजी या दुर्गम आदिवासी तालुक्यात मुले होती ० आणि १. सूर्यकांत कुलकर्णी यांच्या पुढाकाराने जिल्हाधिकाऱ्यांनी नांदेड जिल्ह्यात सर्वेक्षण केले; तर जिथे २००० विद्यार्थी दाखवले होते, तिथे ५०,००० मुले सापडली. ही यादी खूप मोठी आहे.

जवळपास २ ते ३ वर्षे आमच्या तालुक्यात खूप गंभीरपणे काम केल्यावर शिक्षण हक्क कायदा आला. या कायद्याचे नावच मुळी 'मोफत सक्तीचा शिक्षण कायदा' असे होते. मला वाटले, चला, आपले काम आता संपले. आता आपल्याला काहीच काम करावे लागणार नाही. पण कायदा येऊन दोन वर्षे झाली, तरी शालाबाह्य मुले शाळेत दाखल करण्याबाबत काहीच हालचाल दिसेना. इतर कायदे जसे प्रभावहीन होतात तसेच या कायद्याबाबत होईल, असे वाटायला लागले. तेव्हा वाटले, की आपण आता काहीतरी करायला पाहिजे. किमान राज्याचे शालाबाह्य मुलांचे चित्र काय आहे, हे आपणच फिरून बघावे व ते अहवाल रूपाने मांडावे. असे केल्याने किमान हा प्रश्न सर्वांपर्यंत पोचेल व या संबंधात सर्व प्रकारच्या मुलांची वेदना समाजापर्यंत पोचेल.

एक महिन्याची रजा काढली व इतर सुट्ट्या असे अधूनमधून भेटी देत काम

सुरू केले. एखाद्या अनुदानातून, शिष्यवृत्तीतून प्रकल्प केला की लोक ते गंभीरपणे घेत नाहीत, असा अनुभव आहे. तेव्हा स्वखर्चाने फिरायचे ठरवले. महाराष्ट्रातल्या २० जिल्ह्यांत मी शालाबाह्य मुले या समस्येचा अभ्यास करायला फिरलो आणि मराठवाडा, विदर्भासोबत नागपूर, पुणे, मुंबईसारख्या महानगरांत या समस्येचे स्वरूप बघितले. त्या माझ्या अभ्यासावर मी *'आमच्या शिक्षणाचे काय?'* (मनोविकास प्रकाशन) हा अहवालही प्रसिद्ध केला आहे. शहरी भागातील मुले, बालकामगार, रस्त्यांवरील मुले, वेश्यांची मुले, आदिवासी भागांतील मुले; ऊसतोड कामगार, वीटभट्टी मजूर, बांधकाम मजूर, दगड खाण मजूर, मुस्लीम वस्त्यांतील मुले, भटके-विमुक्त इत्यादींच्या मुला-मुलींच्या शिक्षणाचा प्रश्न असा व्यापक पट घेऊन अभ्यास केला.

मी औरंगाबाद, उस्मानाबाद, सोलापूर, सांगली, कोल्हापूर, सातारा, पुणे, नागपूर, यवतमाळ, गडचिरोली, चंद्रपूर, अमरावती, नाशिक, नंदुरबार, जळगाव, धुळे, मालेगाव, नगर, मुंबई, ठाणे अशा २० जिल्ह्यांत फिरलो; तेव्हा माझ्या हे लक्षात आले, की या समस्येचे खूप सुलभीकरण केले जात आहे. प्रत्येक प्रकारच्या मुलांचे प्रश्न वेगवेगळे आहेत. मला सर्वेक्षण करायचे नव्हते. कारण एक माणूस सर्वेक्षण किती करू शकणार? आणि कितीही सर्वेक्षण केले, तरी ते कमीच. तेव्हा प्रत्यक्ष भेट देणे, तेथील कार्यकर्त्यांना भेटणे, सरकारी अधिकाऱ्यांना भेटणे, शिक्षकांना भेटणे असे करत गेलो. काही वस्त्यांवर जायचो. अगदी वेश्या-वस्तीवर जाऊन फिरलो. ऊसतोड कामगारांची गावे बघितली. वीटभट्ट्या बघितल्या. दगडखाणी बघितल्या. हे बघितल्यावर लिहीत गेलो. पुस्तक प्रसिद्ध झाले.

या भटकंतीत लक्षात आले, की ग्रामीण भागांत शालाबाह्य मुलांची संख्या कमी झाली आहे, तर शहरी भागात ती वाढली आहे. हे प्रमाण पुणे-मुंबई, नागपूर, औरंगाबाद या सर्वच शहरांतल्या गरिबांच्या वस्त्यांमध्ये फिरताना जाणवले. त्याचप्रमाणे मुंबई व पुण्यात असे निदर्शनाला आले, की रस्त्यावरील मुलांची संख्या मुख्य शहरात कमी झाली आहे, पण शहराच्या परिघाबाहेर ती सरकली आहे. घरातून पळून आलेल्या मुलांमध्ये इतर राज्यांबरोबरच महाराष्ट्रातील ग्रामीण मुलांची संख्या लक्षणीय आहे. आदिवासी व ग्रामीण भागांत शाळांतून गळलेली मुले-मुली शेतात मजुरी करतात, पण त्याला बालमजुरी समजली जात नाही. मुंबई व पुण्यात परभाषिक बालमजूर वाढले आहेत. मुंबईत जरीकाम करणारी मुले बघितली, तर नागपूर व भिवंडीत मुस्लीम मुले औद्योगिक क्षेत्रात मजुरी करताना आढळली. पालकांना शिक्षणाचे महत्त्व पटवणे, हे मुख्य आव्हान आहे. तेव्हा स्वस्त मजूर मिळतो म्हणून मालक मुलांना राबवतात, हे कठोर वास्तव लक्षात घ्यावे आणि खरेच मुलांची स्थिती वाईट असेल, तर त्या मुलांना वसतिगृहात दाखल करणे हा मार्ग आहे.

वेश्या व्यवसायातील महिलांची मुले शिकतात का, याचा शोध घेण्यासाठी नागपूरच्या गंगा-जमुना, चंद्रपूरची वेश्यावस्ती व यवतमाळ-मुंबई, नगर, सोलापूर येथील या मुलांसाठी काम करणाऱ्या प्रकल्पांना भेटी दिल्या. कला केंद्रातील महिलांनाही भेटलो. तेव्हा समाधान वाटले, की सर्वच वस्त्यांत काम करणाऱ्या स्वयंसेवी संस्था मुलांच्या शिक्षणाकडे लक्ष देत असल्याने वेश्या-वस्त्यांत शालाबाह्य मुलांची संख्या कमी आहे.

शालाबाह्य मुलींबाबत बालविवाह हा मोठा अडथळा असल्याचे धक्कादायक वास्तव पुढे आले. या पाहणीत दिसले की, शहरी झोपडपट्टी, स्थलांतरित मजूर, भटके यांत बालविवाह अजूनही होत आहेत. त्यामुळे अहवालात देशपातळीवर बालविवाहाची समस्या नेमकी काय आहे, हे मांडून त्याची कारणे व उपाय दिले आहेत. या अहवालात केवळ भेटींचा तपशील देण्याबरोबरच त्यासंदर्भात झालेले इतर अभ्यास, आकडेवारी व कारणमीमांसाही केली आहे. या अहवालामुळे लगेच मुले शाळेत येणार नाहीत; पण किमान शालाबाह्य मुलांचे प्रकार, समस्या व त्यांच्याशी जोडलेले विविध सामाजिक, आर्थिक पैलू समोर आले आहेत. हे प्रश्न समाजासमोर व धोरणकर्त्यांसमोर येऊन त्यावर चर्चा व्हायला हवी, या भावनेने हे लिहिले होते.

या पुस्तकाचा उपयोग मुलांसाठी काम करणाऱ्या व्यक्तींना, संस्थांना झाला. एकतर सर्व प्रकारचे कार्यकर्ते वेगवेगळ्या क्षेत्रांत काम करतात. जे बालकामगारांत काम करतात, त्यांना स्थलांतराविषयी माहिती नसते व रस्त्यांवरील मुलांत काम करणाऱ्या कार्यकर्त्यांना आदिवासी, भटक्या-विमुक्तांविषयी माहिती नसते. या पुस्तकाने सर्व प्रकारच्या मुलांविषयी माहिती मिळाली. असेही एक जग असते, हे भान आले. प्रत्येक क्षेत्र व उपाययोजना काय कराव्यात, असेही तपशील या पुस्तकातून मिळाले.

राज्यात सत्तांतर झाले आणि मुख्यमंत्र्यांनी शालाबाह्य मुलांचे राज्यात एकाच दिवशी सर्वेक्षण करावे, असे आदेशित केले. माझे पुस्तक येणे आणि त्यानंतर सर्वेक्षण होणे, हे मला खूप महत्त्वाचे वाटले. अनेक जण म्हणाले, की बघा, तुमच्या पुस्तकाने शासनाला प्रश्न महत्त्वाचा वाटला. तो फक्त एक योगायोग!

४ जुलै २०१५ ही सर्वेक्षणाची तारीख ठरली. त्याअगोदर शासनाने ठिकठिकाणी बैठका आयोजित केल्या. स्वयंसेवी संस्थांची एक बैठक घेतली. मी स्वत: अतिशय उल्हसित झालो. शासनाच्या २००५सालच्या शालाबाह्य मुलांच्या सर्वेक्षणानंतर १० वर्षांनी हे सर्वेक्षण होणार होते. राजस्थानात अगोदर २ लाख मुले दाखवली होती, पण अशी पाहणी एकाच दिवशी झाली; तर तर ती २२ लाख निघाली. आपल्याकडे उलटा प्रकार! त्या दिवशी मी स्वत: एका वस्तीत सर्वेक्षण केले. ज्या महाराष्ट्रात किमान ९ लाख शालाबाह्य मुले असू शकतात, अशी अपेक्षा

होती, त्या महाराष्ट्रात फक्त सापडली ५५,००० मुले. यवतमाळ जिल्ह्यातील आदिवासी झरी तालुक्यात फक्त एक आणि घाटजी तालुक्यात शून्य मूले दाखवली. हा आपल्या व्यवस्थेच्या असंवेदनशीलतेचा व निर्ढावल्याचा पुरावा मानायचा का? जवळपास १० लाख कर्मचाऱ्यांचे मनुष्यबळ वापरून फक्त ५०,००० शालाबाह्य मुलांपर्यंत पोचता येते ही वस्तुस्थिती कार्यसंस्कृती वेगाने घसरत चालल्याची खूण समजायची का? प्रश्न मान्य करायचा नाही म्हणजे सोडवण्याची जबाबदारी येत नाही, या एकाच वाक्यात या सर्वेक्षणाचे मी वर्णन केले.

हा प्रकार गल्ली ते दिल्ली असाच आहे. केंद्रीय नियोजन आयोगाच्या समितीवर दिल्लीत काम करताना देशात २००९ साली फक्त ८१ लाख, तर २०१० साली २७ लाख मुले शालाबाह्य मुले दाखवली होती. खरेच इतकी कमी मुले शालाबाह्य असती तर आनंदच झाला असता; पण सरकारचेच जे इतर आकडे आहेत, त्याच्याशी ही आकडेवारी जुळत नाही. म्हणून सर्वेक्षण मान्य होणे कठीण आहे, अशीच माझ्यासह महाराष्ट्रातील स्वयंसेवी संस्थांची भावना झाली.

नोव्हेंबर २०१०मध्ये शासनाने जाहीर केलेली शालाबाह्य संख्या १ लाख ४५ हजार इतकी होती आणि सर्वेक्षण झाल्यावर ती ५०,००० झाली. याचा अर्थ ६ महिन्यांत १ लाख मुले शाळेत जाऊन बसली? शासनाच्या विजय केळकर समितीच्या अहवालात राज्यात पहिली ते दहावीच्या वर्गांत १० वर्षांत ७ लाख विद्यार्थ्यांची गळती झाल्याची वर्षानिहाय आकडेवारी दिली आहे. हे जर गळतीचे प्रमाण असेल आणि सरासरी ७०,००० विद्यार्थी दरवर्षी शाळेबाहेर पडत असतील, तर ५०,००० ही संख्या एका वर्षाच्या गळती इतकीसुद्धा नाही.

संसदेच्या नोव्हेंबरच्या हिवाळी अधिवेशनात प्रश्नोत्तराच्या तासात देशातील बालकामगारांची संख्या २०११च्या जनगणनेच्या आधारे ४३ लाख सांगितली. महाराष्ट्रात ही संख्या ४ लाख ९६ हजार आहे. या बालकामगारांतील एक गणित म्हणून निम्मे बाल कामगार १४ वर्षांपुढील व शाळेत शिकणारे धरले, तरी अडीच लाख कामगार १४ वर्षांखालील धरावे लागतील. शेतात काम करणारे बालमजूर धरले जात नाहीत, पण ती संख्या मिळवली तर संख्या खूप वाढते. ही फक्त बालकामगारांची आकडेवारी असेल, तर राज्यातील एकूण ५०,००० शालाबाह्य मुले हा आकडा विनोद ठरतो. ही आकडेवारी आल्यावर दगडखाण कामगारांसाठी काम करणाऱ्या 'संतुलन संस्थे'कडून माहिती घेतली, तेव्हा राज्यातील ३२ जिल्ह्यांत दगड खाणीवर ३१ हजार ६५९ मुले ६ ते १४ वयोगटातील शालाबाह्य असल्याची नावानिशी यादी आहे. याचा अर्थ दगडखाण वगळता राज्यात फक्त १८ हजार विद्यार्थी शालाबाह्य उरलेत का?

सर्वांत खोटेपणा मोठ्या शहरात घडला. एकट्या मुंबईत फक्त ८ हजार शालाबाह्य मुले सापडली. एकच संदर्भ देतो - टाटा समाज विज्ञान संस्था (TISS)

व ॲक्शन एड संस्थेने मुंबईत रस्त्यांवर राहणाऱ्या मुलांचे सर्वेक्षण केले. तो अहवाल *'Making Street Children Matter : A census study in Mumbai City'* या नावाने प्रसिद्ध आहे. या अहवालात मुंबईत रस्त्यांवर आणि रेल्वे प्लॅटफॉर्मवर राहणारी ३७ हजार ५९ मुले आहेत. याचा अर्थ स्पष्ट आहे, की मुंबईत रस्त्यांवरील मुले मोजली गेली नाहीत. इतकी कमी संख्या दाखवून शासनाने स्वत:ची विश्वासार्हता गमावली आहे.

पुन्हा शासनाने दिवाळीनंतर होणारे स्थलांतर व त्यातली शालाबाह्य मुले हा विषयच घेतला नाही. स्थलांतरित मुले ही पालकांसोबत किमान ६ महिने जात असल्याने या मुलांना शालाबाह्यच ठरवावे लागेल. १२ लाख ऊसतोड कामगार, ५ लाख वीटभट्टी मजूर, ३ लाख दगडखाण मजूर आणि रस्ताबांधणी करणारे व इमारती बांधणारे बांधकाम मजूर, आदिवासी भागांतून बागायती क्षेत्रात स्थलांतर करणारे मजूर ही संख्या ५० लाखांच्या आसपास जाते. यात लहान मुलांची संख्या ३ लाखांपेक्षा नक्कीच कमी नाही. बांधकाम क्षेत्र इतके वेगाने वाढले आहे, की या कामगारांत परभाषिक मजूर मोठ्या संख्येने आहेत. त्यांची कुठे नोंदसुद्धा होत नाही. 'समर्थन' संस्थेने ३३ वीटभट्टीवरची मुले मोजली, तर ८०३ मुले शालाबाह्य आढळली.

हे सारे वास्तव मी लेख लिहून समोर मांडले. त्यानंतर आम्ही स्वयंसेवी संस्थांच्या वतीने पुण्याला शिक्षण संचालक कार्यालयासमोर एक दिवसाचे उपोषण केले. दीपक नागरगोजे, बस्तु रेगे यांनी पुढाकार घेतला. बस्तु रेगेंच्या दगडखाण क्षेत्रातील कार्यकर्ते मोठ्या संख्येने आले होते. सिसकॉमचे मित्र राजेंद्र धारणकर, युक्रांद समाजवादी अध्यापक सभेचे शरद जावडेकर सर, हरीश बुटले हेही सहभागी झाले. किरण मोघे, विश्वंभर चौधरी यांनी भेट दिली व त्या प्रश्नावर जागृती व्हायला मदत झाली.

'झी २४ तास' या वाहिनीने शालाबाह्य मुले या विषयावर चर्चेचा कार्यक्रम ठेवला. त्या चर्चेत दीपक नागरगोजे, श्याम सोनार आणि मी होतो. मध्यंतरानंतर शिक्षणमंत्री विनोद तावडे चर्चेत आले. त्यांनी आमच्या प्रश्नांना उत्तरे दिली आणि पुन्हा सर्वेक्षण करण्याची तयारी दाखवली. आमच्यासाठी, प्रेक्षकांसाठी तो क्षण महत्त्वाचा होता. एखाद्या प्रश्नाला टी.व्ही.च्याच चर्चेत उत्तर शोधण्याला सुरुवात व्हावी, ही खूपच सुखद बाब होती. त्या चर्चेनंतर तावडेंकडे आम्ही पाठपुरावा केला. त्याच काळात आमचे मित्र सुरेशराव कुलकर्णी यांच्या पुढाकाराने औरंगाबादच्या 'स्वामी रामानंद तीर्थ मराठवाडा संस्थे'ने माझ्या पुस्तकावर एक चर्चासत्र आयोजित केले. पुस्तकातला 'शालाबाह्य मुले' हा विषय पुढे जावा, अशी माझी इच्छा होती. म्हणून मग राज्यातील शालाबाह्य मुलांमध्ये काम करणाऱ्या या संस्थांची कार्यशाळा आम्ही आयोजित केली व त्यात पुस्तकावर बोलायचे, असे ठरवले. सुदैवाने त्याच

दिवशी शिक्षणमंत्री विनोद तावडे औरंगाबादमध्ये होते. त्यांना दोन दिवस आधी एसएमएस टाकला आणि ते कार्यक्रमाला आले. एसएमएसवर शिक्षणमंत्र्यांनी कार्यक्रमाला यावे, हा त्यांचा चांगुलपणा भावला. ते अर्धा तास थांबले. स्वयंसेवी संस्थांनी खूप प्रश्न विचारले आणि शेवटी तावडेंनी झालेले सर्वेक्षण चुकले आहे, हे मान्य करून नवीन सर्वेक्षण आपण करू या, स्वयंसेवी संस्था आणि सरकार यांनी एकत्र येऊन हे सर्वेक्षण करू, असे सांगितले. एका परिषदेने एक मोठा निर्णय झाला होता. मला पुस्तक लिहिण्याची सार्थकता त्या दिवशी वाटली.

तावडेंनी बैठका घेतल्या. प्रत्येक बैठक लावण्यासाठी खूप पाठपुरावा करावा लागायचा. मला सरकार आणि स्वयंसेवी संस्था यातील दुवा म्हणून नेमण्यात आले. हे सर्वेक्षण सरकार, स्वयंसेवी संस्था यांनी आणि महाविद्यालयातील राष्ट्रीय सेवा योजना यांनी एकत्र येऊन करावे, असे ठरले. त्याप्रमाणे मी राज्यातील प्रत्येक जिल्ह्यात फोन केले. लक्ष्मण माने, लक्ष्मण गायकवाड, मेधा पाटकर, उल्का महाजन, प्रतिभा शिंदे यांसारखे अनेक कार्यकर्ते, संस्था यांच्याकडून संपर्क मिळवले. जिल्हानिहाय कार्यकर्त्यांचे नंबर मिळवून ८६२ संस्थांची यादी केली. ती यादी सरकारला दिली. ती यादी करताना खूप दमछाक झाली. कारण हे सारे काम फोनवर करायचे होते.

मुख्य प्रश्न हा होता, की ज्या एन.एस.एस.च्या मुलांकडून आम्ही सर्वेक्षण करणार होतो, त्या मुलांना प्रशिक्षण द्यायचे होते. यासाठी मुलांनी विचारायच्या प्रश्नांची एक पुस्तिकाच तयार केली व सरकारला दिली. हे केल्यावर आता शासनाने फक्त प्रत्येक जिल्ह्यात, तालुक्यात समित्या बनवायच्या एवढेच काम उरले होते आणि त्या समित्यांनी आम्ही बनवून दिलेली यादी वाचून तालुकानिहाय स्वयंसेवी संस्थांना सामील करायचे होते. पण एवढेसुद्धा शासनाने केले नाही. जिल्हा स्तरावर समिती झाल्या, पण अनेक तालुक्यांत समिती स्थापन होऊन बैठक झाल्या नाहीत. कार्यकर्त्यांना यादीत नावे असूनही अनेक तालुक्यांत बोलावले गेले नाही. तालुकास्तरावर समिती बैठका व तालुक्यातील सर्वेक्षणाची ठिकाणे नक्की करणे, याचा आढावा व्हायला हवा होता.

स्वयंसेवी संस्थांच्या ८६२ सदस्यांची मोबाईल नंबर व तालुकानिहाय यादीही तालुका गटशिक्षणाधिकारी यांनी केली नाही. एनएसएसच्या स्वयंसेवकांचे उद्‌बोधन करण्यासाठी आवाहनपत्र, झेरॉक्स किंवा छपाई करून प्रत्येक विद्यार्थ्याला द्यायला हवे होते, पण ते फक्त कॉलेजला दिले. स्वयंसेवकांचे उद्‌बोधन महत्त्वाचे होते. कारण शाळेत नाव आहे; पण मुले जर १ महिना गैरहजर असतील, तर त्यांना शालाबाह्य म्हणतो आहोत, हे स्वयंसेवकांना कळावे. ४ जुलैला अशी मुले मोजली गेली नाहीत म्हणून गोंधळ झाला. हे आधीच लक्षात घेऊन आम्ही सर्व संस्थांच्या वतीने एक पत्र दिले होते, की मुलांना हा तपशील नीट सांगितला नाही

तर फक्त शाळेत नाव नाही, अशी नावे ती आणतील व सर्वेक्षण चुकेल. शेवटी तसेच घडले.

नागपूरच्या व मुंबईच्या बैठकांत एनएसएसने काही ठिकाणी दूर गावी जाण्यासाठी प्रवासखर्चाची मागणी केली, पण त्याचा काही परिणाम झाला नाही. दिवाळीनंतर महाराष्ट्रात किमान ४० लाखांपेक्षा जास्त लोक स्थलांतर करतात. हे सर्वेक्षण या काळात होते, त्यामुळे स्थलांतरित मुलांसाठी स्वतंत्र फॉर्म बनवणे गरजेचे होते. पण त्याचप्रमाणे ज्या गावातून मुले स्थलांतरित झालीत, त्या गावातही किती मुले गेली याची मोजणी व्हावी व त्यासाठीही स्वतंत्र फॉर्म आवश्यक होता. म्हणजे स्थलांतरित समस्या नेमकेपणाने पुढे आली असती, पण त्याबाबत काहीच झाले नाही. शालाबाह्यच्या फॉर्ममध्ये परभाषिक आहे का? असल्यास कोणत्या राज्यातून असा एक तपशील दिल्यास अशी किती मुले आहेत, हे कळले असते. हे सारे तपशील यासाठी लिहिले, की हा विषय लक्षात यावा आणि एखाद्या उपक्रमाचा पडद्यामागे किती टोकाचा पाठपुरावा करावा लागतो.

एवढे केल्यावर मग शिक्षणमंत्र्यांनी राज्यातील सर्व शिक्षणाधिकाऱ्यांची व्हिडिओ कॉन्फरन्सद्वारे बैठक घेतली. यामध्ये आम्ही ज्या तक्रारी करत होतो, त्याच त्यांच्या लक्षात आल्या. अनेक जिल्ह्यांत आणि तालुक्यांत अजून काहीच घडले नव्हते. तेही निराश झाले. खरे तर असे घडल्यावर त्यांनी पूर्वतयारी आढावा घेऊन मगच सर्वेक्षण घोषित करायला हवे होते. पण त्यांनी लगेच सर्वेक्षण घोषित करून टाकले. याचा स्पष्ट अर्थ सर्वेक्षण चुकणार होते आणि आम्ही केलेला इतका पाठपुरावा पाण्यात जाणार होता. आम्ही सारखे निवेदन देत होतो. अधिकाऱ्यांशी बोलत होतो. मंत्र्यांशीही बोललो, पण ते सर्व आक्षेप स्वीकारूनही सर्वेक्षण थांबवायला तयार नव्हते.

शेवटी आम्ही या चुकीच्या सर्वेक्षणात सामील होत नाही, हे ठामपणे सांगणे गरजेचे होते. अन्यथा या चुकीच्या येणाऱ्या आकडेवारीची जबाबदारी आमच्यावर आली असती. तेव्हा आम्ही या चुकीचा भाग नाही एवढे ओरडून सांगणे, एवढेच आमच्या हाती होते. त्यातून शेवटी जाहीरपणे मी सरकार व स्वयंसेवी संस्थांच्या समन्वयक पदाचा राजीनामा दिला. माध्यमांनी त्याची दखल घेतली. शिक्षणमंत्री तावडे यांनी रायगड महोत्सवातून मला फोन केला. पण बोलण्यासारखे काहीच उरले नव्हते. त्या राजीनामापत्रात मी शेवटी लिहिले होते - 'शालाबाह्य मुलांच्या प्रश्नावर मी २० जिल्ह्यांत फिरून पुस्तक लिहिले आणि मागचे सर्वेक्षण फसल्यावर माध्यमांच्या मदतीने आंदोलन केले. त्यामुळे पुन्हा एन.जी.ओ. व शासनाने सर्वेक्षण लावले. त्यासाठी ६ महिने पाठपुरावा केला. पण आज खूप पराभूत झाल्यासारखे वाटते. सामान्य माणसे सरकारच्या का नादी लागत नाहीत व विश्वास का ठेवत नाहीत, हे मला कळते आहे. या वंचित लेकरांना कुणीच वाली नाही, हेच खरे

आहे. हे लिहिताना डोळ्यांत अश्रू आहेत.'

पण या भावनिक आवाहनाचा त्यांच्यावर काहीच परिणाम झाला नाही.

हे लिहिताना विलक्षण वेदना होतात, की इतका प्रचंड पाठपुरावा करूनसुद्धा पुन्हा हे सर्वेक्षणही चुकले. यात फक्त १०,००० मुले सापडली. आमची खोड मोडली. जिथे ५०,००० मुले सापडली म्हणून आम्ही भांडलो, तिथे आम्हाला त्याच्या फक्त एक पंचमांश मुले त्यांनी शोधून दिली. हे अक्षरश: संतापजनक आणि निराश करणारे होते.

यापुढे सरकारसोबत काम करायचे नाही, असेच वाटू लागले. तसे पत्र लिहून मंत्र्यांना कळवले. पुढचे खूप दिवस खूप उदास गेले. 'झी २४ तास'च्या अनन्या गौरव पुरस्कार कार्यक्रमात मी ज्यूरी होतो. तावडे पाहुणे होते. मी नाराजी नोंदवली. त्या नाराजीचा तावडेंनी भाषणात उल्लेख केला व 'शालाबाह्य मुले दाखवा व १००० रु. मिळवा' या योजनेची त्या कार्यक्रमात घोषणा केली. अशा घोषणांनी मूळ प्रश्न सुटत नसतो. नोकरशाहीवर अंकुश असणे, हे स्वतंत्र कौशल्य आहे. तावडेंच्या बाबत ही समस्या जाणवली.

४ जुलै ते ३१ जानेवारी या काळात एकूण दोन सर्वेक्षणे झाली आणि हजारो मुले शाळेबाहेर राहिली. याची जबाबदारी कोण घेणार होते? कुणीच नाही. या मुलांसाठी काही करू शकलो नाही, ही बोचणी अजूनही लागून आहे.

❑

विभाग ३

परिक्रमा आशेच्या बेटांची

नर्मदा परिक्रमेत खाचखळगे आहेत; दाट जंगल, कठीण पायवाट, डोंगर आहेत; काटेकुटे आहेत, पण फक्त इतकेच असते तर कुणी गेले नसते. तिथे श्रद्धा, भक्तीचा आनंद आणि प्रेमाने स्वागत करणारे गावकरी, निसर्गरम्य परिसर, नर्मदेचा साथ देणारा आश्वासक शांत प्रवाह यातून परिक्रमेची उमेद टिकून राहते.

शिक्षण परिक्रमा करताना गुणवत्ता नसलेल्या शाळा, बांधिलकी व उत्तरदायित्वाची कमतरता, आश्रमशाळांतील आक्रोश, वंचित मुलांना शिक्षणाचे बंद दरवाजे हे बघून नाउमेद होताना परिक्रमेत चालताना उमेद टिकून राहिली ती सुखद अनुभवांनी.

स्वयंप्रेरणेने काम करणारे शिक्षक, प्रतिभावंत शिक्षक, प्रयोगशील शाळा, शिक्षणात काम करणाऱ्या संस्था यांनी माझी उमेद उंचावली. परिक्रमेत चालत राहण्याला ऊर्जा पुरवली. अशी बेटे संख्येने कमी आहेत, पण हे दीपस्तंभ आश्वासक आहेत. या प्रेरक शिक्षक, शाळा आणि संस्थांविषयी.

- इतर राज्यांतील शिक्षण परिक्रमा
- महाराष्ट्रातील आशेची बेटे...
- ग्रामीण भागांतील शुभ वर्तमान...
- ग्रामीण भागांतील प्रेरणादायी उपक्रम
- एज्युकेशन व्हाउचर्सची मांडणी करताना...
- शिक्षणगप्पा
- परिक्रमेच्या वळणावर स्वल्पविराम घेताना...

१४.

इतर राज्यांतील शिक्षण परिक्रमा

शांता सिन्हा यांचे एम. व्ही. फाउंडेशन

शांता सिन्हा म्हटले की आठवतो 'मॅगेसेसे पुरस्कार'. आंध्र प्रदेशचे ११ बालकामगारमुक्त जिल्हे आणि शाळेत दाखल झालेली ६ लाख शालाबाह्य मुले. शालाबाह्य मुलांमध्ये काम करताना वैचारिक स्पष्टतेची खूप गरज वाटायची. एकदा शांता सिन्हांविषयी वाचले आणि थरारूनच गेलो. त्यांची वेबसाईट बघितली. त्या राष्ट्रीय बालहक्क आयोगाच्या अध्यक्ष होत्या. त्यांचा मुख्य मुद्दा मला भावला. गरिबीमुळे मूल शाळा सोडते, या अंधश्रद्धेलाच त्यांनी धक्का दिला. त्या म्हणतात, 'जर गरिबीमुळे मुले शाळा सोडत असतील, तर मग देशातील सर्वच गरिबांची मुले शाळा का सोडत नाहीत?' याचा अर्थ गरिबी आणि शाळा सोडण्याचा संबंध नाही. ज्या पालकांना शिक्षणाचे महत्त्व पटलेले असते, त्यांचे मूल कधीच शाळा सोडत नाही व ज्या गरिबांना शिक्षणाचे महत्त्व पटलेले नसते, तीच मुले शाळा सोडतात. ग्रामीण भागांतील बालमजुरी, शालाबाह्य मुले यांबाबत नेमके काय करायला हवे, याबाबत त्यांना भेटल्यानंतर पूर्ण स्पष्टता आली. हैदराबादला जाऊन प्रत्यक्ष काम पाहून यावे, असे ठरवले. संस्था इतकी चांगली, की एका बाजूचा प्रवासखर्च व तिथली व्यवस्था त्यांनी केली. शांता सिन्हांचा परिचय दिल्लीत झाला होताच.

आंध्र प्रदेशातल्या रंगारेड्डी जिल्ह्यातल्या चेवेलाया गावात आम्ही गेलो होतो. गावाची लोकसंख्या ५०००. गावात अनुसूचित जातीची ३००, तर मुस्लिमांची ४०० कुटुंबे आहेत. ३० टक्के लोक शेती करतात, तर ७० टक्के लोक हे शेतमजूर आहेत. शांता सिन्हांच्या एम. व्ही. फाउंडेशनने इथे काम सुरू करण्यापूर्वी १० वर्षांपूर्वी गावाची साक्षरता होती ४५ टक्के. आज तीच साक्षरता आहे ८० टक्के. तेव्हा गावात १५५ मुले शालाबाह्य होती व त्यातली बरीच बालमजुरीही करायची. पण आज एकही मूल शालाबाह्य राहिले नाही.

त्यांनी गावात बालहक्क समिती स्थापन केली. बालहक्क समितीचे कार्यकर्ते

पालकांकडे जात. ते ज्या अडचणी सांगत त्या अडचणीवर उत्तरे शोधत; शिकलेल्या माणसाच्या जगण्यात काय बदल झाला, ते पटवून देत. गावातीलच उदाहरणे सांगत, चावडीवाचन घेऊन पालकांना शिक्षणाची स्थिती दाखवत. त्यातून गावकरी शिक्षणाबाबत सजग झाले. या सर्वांचा परिणाम म्हणून १५ वर्षांत ५ जण शिक्षक झाले. १५५ जणांना नोकरी लागली. शिक्षणामुळे विकासयोजना समजू लागल्या. शिक्षण हा गावाचा अजेंडा बनल्याचे स्पष्टपणे जाणवत होते. आम्ही आलो म्हणून गावातली माणसे एकत्र जमली व १५ वर्षांत झालेला बदल ते आम्हाला सांगू लागले.

संस्थेचे अध्यक्ष व्यंकट भेटले. त्यांनी जे मुद्दे मांडले, त्याने मी अंतर्मुख झालो. ते म्हणाले, की शाळेत प्रवेशाची प्रक्रिया सोपी पाहिजे आणि शाळा सोडण्याची पद्धत क्लिष्ट असली पाहिजे. परंतु आपल्याकडे जन्मदाखला वगैरेमुळे प्रवेश किचकट आणि शाळा सोडणे एकदम सोपे आहे. आमच्या तात्त्विक स्पष्टतेमुळेच आम्ही इतकी मुले दाखल करू शकलो. पालक मुलांना शाळेत पाठवायला अनेक अडचणी सांगतात, हे लक्षात आणून दिल्यावर ते म्हणाले, "त्या अडचणी पालकांसाठी खऱ्यासुद्धा असतात, पण आम्ही गुरं सांभाळण्याची अडचण सांगणाऱ्या बापाला सांगतो की तू बैलाचा विचार करतो आहेस, पण मुलांच्या आयुष्याचं काय होईल, याचा विचार करत नाही. असे बोलले, की पालकांचे डोळे लकाकतात. आजचा शाळेत शिकणारा मुलगा हा उद्या शालाबाह्य होऊ शकतो व आजचा शालाबाह्य मुलगा उद्या शाळेत येऊ शकतो. तेव्हा आजच्या शाळांची गुणवत्ता वाढवणं, गळती थांबवणं व बालकामगारांना शाळेत आणणं, हे काम एकाच वेळी आम्ही करतो."

शांता सिन्हांच्या मांडणीत मला आणखी दोन गोष्टी वेगळ्या वाटल्या. आपण मुलांनी कामही केले पाहिजे व शिकलेही पाहिजे अशी मधली भूमिका घेतो आणि त्याला आधार म्हणून काम करण्यासाठी रात्रशाळा सुरू केल्या आहेत. पण शांता सिन्हा याला विरोध करतात. त्या म्हणतात, बालवयात शिक्षण घेणे हे पूर्णवेळचे काम असले पाहिजे. आपण जर कामही कर म्हटले, तर शिक्षण चांगले होणार नाही. हा विचार सुरुवातीला न पटणारा पण नंतर निरुत्तर करणारा आहे. त्यासाठी गरीब मुलांसाठीची वसतिगृहे वाढवली पाहिजेत.

केवळ मुले दाखल करून त्यांची संस्था थांबली नाही. कारण खरा मुद्दा या मुलांना वाचन-लेखनक्षमता प्राप्त नसतात, हा असतो. तेव्हा त्यांना ज्या वर्गात बसवायचे, त्या वर्गाच्या अपेक्षित क्षमता प्राप्त करून देणे गरजेचे असते. त्यांनी मुलांसाठी ब्रिज कोर्सचे मॉडेल तयार केले आहे. स्वतंत्र शाळेसारखी ब्रिज कोर्सची रचना केली आहे. त्यासाठी एक स्वतंत्र ब्रिज कोर्सची इमारत आहे. मुले-मुली तेथेच राहतात. त्यात पहिली ते आठवीपर्यंतचे वर्ग आहेत.

जे शालाबाह्य मूल येथे येते किंवा बालकामगार मुक्त करून येथे आणला जातो,

त्याची एक चाचणी घेतली जाते. त्या मुलाच्या वयाचा विचार न करता ते मूल ज्या इयत्तेच्या क्षमतांवर आहे, त्याच वर्गात बसवले जाते व त्या इयत्तेचा अभ्यासक्रम पूर्ण करून घेतला जातो. त्यानंतर ते मूल पुढील वर्गात त्याच शाळेत पाठवले जाते. साधारणत: ८ महिने ते एक वर्ष या कालावधीत ते मूल त्याच्या वयाइतकी क्षमता प्राप्त करते, असा अनुभव कार्यकर्ते सांगतात. जर त्या मुलाने मधूनच शाळा सोडली असेल, तर मग ते लवकर क्षमता प्राप्त करते. कधीच शाळेत न गेलेल्या मुलाला त्याच्या वयाच्या क्षमता प्राप्त होण्याला अडचण येते. त्यासाठी विशेष प्रयत्न करावे लागतात. ही शाळा निवासी असल्यामुळे मुलांची गैरहजेरी ही समस्या राहत नाही व मुलांच्या क्षमताप्राप्तीसाठीच पूर्णवेळ प्रयत्न केले जातात.

शाळा सक्षमीकरण करण्याचे उपक्रमही इथे राबवले जातात. मुलांची पायाभूत चाचणी घेऊन गावकरी सर्व मुलांना क्षमता प्राप्त व्हाव्यात म्हणून आग्रह धरतात. ज्या गावात शिक्षक कमी आहेत, त्या गावात संस्थेने शिक्षक दिले. कोणत्या इयत्तेत काय आले पाहिजे, हे पालकांना सांगितले जाते व शिक्षक मुलांना ते येईल, याची हमी देतात. हा उपक्रम सार्वत्रिक व्हावा असाच आहे.

मात्र, हे काम करताना सुरुवातीचे दिवस या संस्थेसाठी खडतर होते. बहुतेक मुले ही जमीनदारांकडे सालगडी म्हणून असायची. पालकांनी कर्ज घेऊन या बदल्यात मुले कामाला लावलेली असायची. कार्यकर्त्यांनाही जमीनदार मारहाण करत. संस्थेने सुरुवातीला जमीनदारांना आवाहन केले. ज्या जमीनदारांनी स्वत: होऊन मुले मुक्त केली, त्यांचे कौतुक केले. वर्तमानपत्रांत बातम्या दिल्या. एका जमीनदाराने त्याच्याकडील ३ सालगडी मुक्त केले, तेव्हा गावकऱ्यांनी त्यालाच समितीचे अध्यक्ष केले. त्याच वेळी कार्यकर्त्यांचे प्रबोधनाचे उपक्रम सुरू असायचे. एक कार्यकर्ता मला म्हणाला, "पूर्वी जमीनदाराकडे गेलो की म्हणायचा, रॉकेल टाकून पेटवून देईन. आता रॉकेलऐवजी चहा मिळतो."

शांता सिन्हांचे काम महत्त्वाचे यासाठी आहे, की त्यांनी संस्था जरूर स्थापन केली, पण ते करताना त्यांनी समाजाला जागृत केले. लोकांना जागृत करून त्यांनाच शालाबाह्य मुले, बालकामगार या प्रश्नावर आक्रमक केले. गावातील लोकच जाब विचारू लागले. शाळेबाबतही गुणवत्तेच्या मुद्द्यावर पालकांना जागृत केले. कायदा जरूर वापरला, पण त्यापेक्षा गावाचे दडपण हा मार्ग टिकाऊ असतो. तेव्हा गावचेच जमीनदार आणि शेतमालकांवर बालमजुरीबाबत दडपण निर्माण केले.

मुलींचे शिक्षण व बालमजुरीवर त्यांनी विशेष काम केले. आंध्र प्रदेशात कापूस वेचणीला मोठ्या संख्येने मुली बालमजुरीला जातात. या मुलींना त्यातून सोडवणे, हे जिकिरीचे काम असते. पालक मुलींचे बालविवाह करायचे. शेतीतली बालमजुरी लक्षातही येत नाही व त्याला कुणी बालमजुरी समजतही नाही. पण शांता सिन्हांनी शेतातली बालमजुरी मोडून काढली आणि त्या मुलींना शाळेत दाखल केले.

थोडक्यात गावातील लोकांची समिती करून त्यांनीच बालमजुरी थांबवायची आणि त्यांनीच बालविवाह रोखायचे. त्यांनीच शाळेच्या गुणवत्तेसाठी आग्रही राहायचे. शालाबाह्य मुले शाळेत आणायचे काम त्यांनी समाज सहभागातून केले. महाराष्ट्रात ग्रामसभा, पोलिस पाटील यांच्या मदतीने बालविवाह, बालमजुरी रोखणे शक्य आहे. त्यासाठी असे प्रयत्न व्हायला हवेत.

परिक्रमा कृष्णमूर्ती शाळांची

माझ्यातील शिक्षक विकसित होण्यात ओशो आणि कृष्णमूर्तींनी मला खूप मदत केली आहे.

शिक्षण क्षेत्रातल्या प्रश्नांच्या सोडवणुकीसाठी जे. कृष्णमूर्तींकडेच मला का बघावेसे वाटते? भारत स्वतंत्र झाला, तेव्हा अवघी १६ टक्के साक्षरता असलेल्या देशात आज मुलांचे शाळेत जाण्याचे प्रमाण वाढले आहे. महिला, दलित, आदिवासींमध्ये शिक्षणाचे प्रमाण वाढले आहे. तंत्रज्ञानाचे अभ्यासक्रम वाढले आहेत. प्रश्न असा आहे की हे सारे घडले; महिला, दलित, आदिवासींच्या विकासाचा रस्ता दिसू लागला, शिक्षणाचे प्रमाण वाढले पण समाजाची नैतिकता का घसरली? समाजाची संवेदनशीलता रसातळाला का जाते आहे? सद्भावनेचा लोप का होतो आहे? न शिकलेली माणसे अधिक साधी-सरळ आणि जे शिकले, ते मात्र अधिक बनेल, धूर्त; असे का? भ्रूणहत्येत सुशिक्षित पुढे आणि दुसरीकडे आदिवासी बांधव मात्र भ्रूणहत्या करत नाही, हे कसे समजून घ्यायचे? शिक्षणाचे यश समाजातील संवेदनशीलतेची पातळी किती वाढली, यावर मोजायला हवे. शिक्षणाने उलट माणसे अधिक आत्मकेंद्रित झाली.

कृष्णमूर्ती संवेदनशील मनाची निर्मिती महत्त्वाची मानतात. ते म्हणतात, 'तुमच्या पोटच्या पोराइतकी आच त्या धुळीत झोपलेल्या पोराविषयी तुम्हाला वाटते आहे का?' कृष्णमूर्तींची शिक्षणाची सारी मांडणी स्वत:तील हिंसा, द्वेष, भीती यांचे निरीक्षण करून स्वत:ला अधिक संवेदनशील बनवण्यावर आहे. कोणत्याही विकार भावनेला शरण न जाता त्या भावनेच्या मुळापर्यंत जायला ते प्रवृत्त करतात. कृष्णमूर्तींचे शिक्षणविषयक विचार वाचल्यावर व ते केवळ बौद्धिक चिंतन नाही, तर ते प्रत्यक्ष आचरणात येऊ शकेल असे चिंतन आहे, हे मला पटल्यावर या शाळा प्रत्यक्ष बघाव्यात व शिक्षकांसाठी त्या शाळांचा परिचय करून देणारे पुस्तक लिहावे असे ठरवले.

सर्वप्रथम ऋषी व्हॅली बघायला गेलो. अतिशय रम्य अशा डोंगरात ही शाळा वसली आहे. कृष्णमूर्तींचे जन्मगाव मदनपल्ली इथून जवळ असल्यानेच ही शाळा या ठिकाणी वसवण्यात आली. जवळपास ७५ वर्षांपूर्वी स्थापन झालेल्या शाळांमध्ये सर्वांत लोकप्रिय व बहुचर्चित शाळा ही ऋषी व्हॅली आहे. आय.आय.टी. सोडून

इथे शिक्षक झालेले लोक बघितले. देशपातळीवर एक महत्त्वाची प्रयोगशील शाळा म्हणून या शाळेची नोंद घेतली जाते. विशेष म्हणजे या शाळेला जोडून असलेला ग्रामीण विकास प्रकल्प हा जगभर गाजतो आहे. या शाळेने जेव्हा आपला विकासाचा टप्पा पूर्ण केला, तेव्हा परिसरातल्या गावांच्या विकासाचा कार्यक्रम हातात घेतला. परिसरातील दहावी शिकलेल्या मुलांनाच शिक्षक करण्यात आले. साधनसामग्री-अभावी बाहुलीनाट्य व विविध कार्ड्सच्याद्वारे मुलांना शिकवण्याची पद्धत विकसित करण्यात आली. तितकी विशिष्ट कार्डे मुलांनी सोडवली, की मुलांना त्या क्षमता प्राप्त झाल्या, असे मानले जाते. यातून मुले स्वयंअध्ययनातून शिकतात.

एक प्राचीन भारतीय नगर म्हणून काशी खुणवते. तिथे राजघाट बेझंट स्कूल बघण्यासाठी गेलो. ३० तासांच्या रेल्वेप्रवासानंतर पोचलो. कृष्णजींच्या थिऑसॉफिकलच्या दिवसांतील आई ॲनी बेझंट यांचे नाव या शाळेला दिले आहे. ही शाळा सारनाथच्या रस्त्यावर आहे. शाळेच्या खिडक्यांमधून गंगा नदीच्या प्रवाहाचे रम्य दृश्य दिसते. या शाळेच्या उभारणीत महाराष्ट्रातील स्वातंत्र्यसेनानी म्हणून परिचित असलेले अच्युतराव पटवर्धन यांचा सर्वांत मोठा वाटा होता. अच्युतरावांचा शेवट झाला ती कुटी बघितल्यावर मन भरून आले. सारी चळवळ सोडून त्यांचे कृष्णमूर्तींकडे जाणे, हा मला महाकाव्याचा विषय वाटतो. माझ्या जिल्ह्यातील अच्युतराव किती उंच पोचले.

चेन्नई हे कृष्णमूर्ती फाउंडेशनचे भारतातील मुख्यालय. 'वसंत विहार' हे कृष्णमूर्ती फाउंडेशनचे मुख्य कार्यालयही चेन्नईतच आहे. याच ठिकाणी कृष्णजी राहायचे आणि प्रवचन द्यायचे. तिथली रम्यता आणि शांती अजूनही टिकून आहे. चेन्नई शहराच्या मध्यवस्तीतली 'द स्कूल' ही शाळा प्रसिद्ध आहे. इयत्ताविरहित शिक्षण देण्याचा इथला प्रयोग महत्त्वाचा आहे. एकूणच शिक्षणविषयक महत्त्वाचे प्रयत्न या शाळेत झाले.

कृष्णमूर्तींची बंगलोरमधली व्हॅली स्कूल शेकडो एकरांच्या जंगलात वसली आहे. महाराष्ट्रातही कृष्णमूर्ती शाळा पुणे जिल्ह्यात राजगुरुनगरजवळ भीमाशंकर रोडला वाडा या गावाजवळ आहे. सह्याद्री स्कूल हे तिचे नाव. उंचच उंच टेकडीजवळ ही सुंदर शाळा व खाली चाकसमान धरणाचे अथांग पाणी. कडेला सह्याद्रीच्या रांगा अशा अत्यंत मनोहारी वातावरणात ही शाळा आहे. इथेही रम्य असे कृष्णमूर्ती अभ्यास केंद्र आहे. दुर्दैवाने ही शाळा महाराष्ट्रातल्या शिक्षणविश्वाला अजूनही फारशी परिचित नाही. मुंबईत डोंगरी परिसरात एक बालशाळा आहे.

या सर्व शाळांत स्थानिक पर्यावरणाप्रमाणे उपक्रमात वेगळेपण आहे. शाळांमध्ये शिक्षकांना स्वातंत्र्य खूप आहे. मला या शाळांमध्ये कृष्णजींचा फोटो कुठेच दिसेना. विचारल्यावर ताडकन उत्तर आले, की कॉन्व्हेन्ट शाळेत मुलांच्या हातात बायबल देतात आणि आम्ही जर पहिलीपासून कृष्णजींचे पुस्तक हातात ठेवले, तर त्यांच्यात

आणि आमच्यात मग फरक काय राहिला? आमच्या शाळेजवळ कृष्णमूर्ती अभ्यासकेंद्र आहे, त्यांना वाटले तर ती तिथे येतील. राजघाटच्या शाळेत मी विचारले, 'कृष्णजी गेले त्या दिवशी सुट्टी दिली का?' उत्तर होते, 'ते रात्री वारले, सकाळी शाळेच्या असेंब्लीत त्यांना आदरांजली वाहिली व शाळा सुरू झाली.'

सर्व शाळांमध्ये दिनक्रम जवळपास सारखाच असतो. पहाटे मुले खेळतात. सकाळी एकत्र असेंब्ली असते. ती इतकी अनौपचारिक, की वाद्य वाजवणारी मुले मध्यभागी बसतात आणि विद्यार्थी व शिक्षक एकत्र गोलाकार बसून वेगवेगळी गीते म्हणतात. त्यात संस्कृत वेचे असतात. 'सावधान, विश्राम, प्रार्थना शुरू कर' यात वाढलेल्या मला ते फारच उत्कट वाटायचे. असेंब्ली संपताना सर्व जण काही वेळ तसेच बसून राहतात. या मौनाच्या वेळी पक्षी चिवचिवाट करत असतात आणि लहान मुले डोळे झाकून बसलेली असतात. मला कृष्णमूर्तींनी सांगितलेली एक गोष्ट आठवते. एक साधू शिष्यांना रोज प्रेम, सत्य यांवर प्रवचन द्यायचा. एक दिवस प्रवचन सुरू होताना एक पक्षी येतो व गाणे गातो. अर्धा तास कुणीच काही बोलत नाही. पक्षी उडून जातो. साधू म्हणतो, आजचे आपले प्रवचन संपले. संगीत आणि निसर्गाकडून शिकणारी ही मुले बघितली, की हे आठवते.

या कोमल, तरल मानसिकतेत नंतर दिवसभर वर्ग चालतात. शिक्षक-विद्यार्थी आंतरक्रिया हे शाळेचे खास वैशिष्ट्य वाटले. शिक्षक व मुले हे मित्रासारखे राहतात. हॉस्टेलमध्ये ३० मुलांच्या खोल्यांबाहेर एका शिक्षकाचे घर. जेवायची सोय एकत्र. शिक्षक व मुले संध्याकाळी एकत्र खेळतात. त्यामुळे कृष्णमूर्ती ज्या मानवी नातेसंबंधावर जोर देतात, ते इथे घडते आहे. मुलांना शिक्षा करू नये यासाठी कायदा जरी आज झाला असला, तरी या शाळांमध्ये स्थापनेपासूनच शिक्षेला बंदी आहे. मी एकदा एका शिक्षिकेला म्हटले, "तुमच्या वाट्याला श्रीमंतांची मुले आलीत." तेव्हा माझ्या शाळेत झोपडपट्टीतली मुले असायची. आम्हाला चाकूच्या मारामाऱ्या हाताळाव्या लागतात. तेव्हा ती शिक्षिका म्हणाली, "प्रश्न मुलांशी वागण्याचा आहे. आमच्या शाळेतल्या मुलांची ऐपत चाकू नाही, तर बंदुका आणण्याची आहे. आम्ही त्यांना प्रेमाने हाताळतो, नाही तर ती तुमच्या मुलांपेक्षा बेभान होऊ शकतात."

शिक्षक म्हणून माझा मुख्य उत्सुकतेचा विषय 'शिकवण्याची पद्धती' हा होता. मी अनेक वर्गांत जाऊन बसलो. शिक्षक व मुलांमधील नाते हाच त्या शिकवण्याचा पाया वाटला. कुठेही शिक्षकाचे दडपण, भीती जाणवत नव्हती. अर्थात एका वर्गात ३० मुले ही कमी संख्या हाही मुद्दा लक्षात आला. वर्गात मुलांनी केलेले काम लावलेले होते. विशेष हे होते, की कृष्णमूर्ती ज्या जिज्ञासा जागवण्यावर भर देतात, तो भाग अध्यापनाचा महत्त्वाचा आधार होता. शिक्षक सलग भाषण देत नव्हते, तर मुलांना बोलते करत होते. त्यामुळे मुलांची सतत विचार करण्याची सवय विकसित झाली होती. काही वर्ग झाडाखाली भरलेले होते. मधली सुट्टी होताच मुख्याध्यापक,

शिक्षक आणि तिथले पदाधिकारी चहाला एकत्र येत. त्या १५ मिनिटांत त्या दिवसाच्या सगळ्या सूचना दिल्या जात.

मुलांच्या इंग्रजी कवितांच्या संग्रहाचे एक पुस्तकच प्रसिद्ध झालेले आहे. त्याचप्रमाणे मुलांचे मासिकातील आणि लेखन फलकावर लिहिलेले लेखन विलक्षण ताकदीचे वाटले. शाळेत रविवार कलेला वाहिलेला असतो. मुले रविवारची वाटच बघत असतात. या दिवशी वेगवेगळे कलावंत निमंत्रित केले जातात. काही मुले सतार वाजवत असतात, तर काही गिटार. काही ठिकाणी कथ्थक, तर कुठे भरतनाट्यम. चित्रकला, मातीकाम, रंगकाम तर ठिकठिकाणी सुरू असलेले दिसते. सर्व खेळ शिकवले जातात. मला बंगलोरच्या शाळेतील गोपाल या चिंतनशील शिक्षकाचे खेळाविषयीचे अंतर्मुख करणारे विचार अजूनही आठवतात. ते म्हणाले, "आमच्या शाळेतील मुले सर्व खेळ कुशलतेने खेळतील, पण एकाच खेळाला समर्पित होऊन देशपातळीवरचा खेळाडू इथून निर्माण होणार नाही. कारण नुसते खेळ म्हणजे जीवन नाही, तर जीवन सुंदर असण्याचा तो एक महत्त्वाचा भाग आहे, इतकेच सम्यक स्थान त्याला आम्ही देतो." मी विचारले, "मग इथून विश्वनाथ आनंद आणि तेंडुलकर निर्माणच होणार नाहीत का?" ते फक्त हसून म्हणाले, "शाळेबाहेर गेल्यावर तो खेळ त्यांच्या जगण्याचा भाग बनूही शकेल, पण शाळेत आम्ही सम्यक विकास करणार."

संध्याकाळ होऊ लागली, की मुले आणि शिक्षक डोंगराच्या बाजूला चालू लागतात. सूर्यास्त दिसेल अशा ठिकाणी ही मुले बसतात. आकाशाचे बदलणारे रंग, सूर्याचा क्षितिजाआड जाणारा रंग मुले डोळ्यांत साठवतात. परतणाऱ्या पाखरांची किलबिल फक्त ऐकू येत असते. मुलांचे, शिक्षकांचे डोळे आपोआप बंद होतात. त्याला हवे तर ध्यान म्हणू या. अंधार होऊ लागला, की सारे उठतात आणि कुणीच कुणाशी न बोलता आपल्या खोल्यांकडे चालू लागतात. मला हे इतके विलक्षण भावले, की हा उपक्रम प्रत्येक शाळा करू शकते. सकाळी दिवसाची सुरुवात पक्ष्यांचा किलबिलाटाला घेऊन सुंदर गीते, प्रार्थना म्हणत आणि वाद्यांच्या तालावर करायची आणि दिवसाचा समारोप हा मावळतीच्या दिनकराला साक्षी ठेवून. कृष्णमूर्ती शाळा म्हणूनच संवेदनशीलता वृद्धिंगत करणारी आहे.

भारतातल्या वेगवेगळ्या राज्यांतून हे शिक्षक आलेले आहेत. अनेक गाजलेल्या शाळांमधून आलेले. अनेक शिक्षक कलावंत आहेत. काही परदेशांत शिकलेले. मात्र एक फरक गेल्या २५ वर्षांतला जाणवतो, की पूर्वी कृष्णमूर्तींचे वाचन करून त्या प्रेमातून अनेक जण शिक्षक झाले. ते व्यावसायिकदृष्ट्या गुणवत्ता असलेले आहेत, पण कृष्णमूर्तींच्या तत्त्वज्ञानाशी ते परिचित नाहीत.

पण तरीही ८ दिवसांत एखाद्या शाळेचे सगळेच काही कळत नाही. मी एक प्रश्न सर्वत्र विचारला, की इथून पास होऊन गेलेली मुले पुढे काय करतात, याचा

काही अभ्यास झाला आहे का? तर ती मुले वेगवेगळ्या क्षेत्रांत आहेत, काही परदेशांत आहेत, असे उत्तर मिळाले. पण या मुलांच्या भावनिक प्रतिसादात, कलासक्ततेत काय बदलले आहे, असे विचारले; तेव्हा तसा अभ्यास झालेला नाही, असे उत्तर मिळाले. मला मुख्य उत्सुकता ही आहे, की शहराच्या गर्दीत पारंपरिक शाळेत शिकलेला मुलगा आणि निसर्गाच्या सान्निध्यात संगीत, सूर्यास्त, कला यांसह स्वातंत्र्य, प्रेम या मूल्यांवर उभा असलेला मुलगा यात नंतरच्या प्रत्यक्ष जगण्यात काय फरक पडतो? एकाच घटनेला दोघेही कसे सामोर जातात? हाच प्रश्न मी महाराष्ट्रातल्या प्रयोगशील शाळांनाही विचारला आहे. पण असा अभ्यास शास्त्रीय पद्धतीने झालेला नाही.

केरळमधला सर्गोत्सव...

निसर्गाने वेढलेले केरळ. देशातले एक प्रगत, शिक्षणात आघाडीवर असलेले, १०० टक्के साक्षर राज्य. अशा राज्याची शिक्षणात काम करणाऱ्या कोणालाही उत्सुकता असते. शिक्षणाने जगण्याचा स्तर कसा बदलू शकतो, हे केरळने दाखवून दिले आहे. केरळने जीवनमान उंचावले आहे. माता मृत्युदर, कुपोषण, गरिबी यांत खूप घट झाली आहे. राजकीय दृष्टीनेसुद्धा केरळची उत्सुकता असते. कम्युनिस्ट पक्षाचा बालेकिल्ला असलेला हा प्रदेश. यात केवळ गरीबच नव्हे, तर सर्वच समाज घटक कम्युनिस्ट पक्षाशी जोडलेले आहेत.

सुदैवाने केरळ बघण्याची संधी मला दिली भारत ज्ञान-विज्ञान समितीने. देशातील वेगवेगळ्या राज्यांतील विद्यार्थ्यांना एकत्र करून त्यांचे संमेलन घेण्याची ही संकल्पना होती. महाराष्ट्रातून अनेक विद्यार्थी व शिक्षकांना नेण्यात आले होते. त्या ८ दिवसांत केरळ समजून घेण्याचा प्रयत्न केला.

आम्ही गेलो त्या कार्यक्रमाचे आयोजन कम्युनिस्ट पक्षाशी जोडलेल्या एका संघटनेनेच केले होते. त्या कार्यक्रमाच्या उद्घाटनाला त्या भागातले कम्युनिस्ट खासदार आले होते. सोबत फक्त २ ते ३ कार्यकर्ते होते. उद्घाटन सुरू व्हायला वेळ होता आणि तो खासदार शेजारच्या रिकाम्या वर्गात बेंचवर बसला. आपल्याकडच्या ग्रामपंचायत सदस्यामागेही यापेक्षा जास्त गर्दी असते. मी त्याच्याशी गप्पा मारल्या. तो डॉक्टर होता. आता पत्नी दवाखाना चालवते व त्यावर घर चालते, असे म्हणाला. मजबूत जनसंघटन आणि प्रामाणिकता, साधेपण, गरिबांच्या प्रश्नाशी बांधिलकी हेच पक्षाचे सामर्थ्य वाटले. अगदी लहान मुलांपासून त्यांनी संघटना काढल्या आहेत. लहान मुलांना रविवारी एकत्र आणले जाते. त्यानंतर विद्यार्थी संघटना, नंतर व्यावसायिक संघटना उभारल्या आहेत. आपला इथला पक्ष कष्टकऱ्यांच्या संघटना बांधतो. याउलट केरळात त्यांनी मध्यम वर्गाला जोडण्याचे अनेक मार्ग वापरलेत. विज्ञानात काम करणारी शिक्षक-विद्यार्थ्यांची संघटना, सांस्कृतिक काम

करणारी संघटना, गावोगावी वाचनालय सुरू करण्याचेही काम हा पक्ष करतो. अनेक वैज्ञानिक, साहित्यिक, मासिके या पक्षाशी संबंधित लोक चालवतात. त्यातून समाजात एक वैज्ञानिक आणि सुसंस्कृत वातावरण निर्माण करण्याचे काम होत राहते.

केरळच्या एका छोट्या खेड्यात आम्ही गेलो होतो. दिवसभराचे कार्यक्रम संपले. आता विद्यार्थ्यांची मुक्कामाची सोय कुठे करायची, हा आम्हाला पडलेला प्रश्न. पण सगळे नियोजन तयार होते. आमच्या सोबतच्या मुलांना आणि आम्हाला वेगवेगळ्या घरांत राहायला पाठवले गेले. मुले आणि आम्ही गडबडून गेलो. जी भाषा येत नव्हती, ज्या कुटुंबाशी आमचा संवादच होणार नव्हता अशा घरात आम्हाला राहायचे होते. सगळ्यांची अडचण ही झाली, की मल्याळी भाषा आणि हिंदी-मराठी यात कुठेच ताळमेळ नाही. काय करायचे? तिथली घरातली मोठी माणसे तरी किमान तोडकीमोडकी इंग्रजी बोलू शकायची, पण लहान मुलांचे काय? ती एकमेकांशी कसा संवाद साधणार? सुरुवातीला केरळी मुले आणि आमची मुले एकमेकांकडे बघत होती. नंतर ते एकमेकांच्या खेळण्याकडे बघायला लागले. हळूहळू ते एकमेकांशी खेळायला लागले. दुसऱ्या दिवशी असे दिसले, की दोघांना एकमेकांची भाषासुद्धा येत नसताना मुले एकत्र खेळत होती. भाषा ही किती दुय्यम गोष्ट आहे, भाषेमुळे माणसाच्या व्यवहारात काहीच अडचण येत नाही, हा प्रत्यक्ष अनुभव. अडचण आली की अभिनय केला जात होता.

आपण अखिल भारतीय, आंतरभारती, एकात्मता हे शब्द वापरतो. त्यासाठी हा प्रयोग खूप आगळावेगळा होता. उद्याच्या भारताचे नागरिक आंतरभारती झाल्याचा अनुभव घेत होते. आम्ही घरातला केरळ बघितला. केरळी घरात किमान ५ दिवस राहिल्यावर दोन्ही मुले अलेप्पीला जमली. तिथे या सर्व मुलांचा 'सर्गोत्सव' साजरा होणार होता. भारताच्या १८ राज्यांतली मुले इथे एकत्र आली होती. एकता, एकात्मता हा इतर वेळी निसरडा, गुळगुळीत झालेला शब्द इथे अर्थासह समजत होता. १८ राज्यांतील या मुलांचे गट केले गेले. गणित, विज्ञान व सांस्कृतिक कार्यक्रम असे विभाग होते. आकाशदर्शन घडवून तारे-ग्रहांची तपशीलवार माहिती दिली. ओरिगामीत छत्री, टोपी, बेडूक अशा १० ते १२ वस्तू करायला मुले शिकली. साबण तयार करणे, नारळाच्या पानांपासून वस्तू तयार करणे, पाण्यात जलरंग टाकून त्यावर कार्डशीट टाकून ग्रिटिंग्ज बनवणे अशा अफलातून कृती मुलांना फुलवून गेल्या.

सर्गोत्सवात ९८ प्रकारचे स्टॉल्स होते. झाडांवर लटकलेले कागदी लगद्याचे मोठे सर्प, १० फूट उंचीचे मिकी माऊस, आकाशात उडणारे मांजाला बांधलेले १०० पतंग मुलांना खुणावत राहिले. हस्तकलेत तर कागदापासून २८ प्रकारच्या वस्तू शिकवल्या जात होत्या. बाहुल्यांचा खेळ; झाडाच्या सालीपासून ससा, वाघ, राक्षस करणे; काडेपेटीच्या काड्यांपासून ४० प्रकारचे आकार, कागदाच्या पिशव्या

असे खूप शिकायला मिळत होते. मुलांना चित्रपट, जाहिराती तयार करण्याचेही प्रशिक्षण दिले जात होते. जाहिरातींवर चर्चा घडवली जात होती. एका वर्गात मुलांना जाहिरातीचा कॉलम सेंटीमीटरने कसा मोजावा, हे शिकवले जात होते. पेपरमध्ये किती टक्के जाहिराती असतात, हे मोजायला लावले जात होते. संगीतात तालवाद्ये, लोकगीते यांची लयलूट होती. केवळ कोडी सोडवणे या प्रकारासाठी १४ खोल्यांचा स्वतंत्र विभाग होता. पत्त्यांची कोडी; काडेपेटीचे, करवंटीचे, अंकांचे, गोट्यांचे कोडे अशी विविध प्रकारची कोडी शिकवली जात होती. खेळ या प्रकारात ७० प्रकारचे खेळ शिकवले जात होते.

समुद्राविषयीचा एक खास विभाग होता. सागरी विज्ञान, हवामान, लोकपरंपरा, समुद्री खाद्य असा परिचय चित्र-वस्तूंनी करून दिला होता. प्रत्येक राज्याच्या स्वतंत्र दालनातून त्यांच्या परंपरा परिचित झाल्या. मल्याळी कविसंमेलन व लोककला यांचा परिचय लक्षवेधी होता. हस्तकलेपासून तर समुद्रापर्यंत आणि प्रयोगांपासून तर माध्यम जागरणापर्यंत विद्यार्थ्यांना बहुआयामी संपन्न बनवणारा 'सर्गोत्सव' मुलांना तर 'स्वर्गोत्सव' वाटला. आनंददायी शिक्षणाचा उपदेश कायमच शिक्षकांना केला जातो. पण नेमके काय करायचे, याचे अचूक मार्गदर्शन शिक्षकांना झाले.

❏

१५.

महाराष्ट्रातील आशेची बेटे...

जीवनशाळा

स्थळ : महाराष्ट्र आणि मध्य प्रदेशच्या सीमेवरचे जंगलातील एक ठिकाण.

मेधा पाटकरांसोबत आम्ही लाँचमधून निघालो. त्या नर्मदेवरची गाणी म्हणत होत्या, "मा थारो पाणी निर्मल ...."

"जीवनशाळा की क्या है बात... लढाई पढाई साथ साथ...", "आमु आखा एक छे" यांसारख्या घोषणा इवलीशी पावरा मुले मोठ्याने देत होती. आलेल्या प्रत्येकाचे फुले देऊन स्वागत होत होते. खाली नर्मदेचे विशाल, शांत, नजरेत न मावणारे पात्र आणि दुसरीकडे टेकडीवर झोपडीवजा शाळा. त्या शाळेचे सगळे पालक आणि आमच्यासारखे अनेक जण नर्मदा जीवनशाळांच्या वर्षा उत्सवाला आले होते. सर्व शाळांचे विद्यार्थीही एकत्र आले होते. यातल्या काही शाळा मध्य प्रदेशात आहेत, तर काही महाराष्ट्रातल्या दुर्गम भागांत. मध्ये विशाल जलसागर पसरलेला. ते ओलांडून ही सर्व मुले एकत्र आणणे कठीण असते.

हा वर्षा महोत्सव मुलांनी खूपच उत्स्फूर्तपणे साजरा केला. मुले क्रांतिगीते म्हणत होती. आदिवासी क्रांतिकारकांच्या जीवनावर कथा सांगण्यात आल्या. 'गाव इतिहास दिन' या उपक्रमात गावातील वयोवृद्ध नागरिक शाळेत आले आणि गावाचा इतिहास समजून घेण्यात आला. आदिवासी लोकभाषेतील *'आमरा काण्या'* या पुस्तकाचे प्रकाशन करण्यात आले. दोन दिवस मुले नाच-गाणी, ओरिगामी, मातीकाम हेच करत होती. मुलांनी झाडांची पाने चिकटवून भेटपत्र तयार केले. लाकडाला वेगवेगळे आकार दिले. मातीपासून निरनिराळ्या आकारांतील पक्षी, प्राणी, मोटारी, स्वयंपाकघरातील वस्तू बनवून सर्वांना चकित केले. वृक्षदिन साजरा करून झाडांना पताकांनी सजवले. झाडांविषयीची गाणी म्हटली.

मेधा पाटकरांची धरणाविरुद्धची गाव वाचवणारी लढाई सर्वांना परिचित आहेच, पण त्यांचे एक मोठे काम फारसे परिचित नाही. ते काम आहे जीवनशाळांचे. नर्मदेत

बुडीत क्षेत्र वाढत गेले, तसतसे त्याविरुद्ध लढता लढता मेधाताईंनी ही कामेही केलीत. अनेकांना खरेही वाटणार नाही, पण सक्तीच्या शिक्षणाची चर्चा करताना नंदुरबार जिल्ह्यात नर्मदेकाठच्या धडगावसारख्या तालुक्यामध्ये अनेक ठिकाणी शाळाच भरत नाही. दुर्गमतेमुळे म्हणा किंवा राहण्याची सोय नसल्याने किंवा बेफिकिरीतून शाळा असून त्या भरत नाही. अनेकदा हा विषय गाजतो.

फक्त १५ ऑगस्टला काही शाळा उघडतात. त्यात पर्यवेक्षीय यंत्रणाही भ्रष्ट झाली आहे. हप्ते घेऊन शिक्षकांना पाठीशी घालणारी यंत्रणा व जीवनसंघर्ष करणारे अतिशय गरीब गावकरी यातून या बंद शाळांच्या विषयाला तोंडच फुटत नाही. एका सी.ई.ओं.नी एकाच वेळी खूप शिक्षक निलंबित केले होते, तरीही फारसा फरक पडला नाही.

नंदुरबार जिल्ह्यातील लोकांनाही याची इतकी सवय झाली आहे, की या विषयाला आता बातमीमूल्यही राहिलेले नाही. नर्मदा आंदोलनाने या विषयावर खूप संघर्ष केला, पण प्रशासन मान्य करत नाही. एकदा तर आर. आर. पाटील उपमुख्यमंत्री असताना त्यांच्यासमोर गावकऱ्यांनी शिक्षकांच्या तक्रारी केल्या. आम्ही शाळा उघडत नाही, हे शिक्षक मान्य करेनात. त्यांनी शिक्षकांना वर्गातील ५ विद्यार्थ्यांची नावे विचारली, तर त्या शिक्षकांना सांगता येईना. काही विद्यार्थी समोर उभे केले, तर ते ओळखता येत नव्हते. २०११ साली राज्य सरकारने शासकीय पटपडताळणी केली, तेव्हा त्यात अनेक शाळा बंद आढळल्या. त्या वेळी अधिकाऱ्यांनी दिलेले शेरे धक्कादायक आहेत. शिक्षकांनी महत्प्रयासाने शाळा सुरू असण्याचा देखावा करण्याचा प्रयत्न केला, पण तरीही अधिकाऱ्यांनी दिलेल्या शेऱ्यातून हा खोटेपणा उघड झाला. काही शेरे असे आहेत, 'मुलांनी शिक्षकाला ओळखले नाही.' 'मुले या शाळेची नसावीत.' 'मुले अनेक दिवस शाळेत आली नसावीत.' यावरून या समस्येचे गांभीर्य लक्षात यावे.

मेधा पाटकर व सहकाऱ्यांनी शासनाकडे या विषयावर तक्रारी केल्या, पाठपुरावा केला; परंतु कधीच प्रतिसाद मिळाला नाही. शाळा भरत नाहीत, हे प्रशासन मान्यच करत नाही. तेव्हा या मुलांसाठी नाइलाजाने शिक्षणाचा वेगळा पर्याय शोधावा लागला. त्यातून जीवनशाळा सुरू झाल्या. या शाळांचे वैशिष्ट्य म्हणजे शिक्षक त्याच परिसरातील बारावी झालेली मुले आहेत. पण शासनाने त्रास द्यायला सुरुवात केली. तिथे जवळच जिल्हा परिषदेची शाळा असताना शाळा सुरू करायची नाही, पण ती शाळा बंद असते ही वस्तुस्थिती ते मान्य करायचे नाहीत. यामुळे प्रशासनाने सातत्याने मेधा पाटकरांच्या शाळांना अनधिकृत ठरवले. या शाळा बंद करण्यासाठी दबाव आणला, मात्र हाच दबाव शासनाने आपल्या शाळा चालाव्यात म्हणून कधीच आणला नाही.

जीवनशाळांचे शिक्षक बी.एड. झालेले नसले, तरीसुद्धा त्यांची तयारी चांगली आहे. ते याच परिसरातील आहेत. डी.एड., बी.एड. असण्यापेक्षा या स्वयंसेवकांच्या

मनातले प्रेम, बांधिलकी हीच प्रभावी अध्यापनपद्धती आहे. महाराष्ट्रातील प्रयोगशील शाळांमध्ये अनेक दिवस राहून या शिक्षकांनी प्रशिक्षण घेतलेले आहे. दर महिन्याला या शिक्षकांची एकत्र निवासी बैठक व प्रशिक्षण असते. या शाळांमधील विद्यार्थी पुढे शिकत असल्याने या जीवनशाळांचा दर्जा चांगला आहे, हे लक्षात येते. चौथीनंतर मालेगावला या मुलांच्या शिक्षणाची सोय करण्यात येते. तिथल्या वसतिगृहात हे विद्यार्थी राहतात. तिथून काही विद्यार्थी क्रीडा प्रबोधिनीत गेले आहेत, तर काही वेगवेगळ्या व्यावसायिक अभ्यासक्रमांत. मेधा पाटकरांनी या जीवनशाळेकडे एक प्रयोग म्हणून बघितले आहे. त्याचा पाया शास्त्रीय असावा, यासाठी त्यांनी शिक्षण क्षेत्रातले राष्ट्रीय पातळीवरचे कृष्णकुमार, अनिल सदगोपाल यांना निमंत्रित करून चर्चा घडवली आहे. याचा परिणाम म्हणून आज या जीवनशाळांकडे पर्यायी शिक्षणाचा एक प्रयोग म्हणून बघितले जाते.

या शाळांमध्ये शासनाच्या अभ्यासक्रमासोबत पावरी भाषेतून परिसरातील ज्ञान दिले जाते. विविध उपक्रमांतून प्रमाण भाषेकडे आणले जाते. बाराखडी शिकवण्यासाठी 'अक्षर ओळखान' ही पुस्तिका पावरीत खास तयार केली आहे. शिक्षकांनी एकत्र येऊन सर्व जीवनशाळांमधील मुलांकडून लोककथा संकलित करून घेतल्या आहेत. 'आमरा काण्या' अशा या पावरी कथांच्या संग्रहाचे नाव आहे. राणी काजल, रोज्या नाईक या आदिवासी परंपरेतून आलेल्या गोष्टी शिक्षकांनी तयार केल्या आहेत. परंपरेचा हा मौखिक ठेवा जीवनशाळा जतन करताहेत.

आदिवासी भागातील शिक्षणाची इतकी दुरवस्था बघितल्यावर हा आदिवासी शिक्षणाचा जिवंत आविष्कार नैराश्य झटकायला लावणारा होता. अशा प्रकारे मुलांना उपक्रमातून रंजकतेने व मुख्य म्हणजे त्यांच्या परंपरेला प्रतिष्ठा देत अभ्यासक्रमात सहभागी केले, तरच हे शिक्षण आपले वाटेल हा जीवनशाळांचा सांगावा मला खूपच मोलाचा वाटला. आज इतक्या आश्रमशाळा सुरू करूनसुद्धा आदिवासी गळतीचे प्रमाणे ७०च्या खाली येत नाही. जीवनशाळा हेच त्याला उत्तर आहे. मात्र, तरीही या जीवनशाळा चालवणे आर्थिकदृष्ट्या जिकिरीचे आहे. सगळी शक्ती न्यायालयीन लढाई, पुनर्वसन यात जाते. त्यासाठी खूप पैसा लागतो. अशा वेळी या शाळांचा आर्थिक भारही पेलावा लागतो. या सर्व शाळेत मुलांना दोन्ही वेळचे जेवण द्यावे लागते. शिक्षकांचे अल्प मानधन, शाळेच्या किमान गरजा हे सारे करावे लागते. त्यासाठी पैसे जमवता जमवता आंदोलनाची अक्षरश: दमछाक होते. आपल्या मदतीवरच या शाळा जगणार आहेत. जिथे शिक्षणात दर्जा नाही, तिथे बिनबोभाट अनुदान सुरू आहे आणि जिथे शाळेची खरी गरज आहे, तिथे मात्र अनुदान देणे दूरच. उलट सरकारी उलटतपासणी आहे. सरकारी शाळा भरत नाहीत, हे सिद्ध करण्यासाठी जबाबदारी पुन्हा तक्रार करणाऱ्यांची. इतक्या दुर्गम ठिकाणी अंधारात निरलस काम करणाऱ्या कार्यकर्त्यांसाठी मन भरून येते.

श्रमिक सहयोग संस्था

रात्रीचा अंधार, कडेला डोंगराच्या उंचच उंच रांगा, सर्वत्र सन्नाटा. आम्ही बसलेल्या खोलीबाहेर शेकोटी पेटलेली आणि सारी आदिवासी मुले-मुली बेभान होऊन नाचताहेत. फक्त तारप्याचा आणि गाण्याचा आवाज. त्या तालावर आम्हीही डोलतोय. तारपाविषयी ऐकले खूप होते, पण बघत होतो पहिल्यांदाच. विशेष म्हणजे या प्रयोगाचे सर्वेसर्वा राजन इंदूलकरही अगदी बेभान होऊन विद्यार्थ्यांत नाचत होते.

चिपळूण तालुक्यातील गवळी, धनगर, आदिवासी आणि कातकरी या वंचित समूहांतील मुलांच्या वाडीत, त्यांच्या पाड्यात म्हणजेच त्यांच्या भाषिक, सामाजिक, सांस्कृतिक, जैविक पर्यावरणातच 'श्रमिक सहयोग' या संस्थेने शिक्षणाचा प्रयोग केलाय. या मुलांची निवासी शाळा दूर डोंगरावर उभी केलीय. राजन इंदूलकर समाजवादी कार्यकर्ता. लोकलढे लढता लढता या माणसांच्या प्रश्नाशी भिडला आणि केवळ प्रस्थापित शिक्षणाला नावे न ठेवता त्याने पर्यायी शिक्षणाची उभारणी करून दाखवली. कातकरी या आदिम जमातीत अज्ञानामुळे शोषण आहेच. कातकरी समूह अजून किमान मानवी पातळीवर जगू शकत नाही. कातकऱ्यांची पापभिरू, केविलवाणी स्थिती समजून घेत राजनने त्यांच्यासाठी शाळा सुरू केल्या.

संस्थेने गवळी, धनगर व कातकरी यांच्या मुलांच्या शिक्षणाचा अभ्यास केला. शिक्षणाच्या सोयीची समस्या आणि शाळेचे स्वरूप व शिक्षणपद्धती या दोन्ही पातळीवर काम केले. श्रमिक सहयोगाने २२ वस्त्यांमध्ये सुरू केलेल्या शाळांमधील शिकवण्याच्या पद्धती पालक, आदिवासी लोकजीवन आणि मुलांचे भावविश्व यांना जोडलेल्या आहेत. या मुलांना भाषा शिकवताना त्यांच्या भाषेचा वापर केला जातो. शेकडो म्हणी, उखाणे, कोडी या मुलांना पाठ असतात. गणित शिकवताना त्यांच्या व्यवहारातील गणित शिकवले जाते. गवळी लोक दुधाचा व्यवसाय करतात, तेव्हा मुलांना गणित शिकवताना दुधाच्या विक्रीचे गणित सोडवायला दिले जाते. मेंढ्यांच्या खरेदीविक्रीविषयी गणिते असतात. मुलांना असलेल्या निसर्गाच्या ज्ञानाचा विज्ञानात उपयोग करून घेतला जातो. स्थानिक इतिहास व भूगोल शिकवला जातो. या छोट्या वाड्या कशा स्थापन झाल्या, हा इतिहास मुलांना शिकवला जातो. भूगोलात दत्ता सावळे यांच्या प्रशिक्षणातून शिक्षक तयार झालेत. शिक्षण ही एक सामाजिक सत्ता आहे. ती सत्ता शोषणाविरुद्ध एक हत्यार म्हणून वापरण्याची मांडणीच या वेगळ्या शिक्षणपद्धतीत आहे.

मुलांमध्ये उपजत असणारे निसर्गाचे ज्ञान, कला उपयोगात आणली जाते. मुले किती विविध प्रकारच्या नकला करतात! मोर या मुलांचे मित्र आहेत. ही मुले मोराची अंडी सापडल्यावर कोंबडीकडून उबवतात. ती पिल्ले कोंबडीच्या पिलांसोबत मोठी होतात, पण मोर दिसल्यावर मोरांसोबत निघून जातात. तेव्हा 'आपण कोंबडीच्या

साहाय्याने पिल्ले उबवू शकतो, पण मोर बनण्यापासून रोखू शकत नाही' हा मुलांचा निष्कर्ष गमतीदार आहे.

आदिवासींमधली गळती आज राज्यात ७० टक्क्यांपेक्षा जास्त आहे. केवळ आश्रमशाळा वाढवून आणि शिष्यवृत्ती देऊन गळती थांबणार नाही, तर आदिवासींमधला निसर्ग, कला, नृत्य, क्रीडा यांच्या ज्ञानाचा वापर अभ्यासक्रमात असायला हवा, तरच हे शिक्षण त्यांना आपले वाटेल. तारपाचा आवाज आता खूप वाढला होता. शेकोटी धडधडून पेटली होती. त्या प्रकाशात मला आदिवासी शिक्षणाची दिशा दिसत होती.

सृजन आनंद विद्यालय

स्थळ - स्मशानभूमी, कोल्हापूर. जळणारी प्रेते आणि समोर चौथीच्या वर्गातील मुले उभी. ही मुले मेलेल्या व्यक्तीची नातेवाईक नाहीत. ती आहेत एका शाळेची मुले. मुलांच्या मनातली भुतांची भीती घालवायला शाळेने थेट स्मशानात सहल काढली होती. ते बघितल्यावर मुलांची भीती इतकी जाते, की भांडी घासायला इथली राख घ्यायची का? असे ती विचारतात. या मुलांच्या शाळेचे नाव सृजन आनंद विद्यालय, कोल्हापूर. लीलाताई आज ८८व्या वर्षी पैलतीराकडे डोळे लावून बसलेल्या, पण वयाच्या ८०व्या वर्षापर्यंत शाळेत येऊन त्या शिकवत होत्या. याची तुलना वृद्धपणी मुलांच्या नाटकात काम करणाऱ्या टागोरांशीच फक्त होऊ शकते. आज उपक्रमशील शाळा ठिकठिकाणी निर्माण होताहेत. पण बरोबर ३० वर्षांपूर्वी शिक्षणातील प्रयोगांची कुठेच चर्चा नसताना लीलाताई पाटील यांनी या प्रयोगशीलतेची मुहूर्तमेढ रोवली. महाराष्ट्रातील या उपक्रमशीलतेच्या ज्या काही पूर्वसुरी आहेत, त्यात प्रमुख नाव लीलाताईंचे आहे.

शिक्षण सहसंचालक या पदावरून निवृत्त झाल्यावर पेन्शन आणि पुरस्कारांच्या रकमा एकत्र करून १९८६ साली त्यांनी कोल्हापूरला सृजन आनंद शाळा सुरू केली. प्रयोग करण्याचे स्वातंत्र्य राहावे म्हणून हेतुत: अनुदान घेतले नाही. सृजनाचा शोध घ्यायचा होता. शिकण्यात आनंदाच्या शक्यता त्यांना शोधायच्या होत्या.

या शाळेत सगळे आगळेवेगळे. शिक्षकांच्या पहिल्या नावाला ताई, दादा लावून मुले हाका मारणार. मला लीलाताईंचे मोठेपण हे वाटते, की अनेक तज्ज्ञ आजचे अभ्यासक्रम टाकाऊ आहेत; प्रस्थापित राजकीय, सामाजिक, आर्थिक व्यवस्था मजबूत करणारे आहेत असे मानतात आणि ही शिक्षणपद्धती फेकून नवी आणली पाहिजे, असे म्हणतात. ती विद्रोही मांडणी आकर्षक असते, पण ही व्यवस्था बदलेपर्यंत काय करायचे, याचे उत्तर ते देत नाहीत. पण लीलाताईंनी आहे त्याच अभ्यासक्रमात भर घातली. सामाजिक आशय मुलांपर्यंत पोचवण्यासाठी त्यांनी तो पाठांना जोडून शिकवला व मुलांना समाजवास्तवाचा परिचय करून दिला. 'गोरी

गोरी पान फुलासारखी छान' ही कविता भेदभाव करणारी आहे, यामुळे मुले आपल्या घरातल्या काळ्या माणसांविषयी नकारार्थी होतील, अशी लीलाताईंनी त्यावर टीका केली आणि तिथेच न थांबता पर्यायी कविता बनवली 'हसरी खेळकर असणारी छान, दादा मला एक वहिनी आण.' हे लीलाताईंचे वेगळेपण आहे. 'कमावणे' या क्रियापदाचा प्रसिद्धी कमावणे, पैसा कमावणे हा अर्थ सगळ्याच शाळा शिकवतात. पण कमावणेचा एक अर्थ 'कातडे कमावणे' असा आहे, हे सांगायला लीलाताई नाक्यावर चपला शिवणाऱ्याच्या चर्मकार बंधूला शाळेत सन्मानाने बोलावतात आणि कातडे कमावण्याची प्रक्रिया समजावून सांगण्याची विनंती करतात. निवारा वर्ष साजरे होताना मुलांना रस्त्यावर बरणी विकणारी माणसे कशी राहतात, हे कळण्यासाठी त्यांची वस्ती दाखवायला त्यांनी नेले.

आज शाळेत प्रकल्प केले जातात, पण ही पद्धती लीलाताई ३० वर्षे अमलात आणताहेत. एकदा मुलांनी वर्तमानपत्र बनवले. आयोडिनयुक्त मिठाची सक्ती केली गेली, तेव्हा साध्या मिठाचे फायदे, दांडी यात्रेपासून आयोडीनची कमतरता यावर मुलांनी अभ्यास केला. पाण्याचे महत्त्व कळावे म्हणून पाणी प्रकल्प केला. त्यात पाणी कसे तयार होते; याचे प्रयोगशाळेतील प्रयोग, छतावरील पाण्याचा पुन्हा वापर, गळणाऱ्या नळांचे एका मिनिटात इतके तर वर्षात किती पाणी वाया जात असेल? असे गणित मुलांनी मांडले. त्यासाठी मुलांनी २७२ कुटुंबांचे सर्वेक्षण केले. नर्मदा घाटीतल्या बुडालेल्या गावातील मुलांना शाळेत बोलावून मुलांनी त्यांच्या वेदना समजावून घेतल्या आणि मुख्यमंत्र्यांना पत्र लिहिले.

आज आपण चर्चा करतो ती ज्ञानरचनावादी पद्धत ही या शाळेतील अध्यापन पद्धती आहे. शिक्षक सतत मुलांमधील जिज्ञासा जागी करतात. त्यातून मुले खूप बोलकी झाली आहेत. शाळेत प्रश्न विचारा, असा प्रत्येक विषयात उपक्रम असतो. फळ्यावर झाडाचे चित्र काढले जाते आणि मुले १२५ प्रश्न विचारतात. झाडाचे पान जसे वाळते, तसा माणूस वाळत का नाही? असा प्रश्न असतो, तर सापाला दुसरा साप चावतो का? सगळ्या म्हशी काळ्या रंगाच्याच का असतात? असे निरुत्तर करणारे प्रश्न गोठा दाखवायला नेल्यावर मुले विचारतात.

मराठी भाषा शिकवण्यात या शाळेने जे रचनावादी उपक्रम केले, ते थक्क करणारे आहेत. या विषयावर *'लिहिणं-वाचणं मुलाचं'* असे त्यांचे छान पुस्तकच आहे. 'ग' अक्षरापासून जास्तीत जास्त शब्द, लीलाताई पहिला शब्द आणि शेवटचे क्रियापद सांगणार आणि मधले ७ शब्द जोडत वाक्य पूर्ण करायचे, असे इथले खेळ. मुलांना रुमाल दिला, तर मुले त्याच्या साठ वस्तू बनवून दाखवतात. हे बिनखर्चीक आनंद या शाळेकडून शिकले पाहिजेत.

आज परीक्षा बंद करून आपण आनंददायी मूल्यमापन करतो आहोत. लीलाताईंची शाळा हे सारे ३० वर्षे करते आहे. त्यांचे या विषयावर *'अर्थपूर्ण आनंद*

शिक्षणासाठी' (उन्मेष प्रकाशन) हे एक पुस्तकच आहे. भूगोलाच्या प्रश्नपत्रिकेत महाराष्ट्रातील काना, वेलांटी, उकार नसणाऱ्या जिल्ह्यांची नावे लिहा, तर विज्ञानाच्या प्रश्नपत्रिकेत पाण्याचे रंगदर्शन, चवदर्शक, तापमानदर्शक शब्द लिहा असे प्रश्न असतात. मराठीत 'स्म'ने सुरू होणारे शब्द लिहा. (आपल्याला फक्त स्मशान आठवते, पण ही मुले खूप शब्द लिहितात) गणित विषयात दिलेल्या संख्येचे ५ वाक्यांत वर्णन करा. यासोबत वर्तमानपत्रात जसे शब्दकोडे असते, तसे गणिताचे शब्दकोडे बघितले की शिक्षकांच्या प्रतिभेचे कौतुक वाटते. 'एका आश्रमशाळेत लहानग्या मुलीला दिलेला चटका' ही बातमी प्रश्नपत्रिकेत देऊन त्यावर मुलांना लिहायला सांगितले जाते.

शाळेचे स्नेहसंमेलन असेच वेगळे. महागडी ड्रेपरी गरीब मुले आणू शकत नाही. म्हणून शाळेच्या गणवेशातच मुले स्टेजवर असतात आणि गरज असेल, तिथे कागदाचे मुखवटे, कपडे तयार केले जातात. रेकॉर्ड डान्सपेक्षा आगळेवेगळे कार्यक्रम बसवले जातात. गरीब मुले वाढदिवसाचा खर्च करू शकत नाहीत. यातून एकाच दिवशी शाळेतल्या सर्व मुलांचा वाढदिवस साजरा केला जातो. 'मी पासून आम्ही आणि आपण' असा स्वत:चा विस्तार शिकवला जातो आणि पुन्हा हे सामुदायिक वाढदिवस अंधशाळा, आश्रमशाळा, साखरशाळा अशा मुलांसोबत केले जातात. तिथे सर्व मुलांना औक्षण केले जाते. लीलाताई सांगतात, 'आत्मकेंद्रितता कमी होऊन सामुदायित्वाच्या स्पर्शाने आपल्यातील माणूसपण उजळते.'

लीलाताई आज ८८ वर्षांच्या झाल्यात. त्या वयामुळे आता शाळेत येत नाहीत. पण सुचेता पडळकर १६ सहकाऱ्यांसह लीलाताईंच्या मार्गाने शाळा जोमाने चालवत आहेत. अनेकदा शिक्षणतज्ज्ञ शिक्षणातल्या प्रश्नांना खूप अमूर्त उत्तरे देतात, पण लीलाताई देशातील सर्व प्रश्नांची उत्तरे वर्गखोलीत शोधतात. देशाचे भवितव्य भारताच्या वर्गखोलीत घडते आहे, या वाक्याचा साक्षात्कार लीलाताईंच्या शाळेत येतो. प्रयोगशील शिक्षणातील त्या शास्त्रज्ञ आहेत. त्यांनी निर्माण केलेल्या पायवाटेचा शासनाने हाय वे करायला हवा.

फुलोरा बालवाडी

सापाची कात शाळेच्या वर्गात मधोमध ठेवली होती. मुले जणू जिवंत साप असल्यासारखी मागे सरकत होती. "साप हलत तर नाही" एक मुलगा म्हणाला. दुसरा म्हणाला, "साप लुकडा दिसतोय रे, वाऱ्याने हलतोय बघ." हळूहळू सापाच्या कातीला हात लावण्यापुरते धाडस आले. नंतर काही जणांनी सापाच्या कातीशेजारी झोपून बघितले. नंतर एक एक करून सगळेच झोपून बघत होते. नंतर कातीची म्हणजेच सापाची उंची मोजायला काही धावली. हे दृश्य काही मोठ्या मुलांच्या शाळेतले नाही, तर आहे कोल्हापूरच्या 'फुलोरा' या प्रयोगशील बालवाडीतले.

इथली मुले बोलकी. खूप शैक्षणिक साहित्य उपलब्ध. एक बालवाडी इतकी प्रयोगशील असू शकते! सुचेता पडळकर या प्रयोगशील शिक्षिकेच्या पुढाकाराने सुरू झालेली ही राज्यातील एक सर्वांत महत्त्वाची बालवाडी. फुलोराच्या संचालिका सुचेता पडळकरांना भेटलो.

वर्ध्याच्या गांधी आश्रमात विनोबांचा सहवास त्यांना लाभला. त्यांची मुलगी साचेबंद बालवाडीत शिकायला तयार होईना, तेव्हा काही पालकांबरोबर त्यांनी फुलोरा बालवाडी कोल्हापुरात सुरू केली. पूर्वप्राथमिक शिक्षण हा आपल्याकडे सर्वांत दुर्लक्षित विषय. या वयोगटात मेंदूचा जास्त विकास होतो, पण शिक्षण नीट होत नसल्याने मुलांचा बौद्धिक आणि भावनिक विकास नीट होत नाही. फुलोरातील उपक्रम बघितले की लक्षात येते, की पूर्वप्राथमिक शिक्षणात किती विविधांगी प्रयोग करणे शक्य आहे.

आज मुलांचे खेळ बदललेत. महागड्या वस्तूंचा मारा पालक करतात. मुलेही बंदुका खेळून असंवेदनशील होऊ लागतात. पण पारंपरिक भारतीय स्वस्त खेळण्यांचे सौंदर्य अनुभवायला कारागिरांनी बनवलेल्या खेळण्यांचे प्रदर्शन या शाळेत भरवले जाते. त्यातून कारागिरांच्या कष्टाकडे बघण्याची नजर मिळते. मुले हरखून जातात, तेव्हा पालकांची नजर बदलली हे लक्षात येते. मुले मुरूम, गारगोटी, चुनखडी असे दगडाचे प्रकार शाळेत आणतात. प्रदर्शनात घरातील जुन्या वस्तूही मांडल्या जातात. शाळेतच बाजार भरवून त्यात पालकही येतात. जमलेले पैसे सामाजिक उपक्रमांना दिले जातात. इतक्या लहान वयातही सामाजिक जाणिवा रुजवल्या जातात. आजारी मुलाला भेटायला सर्व शाळाच जाते. काबूलला भारताचे विमान अपहरण झाल्यावर शिक्षकांनी न सांगताही या शाळेतल्या इवल्याशा मुलांनी भारताच्या विमानाच्या मदतीसाठी कागदाची विमाने करून आणली होती.

सहल म्हणजे पैसे खर्च करून प्रेक्षणीय स्थळी नेणेच समजले जाते. पण या बालवाडीच्या सहलींची ठिकाणे बघितली की वाटते, आमच्या खेड्यांतील शाळा अशा कितीतरी सहली काढू शकतात. या सहली चिंचा पाडायला, ओढ्यात मासे पकडायला, बागेतील कमळ बघायला, दगडफोड्यांचे कष्ट बघून संवेदना जागवायला, गुऱ्हाळात गूळ खायला, कलिंगडाचे शेत बघायला जातात. पालकांनी मुलांना सायकलवर नेण्याची एक सहल काढून छोटे आनंद मिळवून देणे, पेट्रोल बचतीचा संस्कार असे हेतू साध्य केले जातात. अग्निशामक दलाच्या गाडीची भीती आणि आकर्षण असते, तेव्हा प्रत्यक्ष तिथे नेऊन अग्निशामक गाडीतून मुलांना फिरवले जाते.

पालकांना दिलेल्या प्रगतिपत्रकात मुलांच्या वर्तनाची बारीकसारीक नोंद असते. एकदा तर वयाने वाढलेल्या मुलांनी शाळेत येऊन आपण लहानपणी कसे होतो, याच्या नोंदी बघितल्या व आजचे त्यांचे वर्तन व जुन्या नोंदी यांचा अभ्यास

केला. मी एका पालकसभेला हजर राहिलो. पूर्ण संख्येने पालक हजर आणि अतिशय गंभीरपणे चर्चा चाललेली. एवढ्याशा पोरांना काय लागतंय शिकवायला या मानसिकतेतून बालशिक्षणाकडे बघणारे आपण! हे सारे थक्क करणारे होते.

महाराष्ट्रातल्या अंगणवाड्या जेव्हा फुलोरासारख्या होतील, तेव्हा प्राथमिक ते उच्च हे सर्व शिक्षण आमूलाग्र बदलेल. पुन्हा हे सारे उपक्रम बिनखर्चीक आणि कोणत्याही अंगणवाडीत राबवता येणारे. आज शहरात बालवाडी शिक्षण खूप महाग आहे व महाग असूनही त्यात ही प्रयोगशीलता नाही. अंगणवाडीत आरोग्याची खूप काळजी घेतली जाते, पण बालशिक्षणाचे काम तितक्या प्रभावीपणे होत नाही. तेव्हा बालशिक्षणाचे इतके सोपे उपक्रम आणि दृष्टिकोन देणारी फुलोरा महाराष्ट्रातील बालशिक्षणासाठी एक मॉडेल ठरू शकते; कारण बालशिक्षण प्रभावी नसल्याचा खूप वाईट परिणाम पुढच्या प्राथमिक, माध्यमिक शिक्षणावर होतो.

गंमतशाळा

छंदवर्गाचे एक छान मॉडेल बालसाहित्यिक आणि मुलांचे मित्र राजीव तांबे यांनी विकसित केले आहे. 'गंमतशाळा' नावाने अशी एक शाळेबाहेरची शाळा राजीव तांबे यांनी मुंबईत ६ वर्षे चालवली. महिन्यातले तीन शनिवार आणि रविवार असे ३ तास वर्षभर ही शाळा भरायची. अनेकदा पाठ्यपुस्तके आणि शाळा मुलांचा सर्वांगीण विकास करत नाहीत, असे म्हणत केवळ टीका केली जाते. पण राजीव तांबे यांनी पुस्तकातील अभ्यासक्रमाला पूरक असे विविध भाषिक खेळ, गणित खेळ निर्माण केले.

विज्ञान शिकवण्यासाठी विविध बिनखर्चीक प्रयोग केले. घरातल्या रोजच्या वापरातल्या वस्तू वापरून हे प्रयोग केले जातात. तेल भरलेल्या भांड्यात ग्लास सोडला तर तो दिसेनासा होतो, असा अफलातून प्रयोग घेत प्रकाशाचे वक्रीभवन शिकवले जाते. रंगाच्या संगती किती असू शकतात, हे उमजायला मुलांची सहल कुठे काढली असेल, तर थेट 'ब्लाऊज पीस'च्या दुकानात! या दुकानात शेकडो रंगसंगती मिळू शकतात, हे आपल्या कधी लक्षात येत नाही. मुलांना पेट्रोल आणि डिझेलवरील गाडी यांतील फरक समजावा म्हणून थेट वाहनचालकाची मुलाखत घेतली जाते. गणितात एक अंकी आणि दशम संख्या ओळखायला टाळी आणि टिचकी यांचे खेळ, अंक आणि घड्याळ समजण्यासाठी मालिका सुरू होताना व संपतानाचे घड्याळाचे चित्र काढा आणि पालकांना काट्यांची नावे विचारा असे खेळ सुरू झाले. नाणी आणि वेळ एकत्र करून गणिते तयार करण्यात आली. घरातल्या दुर्मीळ जुन्या वस्तूंचे प्रदर्शन शाळेत भरवणे, तळ्यात-मळ्यात या खेळात वेगवेगळे शब्द टाकून संकल्पना स्पष्ट करणे, अमिताभ बच्चनच्या 'कौन बनेगा करोडपती'सारखा आपल्या दैनंदिन जीवनातील प्रश्नांचा कार्यक्रम असे विविध

उपक्रम राबवले गेले. दिवाळीत मुलांनी पणत्या तयार केल्या आणि त्या हेतुतः 'महाग' किमतीत विकल्या आणि ते पैसे सामाजिक कामात खर्च केले.

मुलांचे वेलांटी, उकार, जोडाक्षरे चुकतात; तेव्हा त्यांचा नुसता सराव घेण्यापेक्षा प्रत्येक मुलाचे नाव त्याच्या खिशाला लावून पहिल्या वेलांटीचे शब्द कोणते, जोडाक्षरवाले कोणते? असे अनेक खेळ घेण्यात आले. इंग्रजी बोलताना मुलांना न्यूनगंड येऊ नये म्हणून जिथे अडेल, तिथे मराठी शब्द वापरायची परवानगी देऊन मुलांना इंग्रजी बोलायला शिकवले. मुले बिनधास्त 'you will पडशील from chair' असे म्हणत इंग्रजी बोलू लागली.

या गंमतशाळेत मुलांनी वेगवेगळ्या व्यक्तींच्या मुलाखती घेतल्या. त्यात पोलिस, नगरसेवक, वकील, चर्मकार, भाजीवाला, डॉक्टर, हॉटेल मालक व जेवण बनवणारा शेफ यांच्याही मुलाखती घेतल्या. तेलाचा घाणा बघायला मुले गेली. कष्टकरी जगणे परिचित व्हावे म्हणून काच, पत्रा, कागद गोळा करणाऱ्या महिलांच्या मुलाखती घेतल्या. तृतीय पंथी व्यक्तींविषयी मनात गूढ, भीती असते. त्यांनाही मुलांशी गप्पा मारायला बोलावले. त्यांच्याविषयीची भीती गेली. नंतर त्यांनी गाणी म्हटली व मुले नाचली. या सर्व पाहुण्यांना बोलवायला काहीच खर्च आला नाही.

अशी ही बिनखर्चाची अभ्यासपूरक शाळा प्रत्येक गावात, प्रत्येक शाळेत नक्कीच वर्षभर चालवता येईल, हे ही गंमतशाळा बघून वाटू लागले. गाणी-गोष्टी, नाट्यीकरण, विज्ञानाचे सोपे प्रयोग, भाषिक खेळ, कोडी, विनोद, आपल्या परंपरेतून आलेल्या गाण्याच्या व विविध भेंड्या असे खूप काही घेता येईल. फक्त अट एकच, की थेट उपदेश करायचा नाही आणि मुलांनाच विचारप्रवण करत बोलते करायचे.

विज्ञान आश्रम, पाबळ

बराच वेळ चालत गेल्यावर उंचावर पाटी दिसली. गाव ओलांडून पलीकडच्या उंच टेकडीवर काही डोम आता दिसत होते. 'विज्ञान आश्रम' या एका अर्थाने विरोधी शब्दांचा एकत्रित प्रयोग खटकत होता आणि उत्सुकताही चाळवत होता. पाबळ हे तसे पेशवाईत गाजलेल्या मस्तानीचे गाव म्हणून प्रसिद्ध. आज मात्र ते विज्ञान आश्रमामुळे ओळखले जाते.

डॉक्टर कलबाग यांनी सुरू केलेला हा प्रयोग आज खूप विस्तारला आहे. योगेश कुलकर्णी आणि त्यांचे सहकारी तिथे काम करताहेत. गांधीजींनी जी बुनियादी शिक्षणाची कल्पना मांडली आहे, त्याचे हे मूर्त रूप आहे. गांधींनी हाताने काम करणे, या गोष्टीला शिक्षणात महत्त्व दिले. त्याआधारे अशा शाळाही सुरू झाल्या, पण अनेक ठिकाणी तो प्रयोग थांबला.

आज महाराष्ट्र, गुजराथ आणि बिहारमध्ये या शाळा काही ठिकाणी सुरू आहेत. पण या शाळांना प्रतिसाद न मिळण्याच्या अनेक कारणांत एक कारण मला दिसते, की शेतीसोबत आजचे जे आधुनिक व्यवसाय अभ्यासक्रम त्याला जोडायला हवे होते, ते त्या वेगाने जोडले गेले नाहीत. इथला अभ्यासक्रम समाजाला काळाच्या सोबत जाणारा वाटेना. विज्ञान आश्रमाने गांधींच्या विचारांचा आशय घेत आजचे आधुनिक व्यावसायिक कोर्सेस सुरू केले आहेत. शाळा सोडलेल्या अनेक मुलांनी हे कोर्सेस शिकून पुढे उपजीविका सुरू केली. शेती, पशुपालन, लोखंडाशी संबंधित वेल्डिंग किंवा तत्सम व्यवसाय, खाद्य पदार्थांच्या संबंधित काही व्यवसाय असे अनेकविध व्यवसायाचे प्रशिक्षण तिथे दिले जाते. योगेश आणि सहकाऱ्यांनी परिसरातील शेतकऱ्यांना जोडून घेतले आहे. तंत्रज्ञानाचा वापर करून शेतकऱ्यांना बाजारपेठेचा भाव बघता येण्याच्या सुविधा देण्यात आल्या आहेत.

पाबळने हे विज्ञानाचे कोर्सेस थेट माध्यमिक शिक्षणात आणले आहेत. आठवी ते दहावीच्या अभ्यासक्रमात कार्यानुभव विषयाच्याऐवजी हे विषय घेता येतील, असे व्यवस्थात्मक बदल बोर्डाचा पाठपुरावा करून केले आहेत. अन्यथा अनेक सामाजिक प्रकल्प हे केवळ बेटासारखे राहतात. ते केवळ आदरणीय राहतात, पण अनुकरणीय होत नाहीत.

राज्यातील १००पेक्षा जास्त ठिकाणी माध्यमिक शाळेत हे अभ्यासक्रम सुरू आहेत. कार्यानुभव विषयाच्या व इतर काही तासिका वापरून तसेच शाळेव्यतिरिक्तच्या वेळेत हे कोर्सेस चालतात. १०वीच्या बोर्ड परीक्षेच्या निकालपत्रकात याची नोंद होते. त्यामुळे अर्थातच पुढे औद्योगिक शैक्षणिक अभ्यासक्रमात या मुलांना प्रवेश मिळणे खूप सोपे होते.

रेणू दांडेकरांच्या शाळेत दापोली-चिखलगाव येथे हा प्रकल्प सुरू आहे. राजा दांडेकर व रेणू दांडेकर यांनी सुरू केलेले हे 'लोकमान्य टिळक विद्यालय'. टिळकांचे गाव म्हणून या शाळेला त्यांचे नाव दिलेले. संस्थेने स्वतंत्र खोल्या बांधून हे तंत्रशिक्षणाचे वर्ग सुरू केलेत, यातच ते किती गांभीर्याने घेतले आहे, हे लक्षात आले. शेतीत मुले काम करतात. पशुपालनाचेही प्रशिक्षण दिले जाते. इलेक्ट्रिकच्या बॅटरीपासून वायरिंग व विविध प्रकारचे प्रशिक्षण दिले जाते. खाद्यपदार्थांत मुलांना केक, ज्यूसपासून तर थेट कोकणात तयार होणाऱ्या फळे-औषधी वनस्पतींवर प्रक्रिया उद्योग शिकवले जातात. कोकणात आज सर्वांत जास्त जर गरज असेल, तर हीच आहे. कोकणी शेतकऱ्याला त्याची लूट होऊ नये म्हणून कच्च्या मालावर प्रक्रिया शिकवणेच गरजेचे आहे. राजा दांडेकरांनी ही उणीव शिक्षणातून दूर करण्याचा प्रयत्न केला आहे. चक्की वापरून, सूर्यऊर्जेचा वापर करून शेतीला पूरक साहित्य बनवण्याचा प्रयत्न केला जातो आहे. आंब्याची कलमे कशी करायची, याचे प्रशिक्षण या मुलांना दिले जाते. एकूणच शिक्षणातून ही व्यवसायाभिमुखता शिकवली जाते आहे.

अनेकदा स्वयंसेवी संस्था खूप उत्साहाने आपल्या कामाविषयी सांगतात, पण परिणाम कुठेच दिसत नाही. पाबळच्या विज्ञान आश्रमाच्या कामाचा प्रत्यक्ष परिणाम शेकडो किलोमीटरवर कोकणात एका खेड्यात बघून खूप समाधान वाटले. सरकार आणि सारेच नेते जर शिक्षणातून कुशल मनुष्यबळ निर्माण करण्याची भाषा करत असतील, तर त्याला पाबळचा विज्ञान आश्रम हेच उत्तर आहे. हा प्रकल्प आणखी दोन कारणांसाठी महत्त्वाचा वाटतो. एक म्हणजे शिकलेल्या माणसामध्ये काम करणाऱ्या माणसांविषयी जी अनादराची भावना असते, ती दूर व्हायला मदत होईल. आज बौद्धिक काम करणारा श्रेष्ठ आणि शारीरिक काम करणारा कनिष्ठ ही जी विषमता निर्माण झाली आहे, ती दूर होईल. हे कौशल्याचे काम करायला कष्ट, बुद्धी, कल्पकता लागते हे जेव्हा शिकताना लक्षात येते, तेव्हा ते कष्ट करणाऱ्यांकडे तुच्छतेने बघणार नाहीत.

दुसरा मुद्दा हा, की जरी आपण शिक्षणाची अनेक मोठी उद्दिष्टे सांगितली, तरी पालकांना मुलांच्या रोजगाराची हमी हवी असते. वंचित वर्गातील मुले शिकवण्यात पालक फारसे आग्रही नसण्याचे कारण हेच असते, की शिकून काय होईल? आम्हाला रोजगाराची हमी मिळेल का? या प्रश्नाचे उत्तर नक्कीच यात आहे. या ठिकाणी प्रशिक्षण घेतलेली मुले आज वेगवेगळे व्यवसाय करताना दिसत आहेत. ही नक्कीच खूप आश्वासक गोष्ट आहे. या सूत्राने गांधींचा बुनियादी शिक्षणाचा विचार पुन्हा मूळ धरू शकतो.

दीपस्तंभ फाउंडेशन

लेखक मित्र संजय कळमकरांची मिस्कील टिप्पणी-'शिक्षक वाचत नाहीत' हे वाक्य इतक्या वेळ लिहिले गेले आहे, की ते वाक्यसुद्धा शिक्षक वाचत नाहीत. एकवेळ विद्यार्थ्यांना वाचायला लावता येईल पण शिक्षकांना? अशा निराशाजनक स्थितीत जर हजारो शिक्षकांना पुस्तके खरेदी करायला लावून ती वाचायला लावून त्यावर कुणी परीक्षा घेत असेल असे सांगितले, तर विश्वाससुद्धा बसणार नाही.

चाळीसगावला शिक्षकांशी गप्पांचा कार्यक्रम आयोजित केलेला. रात्री मी उशिरा पोचलो, तरीसुद्धा ५० शिक्षक वाट बघत थांबलेले. मला खरे त्यांच्याकडूनच ऐकायचेय. दीपस्तंभ फाउंडेशनने शिक्षकांना वाचायला लावले कसे? ते शिक्षक मला भरभरून सांगताहेत, ते कसे वाचू लागले आणि ते कसे पुस्तकांवर परीक्षा देऊ लागले.

यजुर्वेद महाजनने स्पर्धा परीक्षेचे केंद्र चालवताना अनेक उपक्रम सुरू केले. त्यातला हा एक उपक्रम. उत्तर महाराष्ट्रात वाचनाची आवड लागावी म्हणून अवांतर वाचनाच्या परीक्षा जळगावच्या दीपस्तंभ प्रतिष्ठानच्या वतीने घेतल्या जातात. शिक्षकांच्या वाचन परीक्षा. कोणतीही शिक्षणविषयक चांगली ५ पुस्तके तो निवडणार.

शिक्षकांनी ती पुस्तके खरेदी करायची आणि त्यावर ३ तासांचा पेपर होणार. निकाल जाहीर होणार. हे सारे अविश्वसनीय वाटते, पण यजुर्वेंदच ते करू शकतो. हजारो शिक्षकांनी परीक्षा दिल्या. या परीक्षेसाठी प्रकाशकांना पुस्तकांच्या स्वतंत्र आवृत्ती काढाव्या लागल्या. शिक्षक वाचत नाहीत, हे तुणतुणे आपण वाजवताना यजुर्वेंद शांतपणे धुळे, नंदुरबार, जळगावसारख्या दुर्गम भागांतल्या शिक्षकांना वाचायला लावतो. जवळपास ७ ते ८ लाख रुपये तोटा सोसून ३ जिल्ह्यांतील शिक्षक आणि विद्यार्थी यांना प्रेरणादायी पुस्तके वाचायला लावण्याचा हा प्रकल्प सुरू आहे. संपूर्ण महाराष्ट्रातील वाचनसंस्कृती रुजवण्याचा सर्वांत मोठा 'दीपस्तंभ' असे म्हटले तरी वावगे ठरणार नाही.

गेल्या ५ वर्षांत धुळे, नंदुरबार, जळगाव जिल्ह्यांतले शिक्षक, विद्यार्थी, पालक मिळून १ लाख १३ हजार जणांनी या परीक्षा दिल्यात. या परीक्षेसाठी प्रेरणादायी पुस्तके निवडली जातात. ती पुस्तके अगदी निर्मिती खर्चात उपलब्ध करून दिली जातात. निवडलेल्या पुस्तकांत शिक्षकांसाठी *तोत्तोचान, काटेमुंढरीची शाळा, दिवास्वप्न, कलामांची दशसूत्रे, शिक्षण आनंदक्षण* अशी पुस्तके निवडली, तर पालकांसाठी *'सुजाण पालकत्व'* अशी पुस्तके निवडण्यात आली. या परीक्षेत यशस्वी झाल्यावर बक्षिसेही वेगळीच असतात. त्यात पहिल्या १५० शिक्षकांना राष्ट्रपतिभवन ते आय.आय.एम., आयुकासारख्या संस्था दाखवल्या जातात आणि रघुनाथ माशेलकर, विजय भटकर, नरेंद्र जाधव, अच्युत गोडबोले यांसारख्या शास्त्रज्ञ, तज्ज्ञांना भेटवले जाते. पुण्याची अक्षरनंदन, ज्ञानप्रबोधिनी यांसारख्या प्रयोगशील शाळा दाखवल्या जातात. यशस्वी १००० जणांना पुस्तके भेट दिली जातात. यशस्वी विद्यार्थी, शिक्षक यांच्यासाठी सतत शिबिरे आयोजित केली जातात. या निवडलेल्या विद्यार्थ्यांसाठी सलग ५ वर्षे शिबिरे होत असून या विद्यार्थ्यांना स्पर्धा परीक्षेला बसण्याचे प्रशिक्षण दिले जात आहे. ही प्रेरणादायी पुस्तके वाचून व या शैक्षणिक सहलींनी शिक्षक अतिशय प्रेरित झाले.

या प्रकल्पाचे प्रमुख यजुर्वेंद्र महाजन सांगतात, की अवांतर पुस्तक हा शब्द सांगितला, तेव्हा या नावाने एखादे पुस्तक आहे का? असे काही मुलांनी विचारले इथपासून सुरुवात केली. या परीक्षेत यशस्वी झालेली काही मुले सहलीला जाताना रेल्वेत प्रथम बसली. मी या सहलीतल्या शिक्षकांना दोन वेळा भेटलोय. यजुर्वेंद्र माझ्यासारख्या अनेकांना विचारून कार्यक्रम ठरवायचा. ३ दिवसांत कोणत्या शाळा बघायच्या, कुणाला भेटायचे. या दौऱ्यात त्याने शिक्षकांना विज्ञानाश्रम, पुण्याची अक्षरनंदन शाळा दाखवली. अरविंद गुप्तांशी शिक्षकांची भेट घडवली. संजय मालपाणींच्या धृवशाळेला भेट द्यायलाही सहल आलेली. नंदुरबारच्या कुठल्यातरी पाड्यावरच्या शिक्षकाला घेऊन थेट पुण्यात रघुनाथ माशेलकरांसारख्या शास्त्रज्ञाला भेटायला ते घेऊन येत होते. माझ्याशीही गप्पांचा कार्यक्रम होता. नंदुरबारच्या दुर्गम

शाळांमधून शिक्षक रजा काढून आलेले. अतिशय उत्साह.

शिक्षक सक्षमीकरणाच्या नावाखाली, प्रशिक्षणाच्या नावाखाली हजारो कोटी उधळले जातात, पण यजुर्वेदने जे काही केले ते सरकारला सहज करता येण्यासारखे आहे. कृषिविभाग शेतकऱ्यांना थेट परदेशांत पाठवून शेती दाखवतो. महाराष्ट्रातील निवडक शिक्षकांना शिक्षणक्षेत्रातल्या चांगल्या शाळांची सहल घडवणे किती सहज शक्य आहे. यजुर्वेदासारखा कोणतेही पाठबळ नसणारा कार्यकर्ता हे करू शकतो, तर शासन हे नक्कीच करू शकेल. जळगावातही तो शिक्षकांसाठी कार्यशाळा आयोजित करतो. शिक्षक सुधारण्यासाठी प्रशासकीय सुधारणा कराव्या लागतीलच. पण शिक्षकांना प्रेरणा देण्यासाठी काय करावे लागेल, ते यजुर्वेदकडूनच शिकावे लागेल. मी एकदा गमतीने म्हणालो की, ''यजुर्वेंद्रची आणि माझी मैत्री चुंबकाच्या दोन टोकांत आकर्षण असते तशी आहे. शिक्षकांचा राग कसा ओढवून घ्यावा हे माझे कौशल्य, तर प्रेम कसे मिळवावे हे यजुर्वेंद्रचे सामर्थ्य. यजुर्वेद कुणालाही प्रेमाने कोणतेही काम करायला सांगू शकतो.''

हा प्रकल्प हा त्याच्या अनेक कामांतील एक काम फक्त. १२ प्रकारची कामे तो करतो आहे. स्पर्धा परीक्षा हे त्यातील त्याचे महत्त्वाचे काम आहे. स्पर्धा परीक्षा केंद्रातून आजपर्यंत ५५०पेक्षा विविध अधिकारी निर्माण झाले आहेत. उत्तर महाराष्ट्रासारख्या भागात जिथे अशा प्रकारचे वातावरण नव्हते, अशा ठिकाणी मुला-मुलींना अशा परीक्षा द्यायला लावणे, हेच सर्वांत मोठे योगदान ठरावे. तो शिक्षकांना वाचायला कसे लावतो, हे बघण्यासाठी मी खास जळगावला गेलो. सर्वांत मोठे काम वाटले ते अंध-अपंग, अस्थिव्यंग मुला-मुलींचे. त्याने स्पर्धा परीक्षा तयारीसाठी निवासी केंद्र काढले आहे. त्या मुलांच्या दुःखाने वाईट वाटावे की या मुलांच्या आत्मविश्वासाने आनंदी व्हावे, असा प्रश्न पडतो. नीट धड उभेही राहू न शकणारी ही मुले. काही अगदी अंध. अशा मुला-मुलींना एकत्र गटात बसून स्पर्धा परीक्षेचा अभ्यास करताना बघून थक्क व्हायला होते. एक अंध मुलगा संगणकावर विविध माहिती ऐकत होता. स्पर्धा परीक्षेच्या विविध ऑडिओ टेप अंध मुले ऐकतात. त्या मुलाने संगणकावर विविध कामे अगदी सहज करून दाखवली. या अंध मुलांसाठी ब्रेल लिपीतल्या साहित्याचे ग्रंथालय तिथे आहे. वरच्या मजल्यावर हातावर चालत, खुरडत जाणारी ती मुले बघून खूप वाईट वाटते. पण भाड्याच्या जागेत सर्व गैरसोयी झेलत ही मुले अभ्यास करत आहेत. या कामात कार्यकर्तेही इतके रमलेत, की एकाने नगरपालिकेची नोकरी सोडून पूर्णवेळ हेच काम करायचे ठरवले आहे. हातावर चालणारी एक मुलगी जिना उतरताना भेटली. तिने तसाच हातात हात घेतला आणि मी कलेक्टर होणार, असे म्हणाली. तिच्या नजरेतला आत्मविश्वास धडधाकट माणसाच्या कितीतरी पट अधिक होता.

हे अंध-अपंग अधिकारी म्हणून टिकतील का? हा प्रश्न आपल्या सहज मनात

येतो; पण धडधाकट माणसांनी केलेले भ्रष्टाचार, अकार्यक्षमता हे बघून आपल्याला त्यांच्याविषयी कधी प्रश्न पडत नाही. कदाचित या नाकारलेल्या माणसांना जेव्हा आयुष्य एखादी संधी देते, तेव्हा त्याचे चीज करण्याची शक्यता अधिक असते. या अर्थाने हा प्रयोग खूप वेगळा आहे.

असाच एक प्रयोग. राज्यातील गरीब कुटुंबांतील मुले त्याने निवडली आणि त्या मुलांना स्पर्धा परीक्षा द्यायला जळगावला एकत्र आणले आहे. ही मुले दिवस-रात्र अभ्यास करतात. या मुलांना आपल्या दारिद्र्याला उत्तर द्यायचे आहे. ईर्ष्येने ती अभ्यास करताहेत. असे प्रकल्प चालवणे खूप जिकिरीचे असते. भाड्याच्या जागा बघून या मुलांच्या जेवणाची व्यवस्था करणे आणि त्याची आर्थिक तजवीज करणे, हे खूप आव्हानात्मक काम आहे. समाजाची मानसिकता अशी आहे, की त्याने ही मुले नुसती दयाबुद्धीने सांभाळली असती, तर देणग्या आल्या असत्या. पण ही मुले स्पर्धा परीक्षा देतात, स्वावलंबी होतात म्हणून काही फार देणग्या मिळत नाहीत. तरीही तो काम करतोच आहे.

सर्वांत थक्क झालो, ते अंमळनेर तालुक्यातील शिरसावे गावात. ३५०० लोकवस्तीच्या गावात गेल्या ५ वर्षांत दीपस्तंभच्या स्पर्धा परीक्षेच्या केंद्रामुळे ५० मुलांना नोकऱ्या मिळाल्या आहेत. एकही पैसा न देता लागलेल्या या नोकऱ्या गरीब घरांत आल्यात. मला हे खरेच वाटेना म्हणून खास त्या गावात गेलो. मे महिन्याच्या रणरणत्या उन्हात आम्ही त्या गावात पोचलो. इतक्या उन्हातही गावकरी आमची वाट बघत होते. आपल्या गावाने काहीतरी जगावेगळे घडवल्याचे भाव चेहऱ्यावर होते. या गावाची परिस्थिती खूप सामान्य आहे. गावात बागायती जमीन नसल्याने सारे गावकरी जिरायतदार शेतकरी आहेत. अशा वेळी शेतकरी कुटुंबात फार शिक्षण होत नाही. मुले फारतर तालुक्याच्या गावात कॉलेजपर्यंत शिकू शकतात. गावात पवार नावाच्या शिक्षकांनी स्पर्धा शिक्षणाविषयी अभ्यासिका सुरू केली आहे. मुले रात्री तिथे अभ्यास करतात. पोलिसभरती आणि सैन्यभरतीसाठी मुले संध्याकाळी आणि पहाटे मैदानावर व्यायाम करतात. रविवारी पवार सर आणि त्यांचे सहकारी मुलांचे क्लास घेतात. अगदी आठवीपासून मुले या वर्गांना बसतात.

माझ्या हस्ते पवार सरांचा सत्कार झाला. मी म्हणालो, "शिक्षकाने जर ठरवले, तर तो गावाच्या विकासात किती मोठे योगदान देऊ शकतो, याचे पवार सर हे उदाहरण आहे. स्पर्धा परीक्षा हे काहीतरी शहरी खूळ आहे, हा भ्रम दूर करून अगदी उत्तर महाराष्ट्राच्या दुर्गम खेड्यात जर ५० नोकऱ्या लागत असतील, तर यजुर्वेंदची धडपड महाराष्ट्राच्या ग्रामीण भागासाठी नक्कीच दीपस्तंभ ठरणार आहे."

❑

१६.
ग्रामीण भागांतील शुभ वर्तमान...

ग्रामशिक्षण समितीच्या सक्षमीकरणाचा बुलढाणा पॅटर्न

सांगली जिल्ह्यात बत्तीस शिराळ्याजवळ माझ्या व्याख्यानाला माजी मंत्री शिवाजीराव नाईक उपस्थित होते. मी भाषणात म्हणालो, "शाळा आणि शाळेतील सरकारच्या योजना लोकांना आपल्या वाटतच नाहीत. याउलट गावात एखादा रस्ता जर आला, तर लोक ठेकेदार कोण? कुणाला किती कमिशन मिळाले, अशी सर्व प्रकारची चौकशी करतात. काम सुरू असताना तिथे जाऊन उभे राहतात. पण शाळेविषयी ते पूर्ण बेफिकीर असतात," असे म्हणून मी खिशातून एक १०० रुपयांची नोट काढली. मी म्हणालो, "समोर बसलेल्या १००० लोकांपैकी मला कुणीही उठून सांगा, की शालेय पोषण आहार योजनेत एका मुलामागे शासन किती अनुदान देते आणि १००ची नोट घेऊन जा." सभेत शांतता पसरली. कुणीच काही बोलेना. शिवाजीराव हसून म्हणाले, "अहो, तुमचे १०० रुपये वाचले, कारण माझ्यासकट कुणालाच ते माहीत नाही." एवढा एक प्रसंग ग्रामीण भागात शिक्षण या विषयावर प्रबोधनाची किती गरज आहे, हे सांगायला पुरेसा आहे.

या पार्श्वभूमीवर बुलढाणा जिल्ह्यातले ग्रामशिक्षण समितीचे काम महत्त्वपूर्ण वाटते.

"मोठी माणसं त्यांची पोरं मोठ्या शाळेत शिकवतील. पण आम्हाला गरिबांना या जिल्हा परिषद शाळांशिवाय पर्याय काय? याच शाळा चांगल्या झाल्या पाहिजेत. गरिबांची पोरं पुढं गेली पाहिजेत. मी बाजाराचा दिवस आला, तरी १० वर्षांत एकही ग्रामशिक्षण समितीची मीटिंग चुकवली नाही." बुलढाणा जिल्ह्यातील दगडाबाई जाधव बोलत होत्या. बाजारात सामान विकून गुजराण करणाऱ्या दगडाबाई जाधव ग्रामशिक्षण समितीच्या जागरूक सभासद होत्या.

ग्रामशिक्षण समिती म्हणजे शाळेवर नियंत्रण ठेवणारी समिती. पूर्वी या समित्यांचा अध्यक्ष सरपंच असे व गावातील काही लोक सदस्य असत. पण अलीकडे बदल

होऊन या समित्यांचे नाव शालेय व्यवस्थापन समिती असे झाले आहे. आता पालकच अध्यक्ष होतात. या समित्यांनी शाळेवर नियंत्रणाचे काम करावे, असे अपेक्षित आहे. परंतु या समित्या फक्त कागदावर असतात, असाच अनुभव येतो.

एकदा एका खेड्यातील शाळेत गेलो. तिथली शाळेची स्थिती खूपच निराशाजनक होती. मुलांना लिहिता-वाचता येत नव्हते. गावात निरोप पाठवून गावातील प्रमुख लोक बोलवून घेतले. ते आले. मी खूप रागावून बोलायला लागलो, "या शाळेत तुमचीच मुलं शिकणार आहेत, माझी मुलं शिकणार नाहीत. तुमच्या गावाची शाळा आहे, पण तुम्हीच काही लक्ष देत नाही. या गावात असलेली ग्रामशिक्षण समिती नेमकं काय काम करते आहे?" नंतर ग्रामशिक्षण समितीचा गोंधळ स्पष्ट दिसत होता. कुणी काहीच बोलेना म्हणून मग मी गुरुजींना म्हणालो, "गुरुजी, चला ती यादी आणा बरं ग्रामशिक्षण सदस्यांची." गुरुजींना बऱ्याच वेळाने ती यादी सापडली.

मी यादी घेऊन एक नाव वाचले. मी नाव वाचताच ते गृहस्थ उभे राहिले. त्यांनी इकडे तिकडे कावरेबावरे होऊन बघितले. मी रागावून काही बोलणार, तितक्यात ते म्हणाले, "साहेब, माझ्या पोराची शप्पथ घेतो, पण खरं सांगतो. या कोणत्या समितीत मी आहे, हे आत्ता तुम्ही वाचल्यावर मला कळलं." ही आहे स्थिती.

हे एक प्रातिनिधिक उदाहरण समजायला हरकत नाही. शिवाय गावकऱ्यांना या समित्यांची कामे समजत नाहीत. सरपंच पूर्वी अध्यक्ष असायचा, तेव्हा तर त्यांचे 'होयबा' असलेले लोक या समितीत घ्यायचा. सरपंच आणि मुख्याध्यापक मिळून निर्णय घेत होते. सर्वांत वाईट स्थिती जेव्हा शाळांकडे पैसा आला, तेव्हा झाली. सर्वशिक्षण अभियानात शाळांना विविध अनुदाने सुरू झाली. बांधकामे मोठ्या प्रमाणात आली. बांधकामासाठी पैसा हा या ग्रामशिक्षण समितीच्या खात्यावर यायला लागला. किमान १० लाख रुपये इमारतीला आणि इतर अनुदाने २०,००० रुपयांपर्यंत यायला लागली. सरपंच बिथरले. मुख्याध्यापकांना कधी सामील करून तर कधी दडपण आणून ते आर्थिक व्यवहार करायला लागले. विदर्भात तर कोणत्याही चेकवर सही करायला 'बाजार करायला पैसे द्या' अशा तक्रारी मी ऐकल्या होत्या. पण अनेकदा या सदस्यांना आपले अधिकार माहीत नसतात. पुन्हा चांगली शाळा नेमकी कशाला म्हणायची, याचे निकष माहीत नसतात. यातून ते चुकीच्या चित्राला फसतात. शाळेत १५ ऑगस्टचा कार्यक्रम, स्नेहसंमेलन जोरदार होणे यावरून शाळा चांगली असा ते अर्थ घेतात. अनेकदा तर शिक्षकांनी रोज जाता-येता नमस्कार केला किंवा शाळेत गेल्यावर शिक्षकांनी चहा दिला, तरी ते शाळेला 'चांगली शाळा' म्हणून प्रमाणपत्र देतात. हे सर्व सांगण्याचे कारण, की हे प्रशिक्षण आपण प्रभावी रीतीने या सदस्यांना जर दिले तर शाळा

किती बदलू शकतात, हे बुलढाणा जिल्ह्यात आम्हाला कळले.

बुलढाणा जिल्ह्यात तत्कालीन जिल्हा परिषद अध्यक्ष हर्षवर्धन सपकाळ यांनी ग्रामशिक्षण समिती सक्षमीकरणाचा कार्यक्रम राबवला. या कार्यक्रमात गावपातळीवर असलेल्या सदस्यांना प्रशिक्षित करण्यात आले. १९९९ साल हे साने गुरुजींचे जन्मशताब्दी वर्ष असल्याने याच वर्षात हे अभियान सुरू करण्यात आले. अहमदनगर जिल्हा परिषदेच्या तत्कालीन मुख्य कार्यकारी अधिकारी प्राजक्ता लवंगारे यांना या विषयात काम करावेसे वाटले. त्यांनी आमच्यासारख्यांना बुलढाणा जिल्ह्यात पाठवले. हर्षवर्धन सपकाळ भेटले, त्या क्षणापासून कायमचे मित्र झाले. गांधी-विनोबांच्या विचारांनी भारावलेले हर्षवर्धन हे जिल्हा परिषद अध्यक्ष आणि पुढे आमदार झाले. पण त्यांच्यातला कार्यकर्ता जिवंत राहिला.

हे अभियान सुरू करताना सपकाळ यांनी जिल्ह्यात वेगवेगळ्या गावांत सभा घेतल्या. ते म्हणाले की, मला शाळा आणि गाव यांत काहीच नाते दिसेना. यातून शाळांच्या गुणवत्तेवर प्रतिकूल परिणाम होत होता. त्यातून सर्वपक्षीय नेत्यांचे सहकार्य घेतले. या मोहिमेला सामाजिक चळवळीचे रूप दिले. योजनांच्या कार्यवाहीवर देखरेख ठेवणे, वंचित मुलांसाठी योजना राबवणे, गुणवत्तापूर्ण प्रशिक्षणे आयोजित करणे; हे सर्व सुरू केले. या प्रबोधनातून ग्रामशिक्षण समित्या प्रभावीपणे शाळांवर सकारात्मक अंकुश ठेवू लागल्या. शिक्षक वेळेवर शाळेत येतात का आणि शाळा सुटल्यावरच जातात का? याकडे लक्ष ठेवू लागल्या. यात अडचण ही होती, की गरीब गावकऱ्यांच्या हातात घड्याळेच नसायची. शिक्षक त्यांच्या हातातल्या घड्याळात बघत म्हणायचे, की आम्ही वेळेवरच आलो आहोत. तेव्हा प्रथम लोकसहभागातून प्रत्येक शाळेत घड्याळ बसवण्यात आले. पण केवळ लक्ष ठेवणेच नाही तर पटनोंदणी, शाळेचे बांधकाम, शालेय पोषण आहार यांसाठीही गावकरी काम करू लागले.

आज इतरत्र समित्यांच्या सभा प्रत्येक महिन्याला होत नाहीत आणि जरी झाल्या, तरी सदस्य खूप कमी संख्येने हजर असतात. पण बुलढाणा जिल्ह्याच्या या जागृतीचे फलित असे, की या समितीच्या सर्व शाळांत बैठका अत्यंत नियमित होत होत्या. जे विद्यार्थी शाळेत येत नाहीत, त्यांच्या घरी सदस्य जाऊन पालकांना शिक्षणाचे महत्त्व सांगू लागले. जिल्ह्यात गळतीचे प्रमाण १६ टक्के होते, ते फक्त ६ टक्क्यांवर आले. शालेय उपस्थिती ६० ते ७० टक्क्यांवरून ९० ते ९३ टक्क्यांवर पोचली. 'गावाला शाळेचे भूषण आणि शाळेला गावाचा आधार' असे एक आगळेवेगळे नाते तयार झाले. ज्या गावात शिक्षक कमी होते किंवा शिक्षक नेमणूक उशिरा होत होती, अशा ठिकाणी गावाने खर्च करून 'शिक्षणप्रेमी' अशी एक योजना सुरू केली. ५०० रुपये मानधनावर गावातील शिकलेल्या तरुणाची नेमणूक केली.

आम्ही बुलढाणा जिल्ह्यात चिखली, बुलढाणा, संग्रामपूर तालुक्यांत अनेक ग्रामशिक्षण समित्यांच्या कामाचे विविध पैलू अभ्यासले. ग्रामशिक्षण समित्यांच्या बैठकीत जे विविध विषय घेतले गेले, त्यातून त्यांची जागरूकता लक्षात आली. गावातील आदिवासी कुटुंबांतील मुले शाळेत येतात की नाही? आपल्या विद्यार्थ्यांनी क्रीडा स्पर्धेत भाग का घेतला नाही? असे दत्तपूरच्या समितीच्या बैठकीतले विषय बघितले. एका बैठकीत खिचडीवाटपामुळे विद्यार्थ्यांच्या शैक्षणिक प्रगतीत अडसर होत असल्याची खंत सदस्यांनी व्यक्त केली, तर एका बैठकीत वैज्ञानिक चाचणीतील अप्रगत विद्यार्थ्यांच्या प्रगतीविषयी पालकांना शिक्षकांनी कल्पना करून दिली, इतक्या सजगपणे नोंदवलेले होते.

समिती सदस्यांनी आम्हाला वेगवेगळे अनुभव सांगितले. उशिरा येणारे शिक्षक, व्यसनी शिक्षक, न शिकवणारे शिक्षक यांच्या जशा बदल्या केल्या, तशा चांगल्या शिक्षकांच्या अन्यायकारक बदल्या गावाने थांबवल्या. शिक्षकांच्या अशैक्षणिक कामामुळे, प्रशिक्षणामुळे दैनंदिन अध्यापनावर परिणाम होऊ नये याची काळजी शासनाने व शिक्षकांनी घ्यावी, असे सदस्य सांगत होते. सर्व राजकीय पक्षांचे एकमत या सक्षमीकरणात आढळून आले. राजकारण करण्यासाठी इतर जागा आहेत, त्यासाठी शाळा कशाला? आमच्यासाठी आमची मुले शिकणे सर्वांत महत्त्वाचे आहे, असे त्यांनी सांगितले. समिती त्यांनी ग्रामपंचायतीपासून दूर ठेवली आहे. या समितीतल्या अनेक निरक्षर पालकांना मी म्हणालो, की शिकून जर नोकरी लागणार नसेल तर शिकायचे कशाला? ते म्हणाले, असे नाही. आमची मुले दुधाचाच धंदा करणार, पण शिक्षणाने ती हुशार होतील. मुलांना काय येते हे बघण्यासाठी ज्या चाचण्या घेतल्या गेल्या, त्यावर या सदस्यांनी शाळेत हजर राहून देखरेख ठेवली.

एका गावात आम्ही गेलो, तेव्हा शाळेत किती मुलांना वाचता-लिहिता येत नाही, असे विचारले; तेव्हा शिक्षकाने उत्तर देण्याच्या अगोदर गावातील सदस्याने उत्तर दिले. शाळेची अचूक माहिती या सदस्यांना आहे. या जागरूकतेमुळे जिल्ह्यात शालाबाह्य मुलांची संख्या खूपच कमी झाली. हा प्रयोग बघून शेवटी ज्यांची मुले शिकतात त्यांनीच जागे व्हायला हवे, तरच शिक्षण सुधारेल, हे लक्षात आले.

कोकणातली शिक्षण परिक्रमा

दुर्गम आदिवासी शाळा बघितल्यावर मी एकदम कोकणात गेलो. कोकण निसर्गाइतकाच अनेक गोष्टींनी खुणावत राहतो. तिथले दशावतारीपासूनचे कलाप्रकार, साहित्यिक, विचारवंत, शास्त्रज्ञ. कोकणातील शाळांचे सर्वांत मोठे वैशिष्ट्य जाणवले ते म्हणजे गावाचे आणि शाळेचे घट्ट नाते. गावकरी शाळेला आपले मानतात. आम्ही गेलो, तेव्हा नवरात्र चालू होते. शारदोत्सव हा नवरात्रीतील महत्त्वाचा उत्सव शाळेत साजरा होतो. सरस्वती पूजनाला सगळे गावकरी शाळेत जमतात. गावकरी

सामूहिक पूजा करतात. सरस्वती पूजनानंतर जेवणे होतात. शिक्षिका व गावातील महिला मिळून स्वयंपाक करतात. त्यातून शिक्षक आणि गावकरी यांच्यात एकत्व निर्माण होते. जेवणानंतर शाळेतील मुले सांस्कृतिक कार्यक्रम साजरा करतात. गावातील दोन संगीत शिक्षक रविवारी ४२ विद्यार्थ्यांना पेटी, तबला शिकवतात.

सांस्कृतिक कार्यक्रम संपल्यावर रात्री गावकरी शाळेत भजन करतात. झांजा, चिपळ्या, ढोलकीसह गावकरी भजनात रंगून जातात. कोकणातील प्रत्येक शाळेत गावकरी त्या दिवशी भेटले. कुडाळ तालुक्यातील आकेरीची, हुमरसची शाळा लोकसहभागामुळे गाजणाऱ्या. अपेक्षेप्रमाणे ४०-५० पालक शाळेत दिसले. विष्णू परब हा गावकरी २५ वर्षांपासून ग्रामशिक्षण समितीचा सदस्य आहे. जुनी ११ वी शिकलेला. ५ एकर शेतीवर गुजराण करणारा, पण आठवड्यातून २ वेळा शाळेत चक्कर मारणारच.

शिक्षणाने नोकऱ्या लागत नाहीत, तरी का शिकायचे? हे विचारल्यावर उसळून तो म्हणाला, "नाही लागणार नोकरी आमच्या कोकणातल्या पोरांना, पण किमान शेती तरी शास्त्रीय पद्धतीने करतील. मुंबईत जाऊन तर टिकू शकतील." त्यांचे हे शहाणपण मला भावले. "शाळा चांगली आहे, हे तुम्ही कसे ठरवता?" असे विचारल्यावर ते म्हणाले की, "पालक पोरांचा अभ्यास घेतात. त्या अभ्यास घेण्यावरूनच समजते की पोरांना येतंय की नाही? त्यामुळे शाळा चांगलीच आहे. दर आठवड्याला शाळेत येतो, तेव्हा शाळेत शिक्षक शिकवत असतात." एकूणच विष्णू परबांची समज चांगली होती.

गावात बरेच जण गवंडीकाम करतात. ३७ गवंड्यांनी शाळेचे कुंपण बांधले. श्रम करणाऱ्यांनी एकत्र येऊन अशा प्रकारे योगदान देणे, हा शिक्षणावरील श्रद्धेचा विषय वाटला. एका शाळेत गेलो. सरस्वती पूजन होऊन गेलेले. पुन्हा संध्याकाळी भजनाला यायचे म्हणून शिक्षिकाही घरी गेलेल्या. एक गावकरी सरस्वतीजवळ बसलेला. साफसफाई करत होता. त्याला विचारले, "भाऊ, मास्तर घरी गेले, गाव घरी गेले, तू का थांबलास?" तो म्हणाला, "शाळा आमच्या वाडीची आहे. समद्यांनीच लक्ष दिलं पाहिजे." त्याला चिडवायला म्हटले, "मास्तरांसारखा तुला काय शाळा पगार देते का? शाळेमुळे तुला काय मिळतं?" तो गांगरला, असा वाकडा विचारच त्याने केलेला नव्हता.

शाळेचे नाव झाले, की आमच्या वाडीचेही नाव होईल. शाळेमुळे वाडीचे नाव साऱ्या कोकणात जाईल. इतके साधे तत्त्वज्ञान घेऊन माणसे कृतिशील होतात. बुद्धीने, तर्काने, कृतिशीलता येते की नाही हे माहीत नाही, पण भावनेचा एक धागाही माणसाला कृतिशील करून टाकतो.

रत्नागिरीपेक्षा सिंधुदुर्गातील निसर्ग अधिक समृद्ध आहे. वेंगुर्ला आणि मालवणमधली निसर्गाची उधळण मनाला भुरळ घालते. शाळासुद्धा तुलनेने

चांगल्या आहेत. कोकणात गेल्यावर माणसे गावात शाळा किती वर्षांपूर्वी आली, हे सांगतात. सिंधुदुर्गातील शाळा बघायला सुरुवात एका उर्दू शाळेतून केली. उर्दू शाळा म्हणजे ढिसाळ पर्यवेक्षण, ढिसाळ अध्यापन असे मत बनलेले; पण इथला अनुभव अप्रतिम होता. मुख्याध्यापक निवृत्तीच्या वयाला पोचलेले. त्यांच्या काळातच इमारतीचे बांधकाम झालेले. बांधकाम खूपच आकर्षक होते. स्वत: मुख्याध्यापकांनी शाळेत हिरवळ लावलेली. मुख्याध्यापक आजारी होते, तरीसुद्धा ते शाळेत आले. त्यांना धाप लागत होती. पण कुणीतरी आपली शाळा बघायला येतेय म्हटल्यावर ते लगेच आले.

शाळेतल्या शिक्षिका मुस्लीमच होत्या. प्रत्येक शिक्षिकेला त्यांच्या नात्यात सर्वांत जास्त शिकलेली महिला किती? असा प्रश्न मी विचारला, तेव्हा लक्षात आले, की सासर आणि माहेरात सर्वच जणी शिकलेल्या आहेत. याचा अर्थ असा, की मुस्लीम तरुणी जेव्हा नोकरीला लागते, तेव्हा तिच्या संपूर्ण कुटुंबात शिक्षणाची परंपरा निर्माण झालेली असते. सिंधुदुर्ग जिल्ह्यातील इतर तालुक्यांची स्थिती गुणवत्तेत त्या उर्दू शाळेइतकी समाधानकारक नसली, तरी वेंगुर्ल्यातील शाळेची गुणवत्ताही चांगली आहे.

सर्वांत जास्त समाधान दिले तुळसच्या शाळेने. बाळकृष्ण नाईक हे निवृत्तीला आलेले मुख्याध्यापक आणि संजय परब हा तरुण शिक्षणसेवक असे दोनच शिक्षक. आम्ही गेलो, तर मुले भजन करत बसली होती. प्रत्येक मुलगा काही तरी वाजवत होता. अभ्यास सोडून हे काय चालले आहे? असेच मनात आले. शिक्षकांना म्हणालो, "मुलं इतर कलांमध्ये पुढे आहेत, पण अभ्यासाचं काय?" ते नम्रपणे म्हणाले, "सर, कोणत्याही मुलाला काहीही विचारा." मी आपली अवघड वजाबाकी, गुणाकार देणे सुरू केले. १-२ अपवाद वगळता मुले फटाफट सोडवत होती. सराव प्रचंड झाल्यामुळे ते अडखळत नव्हते. मुलांचे इंग्रजीसुद्धा चांगले होते. स्वत:विषयी ५ वाक्ये ते इंग्रजीत बोलू शकत होते.

किरण राऊळ या मुलाने तर मला आश्चर्यचकित केले. किरण हा शेतमजुराचा मुलगा. दोन अंकी कोणतीही बेरीज तो खाडकन तोंडी सांगू शकतो. ४५+२३, ४७+२२ या बेरजा किरणने मला तोंडी करून दाखवल्या. त्याला लेखी गणित म्हणून तीन अंकी बेरजा दिल्या. त्यात २ वेळा हातचा घ्यावा लागत होता. किरणने त्या बेरजाही फटाफट करून दाखवल्या. किरणला हे सारे कसे जमत असेल? आइनस्टाईन म्हणतो, 'बुद्धिमत्तेची खूण ही प्रतिभा, कल्पनाशक्ती आहे (True sign of intelligence is imagination).' शाळेत आम्ही मुलांची ही कल्पनाशक्ती विकसित करायला मदत केली पाहिजे.

मुख्याध्यापकांना त्यांच्या अध्यापनपद्धती विचारल्या. ते म्हणाले, "प्रत्येक घटकाचा सराव घेतला की घटक पक्का होतो." निवृत्तीला येऊनही कोणीच जाब

विचारणार नाही, तरीसुद्धा काम का करावंसं वाटतं?'' या प्रश्नावर त्यांना बोलताच येईना. त्यांनी असा काही विचारच केलेला नव्हता. ते फक्त इतकेच म्हणाले, ''मुलांसाठी आपण आहोत, तेव्हा आपल्या मुलांना आपण शिकवलं पाहिजे. त्यात एक समाधान आहे.'' नाईक गुरुजींचे साधे, सोपे तत्त्वज्ञान - प्रत्यक्ष अनुभवातून जपलेले, जगलेले. शाळा हेच जग मानून निवृत्तीपर्यंत झटणारे असे अनेक नाईक गुरुजी आहेत. त्यांच्या खांद्यावरच शिक्षण उभे आहे. सिंधुदुर्गाच्या समुद्रातले नाईक गुरुजी दीपस्तंभ आहेत.

सिंधुदुर्गाची एकूणच संस्कृती वेगळी वाटली. नोकरीविषयी प्रेम, गंभीरपणे काम करणे ही कार्यसंस्कृती सर्वत्र आढळली. ही मुले वाचन करू शकतात. पण वजाबाकी करताना अडखळतात. पण महाराष्ट्रातील विदर्भ, मराठवाड्यापेक्षा कोकणातील शाळा नक्कीच चांगल्या आहेत. कोकणातील शाळांतील शिक्षक हे वागण्यात अतिशय नम्र आहेत. सूचना ऐकून घेतात. मोबाइलचा वापर अतिशय कमी दिसला. वर्गसजावट, परिसर स्वच्छता सुंदरच असते. शाळेला कंपाउंड असते. त्या कंपाउंडमध्ये विहीर असते. झाडे लावलेली असतात. कौलारू शाळा या वातावरणात बघितली, की अगदी जुन्या काळातील शाळांचे चित्र डोळ्यांपुढे उभे राहते.

मालवणमधील एका शाळेतील शिक्षिकेच्या वर्गातील गणित चुकले. निम्मी मुले सोडवू शकली नाहीत, पण तरीही त्या शिक्षिकेला रागावण्याची माझी हिंमतच झाली नाही. याचे कारण तिचा प्रामाणिकपणा तिच्या नजरेतून, कृतीतून जाणवत होता. तिने अनेक प्रकारचे प्रकल्प केले होते. अनेक प्रकारच्या शैक्षणिक साहित्याची निर्मिती केली होती. तिचे शाळेवर, मुलांवर विलक्षण प्रेम आहे, हे जाणवत होते. शिकवले होते, पण सराव दिलेला नव्हता हाच खरा मुद्दा होता.

सिंधुदुर्गमधले अधिकारीसुद्धा अधिक जबाबदार वाटले. जैतीर विद्यालय ही खूप मोठी शाळा. त्या विद्यालयाच्या मुख्याध्यापिका रविवारीसुद्धा शाळेत येऊन काम करतात. त्यामुळे इतर शिक्षकही सुट्टीच्या काळात जादा तास घेतात. त्या शाळेचे केंद्रप्रमुख आले. त्यांना प्रत्येक शाळेविषयी तपशीलवार माहिती होती. ते स्वत: प्रत्येक शाळेला भेट देत होते.

मेस्त्री हे एक न विसरता येणारे व्यक्तिमत्त्व. मेस्त्री हे सर्वशिक्षण अभियानाचे काम बघतात. सिंधुदुर्गाविषयीचा अभिमान त्यांच्या शब्दाशब्दांत भरलेला. एखाद्या गाईडच्या उत्साहाने प्रत्येक विषयाची माहिती सांगत होते. गुणवत्तेचा त्यांना अभिमान होता. अगदी सकाळी धुके कसे असते, इथपासून तर पावसाळ्यातील निसर्गाचे ते छानपैकी वर्णन करत होते. त्यांचा प्रांजळपणा भावला, पण हळूहळू मी मुले तपासायला लागलो. शाळांमध्ये गुणवत्ता नाही, हे लक्षात आले. त्यांचा मूडच गेला.

कोकणातील गावकऱ्यांची जागरूकता प्रशासनाला अधिक जबाबदार बनवत असावी. कोकणातील गावकऱ्यांनी शाळांवर अंकुश ठेवला आहे. शिक्षक शाळेत वेळेवर येतात का? याबाबत ते जागरूक असतात. शिक्षक प्रशिक्षणाला गेले, तरी ते पंचायत समितीला फोन करून खात्री करून घेतात. गट शिक्षणाधिकारी त्यांचे ऐकत नसेल, तर ते थेट शिक्षणमंत्र्यांचाच फोन नंबर मागतात.

सावंतवाडी. तळकोकणातील एक रम्य गाव. कवी प्रवीण बांदेकर महाराष्ट्रातील आघाडीचा कवी आणि कादंबरीकार. *'दर्शन'* नियतकालिक चालवून वाङ्मयीन समजेचा परिचय करून देणारा. प्रवीणने मी गेलो म्हणून सावंतवाडीच्या ग्रंथालयात गप्पांचा कार्यक्रम आयोजित केला. मी प्राथमिक शिक्षणावरच बोलायला लागलो. कोकणातल्या शिक्षणाकडे कोणत्या दृष्टिकोनातून बघितले पाहिजे; सामाजिक, राजकीय, आर्थिक विकासाशी कोकणातल्या शिक्षणाचे नाते काय, याविषयीच्या संशोधनाची गरज मी मांडली. जुन्या पिढीचे शिक्षक आठलेकरही तिथे उपस्थित होते. शिक्षणात काम करणाऱ्या नीलिमा आपटे यांनीही चर्चेत चांगला भाग घेतला.

कोणत्याही क्षेत्रातले प्रश्न जर सुटायचे असतील, तर सर्वप्रथम त्या विषयावर व्यापक साहित्यनिर्मिती होणे गरजेचे असते. दलित साहित्यातून चळवळ उभी राहिली. शेतकरी चळवळ उभी राहत नाही, कारण शेतकऱ्यांचे साहित्य निर्माण होत नाही. त्यामुळे प्राथमिक शिक्षण आज जर समाजाच्या नजरेसमोर आणायचे असेल, तर आपल्याला प्राथमिक शिक्षणावर साहित्यनिर्मिती करावी लागेल. त्यासाठी शिक्षकांनी लिहिले पाहिजे. मागच्या पिढीतील अनेक शिक्षकांनी त्यांची आत्मचरित्रे लिहिली. शिक्षकांनी लिहिलेली आत्मचरित्रे त्या काळाचे यथार्थ चित्रण ठरली. त्यामुळे प्रत्येकाने आपल्या अनुभवाला शब्दरूप दिले पाहिजे. आकडेवारीच्या भाषेतले रिपोर्ट, वैचारिक साहित्य येत राहील; पण त्याहीपेक्षा जास्त महत्त्वाचे हे ललित साहित्य ठरेल.

दुर्दैवाने समाजाने जेवढे लक्ष उच्च शिक्षणावर दिले, उच्च शिक्षणाला प्रतिष्ठा दिली; तितके लक्ष प्राथमिक शिक्षणाकडे दिले नाही. उच्च शिक्षणात जर फक्त प्राथमिक शिक्षणातले १७ विद्यार्थी पोचत असतील, तर प्राथमिक शिक्षणावरच लक्ष केंद्रित करावे लागेल. विद्यापीठे ग्लोबल करताना आपल्याला गावची शाळा सक्षम करण्याचाही विचार करावा लागणार आहे. ग्रामीण व शहरी अंतर कसे कापायचे, हा कळीचा मुद्दा आहे. कोकणातल्या वाडीतला पोरगा आणि इंटरनॅशनल स्कूलमधला पोरगा यांच्यातील अंतर कसे सांधायचे, हे महत्त्वाचे आव्हान आहे. असे खूप काही मी बोललो.

नंतर चर्चा सुरू झाली. शिक्षकांना अशैक्षणिक कामे खूप असतात. अशा प्रकारची ऐकीव मांडणी अनेकांनी केली. त्याबाबत वस्तुस्थिती सांगितल्यावर

शाळांमध्ये गुणवत्ता का नाही? यावर चर्चा सुरू झाली. मी कोकणातील शाळासुद्धा गुणवत्ताधारक नाहीत, मुलांना वजाबाकी येत नाही; हे वास्तव सांगितल्यावर त्यांना धक्का बसला नाही. त्यांचा जो अनुभव आहे, त्या अनुभवावर एक प्रकारे शिक्कामोर्तब झाल्यासारखे वाटले. याचा अर्थ शिक्षणाचा दर्जा घसरतोय, हे त्यांना जाणवत होते. फक्त कोणीतरी त्यांच्या लक्षात आणून देण्याची गरज होती.

चर्चा संपताना बँकेत नोकरी करणाऱ्या एक बाई म्हणाल्या, "हे सारं नवं आहे. आम्ही पहिल्यांदाच ऐकतो आहे." मला ही प्रतिक्रिया खूपच बोलकी वाटली. जेव्हा जेव्हा मध्यमवर्गाशी मी प्राथमिक शिक्षणावर बोलतो, तेव्हा तेव्हा हे सारे ते प्रथमच ऐकताहेत, अशीच त्यांची भावना असते. अगदी कार्यकर्त्यांशी बोलतानाही हे जाणवते. प्राथमिक शिक्षणातले प्रश्न नेमकेपणाने त्यांना माहीत नसतात. त्यामुळे शिक्षक त्यांना जे सांगतील, तेच प्रश्न म्हणून मांडतात. त्यामुळे कुठेही चर्चा घडली, तरी लोक शिक्षकांना खूप अशैक्षणिक कामे असतात, एवढा एकच मुद्दा मांडत राहतात. पण त्यामुळे अध्यापनपद्धती, मूल्यमापन, प्रयोगशीलता नाही म्हणून गुणवत्ता नाही यांच्यावर चर्चाच घडत नाही.

ग्रामीण शाळांचे प्रश्न आज सोडवायचे असतील, तर समाजातील सर्व घटकांसमोर विशेषत: माध्यमे व मध्यमवर्गापुढे हे सारे प्रश्न मांडावे लागतील. हा बोलका वर्ग जेव्हा सारे प्रश्न बोलू लागेल, तेव्हा प्राथमिक शिक्षणाचे प्रश्न ऐरणीवर येतील.

नंदादीप प्रकल्प

जिल्हा परिषदेच्या ३०० शाळांची विदारक स्थिती बघितल्यावर हेच चित्र सार्वत्रिक तर नाही ना, अशीच भावना होऊ लागली होती. पण काही समर्पित शिक्षकांनी माझे नैराश्य दूर केले. लातूरच्या सदाकाळे सरांचा 'नंदादीप प्रकल्प' ऐकून होतो. बऱ्याचदा शिक्षक वेगवेगळे प्रकल्प करतात. त्या प्रकल्पात भाबडेपणाच जास्त असतो. त्याच्या नोंदी, मूल्यमापन संशोधकीय पद्धतीने केलेले नसते. त्यामुळे उपक्रमांचे कौतुक करतानासुद्धा त्याचे सार्वत्रिकीकरण करणे कठीण होऊन जाते.

सदाकाळे सर जिल्हा परिषद शाळेतील एक गुरुजी. शिकवता शिकवता त्यांना नवे नवे सुचत गेले. त्यातून त्यांनी नंदादीप प्रकल्प सुरू केला. राज्यपातळीवर वेगवेगळ्या प्रशिक्षणांत सदाकाळे सर प्रशिक्षक होते. त्यामुळे त्यांचे साधे बोलणेसुद्धा मुद्देसूद व तर्कशुद्ध असते. एकदा बोलायला लागले, की त्यांची उंची कळते. प्रत्येक संकल्पनेचे स्पष्टीकरण ते तपशिलाने करतात. ते सखोल असते आणि सुगमही असते. त्यातून त्यांची तळमळही पोचत राहते.

नंदादीप प्रकल्पातील अनेक शाळा बघितल्या. आपल्या नेहमीच्या जिल्हा परिषदेच्या शाळाच पण आतून फुलल्या आहेत. लातूर एम.आय.डी.सी.तली

नंदादीप प्रकल्पाची शाळा. प्रत्येक वर्गापुढे रांगोळी काढलेली. वर्गातल्या फळ्याजवळ जमिनीवर एक प्रदर्शन मांडलेले. त्या प्रदर्शनात एका वर्गात भाज्या मांडल्या होत्या. प्रत्येक वर्गात एक कल्पना घेऊन त्याचे प्रदर्शन मांडलेले होते. मुलांनी स्वतःच्याच कल्पना त्यात गुंफलेल्या होत्या. मुलांना कृतिशील बनवणारी ती कल्पना. प्रत्येक भिंतीवर वेगवेगळे फलक लावलेले होते. एका फलकावर पुढील आठवड्यात प्रत्येक विषयात जे अध्यापन होणार आहे, त्या विषयातील पाठ्यपुस्तकातील शब्द लिहिलेले होते. आणखी एक फलकावर एकच कल्पना घेऊन त्या कल्पनेवर आधारित मुलांनी वृत्तपत्रांतील कात्रणे, चित्रे चिकटवली होती. पाऊस हा विषय होता. पावसावरील चित्रे, कात्रणे मुलांनी जमवली होती. त्या निमित्ताने मुलांनी वर्तमानपत्रांतील कात्रणांचा संग्रह जमवला होता. सर्वांत महत्त्वाचे वैशिष्ट्य हजेरीचे होते. मुलांची हजेरी मुले स्वतःच भरत होते.

स्वयंअध्ययन कार्ड हा नंदादीप प्रकल्पातील सर्वांत महत्त्वाचा भाग. किंबहुना नंदादीप म्हणजे स्वयंअध्ययन इतके ते समीकरण आहे. नंदादीप प्रकल्पात शिक्षक खूपच कमी शिकवतो. या प्रकल्पात प्रत्येक विषयाचे १२० कार्ड्स शिक्षक तयार करतात आणि वर्षभर विद्यार्थी त्या कार्ड्सच्या मदतीने शिकत राहतात. ही पद्धती व तिचे यश बघून अनेक प्रश्नांची उत्तरे नकळत मिळाली. आज शिक्षकाची कुवत, इच्छाशक्ती, अध्यापन कौशल्य, बांधिलकी या बाबींवर चर्चा होत असते. पण हा प्रकल्प ही चर्चा ओलांडून पलीकडे जातो. सदाकाळे सरांसारखा एक सामान्य शिक्षक त्याच्या कक्षा किती रुंदावू शकतो, याचे ते उदाहरण ठरावे.

अलीकडे ते निवृत्त झाले. पक्षाघाताचा झटका आला. पण पूर्वी ते लातूरवरून रात्रीच्या गाडीने निघून मुंबईला मंत्रालयात पोचायचे. शिक्षण सचिवांसोबत युनिसेफ, शिक्षण खात्याचे वरिष्ठ अधिकारी या सर्वांना प्रकल्प समजावून सांगायचे. तिथून युनिसेफच्या कार्यालयात जाऊन तिथल्या अधिकाऱ्यांशी बोलून थेट एम.पी.एस.पी.त जायचे. तिथल्या प्रथम वर्ग अधिकाऱ्यांशी चर्चा संपवून पुन्हा रात्री रेल्वेत बसून पहाटे नांदेड. नांदेडवरून लातूरला. सकाळी ९ वाजता घरी पोचून १० वाजता पुन्हा वर्गात शिकवायला उभे. सदाकाळे असे हे अजब रसायन आहे. शिक्षण सचिवाशी जितक्या अदबीने बोलणार, तितक्याच अदबीने ते मुख्याध्यापकांशी बोलणार.

कलकत्ता, दिल्लीपासून फिरून या माणसाने शिक्षण बघितले. विविध प्रयोगांचे, प्रकल्पांचे एकत्रीकरण केले. त्यातून एक सामाजिक कार्यक्रम बनवला. एखादी खासगी शाळा काढून असे प्रयोग करता येतील, पण त्यांचे मूल्य एक प्रयोग इतपतच राहते. पण सदाकाळेंनी जिल्हा परिषदेच्या शाळेतच हे सारे प्रयोग यशस्वी करून दाखवले. 'शिक्षक कोणीतरी ज्ञानी व विद्यार्थी त्याचे भक्त' हा पॅटर्न बदलून दाखवला.

एक समर्पित गुरुजी

सकाळपासून आम्ही लातूर जिल्ह्यातल्या सेतुशाळा बघतोय. सेतुशाळा म्हणजे ज्या मुलांनी मध्येच शाळा सोडली आहे, अशा मुलांना पुन्हा शाळेत आणण्यासाठी १०० दिवसांची निवासी योजना. गडचिरोली जिल्ह्यात जाऊन मी या शाळा बघितल्या. ऐन मे महिन्याच्या उन्हाळ्यात गडचिरोलीत माडिया मुलांना सांभाळणारे शिक्षक बघून धन्य झालो. यवतमाळ जिल्ह्यात वसंतराव देशमुखांनी ३२ सेतुशाळा यशस्वीपणे चालवलेल्या आहेत. त्यांनी एक मुलगा दाखवला. ते म्हणाले, "कर्ज फिटत नाही म्हणून या मुलाच्या वडलांनी त्याला सालगडी म्हणून एका सावकाराकडे ठेवला होता. तिथून सोडवून आणलं आहे." इतकी प्रभावी योजना.

पण लातूरमध्ये सेतुशाळांची अंमलबजावणी बघायचे काम करताना खूप निराशा झाली. अनेक ठिकाणी या जिल्ह्यात कुठे वर्गच सुरू नव्हते, तर कुठे बोगस मुले बसवलेली. कुठे जेवणाचा दर्जा चांगला नाही, तर कुठे केंद्रच बंद. वैतागून गेलो होतो. त्यात संताप झाला एका शिक्षिकेच्या घरी. त्या शिक्षिकेचा मुलगा सेतुशाळा चालवत होता. आम्ही घरी गेलो. शिक्षिका म्हणाल्या, "अहो, माझा मुलगा दवाखान्यात ॲडमिट आहे म्हणून शाळा बंद आहे." घरात एक तरुण मुलगा बसलेला. थोडेफार बोललो. निघालो. दूर आल्यावर बरोबरीचे लोक म्हणाले, "तो समोर बसलेला मुलगाच स्वयंसेवक होता. तिनं खोटं सांगितलं." माझी खूप चिडचीड झाली. आपल्याला फसवल्याच्या अपमानाबरोबरच एका चांगल्या योजनेबाबत इतके खोटे कसे वागावसे वाटते. काही ठिकाणी खूप चांगले तर काही ठिकाणी खूप निराशा असे हिंदकळत आम्ही बोरीला पोचलो. रात्रीचे ८ वाजलेले. छोट्या गावात निजानीज झालेली. दिवसा बंद शाळा दिसल्या, तर रात्री कसल्या उघड्या दिसणार, असे म्हणतच आम्ही मंदिरात पोचलो तर सुंदर दृश्य.

रात्रीची वेळ. एका मंदिराच्या हॉलमध्ये मुले-मुली शांतपणे खाली मान घालून अभ्यास करताहेत. दुसरीकडे स्वयंपाकाच्या बायका जेवणाची भांडी धुताहेत. हॉलबाहेर उघड्या आकाशाखाली गुरुजी बसलेले. आम्ही अचानक जाताच गडबडतात, पण आनंदाने स्वागत करतात. सगळा शीणभाग निघून गेला. या योजनेत रात्री या मुलांचा अभ्यास करून घ्यावा, असे म्हटले होते. त्यानुसार गंभीरपणे अंमलबजावणी चाललेली. तिथले प्रमुख असणारे गुरुजी जेवणे झाली, तरी मंदिराच्या अंगणात पहारा देऊन बसलेले.

गुरुजी निवृत्तीला आलेले. पायजमा-शर्ट, केस विरळच आणि मागे फिरवलेले. गुरुजी दिवसभर शाळा करून रात्री इथे येणार. मुलांना जेवू घालणार आणि ९ वाजता अभ्यास संपल्यावर मुलांना झोपवून दारे लावून घरी जाणार. सकाळी पुन्हा नाश्त्याला गुरुजी हजर. इतका वेळ दिल्यानेच इतकी छान अंमलबजावणी सुरू होती. मला प्रश्न पडला. मराठवाड्याच्या त्या इवल्याशा खेड्यात निवृत्तीला आलेले

गुरुजी. रात्री थांबले नसते, तरी त्यांना कोण विचारणार होते. दोन वर्षांत निवृत्त होणाऱ्या या शिक्षकाला कोण नोकरीवरून काढणार होते किंवा जिल्ह्यापासून इतक्या दूरच्या खेड्यात कोण बघायला येणार होते. जिथे दिवसा शाळा तपासणीची बोंब, तिथे रात्री कोण जाणार. पण या भीतीच्या पलीकडच्या गुरुजींच्या प्रेरणा होत्या. त्यांच्या चेहऱ्यावरचे सात्त्विक भाव सारे काही सांगत होते.

शाळेचे जेवण नमुना म्हणून झाकून ठेवले होते. अनुदानाचा प्रत्येक रुपया त्यांनी पुरेपूर खर्च केल्याचे ते सकस पदार्थ सांगत होते. तेल, साबण, वह्या असे सूचनांमध्ये जे जे सांगितले, ते सारे सारे मुलांना त्यांनी दिले होते. एकीकडे सगळी सेतुशाळाच कागदावर चालवणारे लोक आणि दुसरीकडे कागदावरच्या शब्दांची, अक्षरांची आणि स्वल्पविरामाचीही जिवापाड अंमलबजावणी करणारी ही माणसे.

असली प्रामाणिक माणसे नेमकी कोणत्या मातीची बनलेली असतात? कडेचे वातावरणच इतके निराशाजनक आहे, की माणसे आपोआप भ्रष्ट होतात हे ऐकत मोठे झालेलो आपण! अशा वेळी इतके निराशाजनक वातावरण या माणसांना बिघडवत कसे नाही? पुन्हा या चांगल्या वागण्याने या माणसांना फारसे काही कौतुकही मिळालेले नसते. गुरुजींच्या या रात्री थांबण्याचे कोण कौतुक करणार होते? गुरुजी आयुष्यात निवृत्तीपर्यंत का प्रामाणिक राहिले असतील?

गुरुजींना मी विचारतोय नोकरीचे अनुभव. गुरुजींना त्यात काही विशेष वाटत नाहीये. ते खूपच लाजले. नोकरीत सगळीकडे असेच इमानदारीने वागलेले होते. त्यांना माझे प्रेरणा, स्फूर्ती वगैरे मोठे मोठे शब्दच काही कळेनात. चांगले का वागले, हा प्रश्नच त्यांना कळेना. ते म्हणायचे, असेच तर वागायचे असते. मला त्यांच्या निरागस जगण्याचा हेवा वाटला.

सगळे बोलणे संपल्यावर ते एक वाक्य बोलले, त्याने मात्र काळजाचा ठाव घेतला. ते म्हणाले, ''सर, या सेतुशाळेत गरीब घरची शाळा सोडलेली पोरं-पोरी आपण गोळा केलीत. आपण आयुष्यात फुले, शाहू, आंबेडकर नाही होऊ शकत, पण पगार घेऊन गरिबांच्या लेकरांचं थोडंफार कल्याण हातून होत असेल, तर जीव लावून करायला काय हरकत आहे? सर, एवढाच विचार मी करतो.''

रात्रीच्या अंधारात मला उजाडल्यासारखे वाटले. एवढ्या छोट्या विचारावर, प्रेरणेवर माणसे आयुष्यभर काम करत राहतात. त्यासाठी फार ग्रंथ वाचायची, परिसंवादाची, प्रशिक्षणाची त्यांना गरज नसते.

'आपण नाही जीवनात फुले, शाहू, आंबेडकर होऊ शकत, पण...' हे वाक्य नंतर खूप दिवस आठवायचे.

❑

१७.
ग्रामीण भागांतील प्रेरणादायी उपक्रम

वाई तालुक्यातल्या निकमवाडीत पोचलो, तेव्हा शाळेबाहेर महाराष्ट्रातून वेगवेगळ्या जिल्ह्यांतून आलेल्या गाड्या उभ्या. ही शाळा बघायला आजूबाजूच्या जिल्ह्यांमधल्या शिक्षकांची गर्दी. शाळा इतर जिल्हा परिषदेच्या शाळेसारखीच. नेहमीच्या साध्यासुध्या खोल्यांत भरणारी. पण शाळेच्या आत गेल्यावर धक्का बसला. पहिलीतल्या मुलांना शाळेत येऊन फक्त ५ महिने झालेले, तरी त्यांनी 'स्वित्झर्लंड' हा शब्द लिहून दाखवला. '३२ अब्ज ७ कोटी १६ हजार सातशे आठ' ही संख्या पहिलीच्या विद्यार्थ्याने वाचून दाखवली. गणेश लोकरे हे या शाळेतल्या शिक्षकाचे नाव. ज्ञानरचनावादाच्या पद्धतीतून मुले किती वेगाने शिकू शकतात, याचा वस्तुपाठ ठरावा असे त्याचे काम आहे. त्याच्या अध्यापनाच्या सीडी बनवून गावोगावी दाखवाव्यात, इतके ते अप्रतिम आहे.

नंतर कळंबे शाळेत गेलो. मुली व्हरांड्यात फरशीवर उड्या मारत होत्या. बघितले तर अभ्यास चाललेला. अपूर्णांक व संख्यारेषेची गणिते ही कठीण मानली जातात. फरशीवर संख्यारेषा आखली आहे व मुले मधल्या सुट्टीत त्यावर खेळत अभ्यास करत होती. गटकार्यातून हुशार मुले मागे पडलेल्या मुलांना शिकवतात, सहकार्य भावना वाढते. विजय दीक्षित या गणितवेड्या शिक्षकाच्या वर्गात गेलो. सहावीच्या मुलांनी १०० अंकी संख्या वाचून दाखवली. मुलांनी माझी मुलाखत घेतली आणि त्याआधारे माझ्यावर कविताही करून दाखवली! फळ्यावर लिहिलेले पूर्णांकयुक्त अपूर्णांक असलेले गणित पहिलीच्या मुलीने सोडवून दाखवले.

एखाद्या तालुक्यात एखादी शाळा बेटासारखी आगळीवेगळी असेल, तर तिचे कौतुक होणे स्वाभाविक आहे. पण जर एकाच वेळी एकदम ८२ शाळा अशा बदलत असतील, तर हे कसे घडले हे जाणून घ्यावे लागते.

वाई तालुक्याचे गटशिक्षणाधिकारी श्री. एच. व्ही. जाधव यांनी वाईतील अरुण किर्लोस्कर यांच्या भारत विद्यालय या प्रयोगशील शाळेचा अभ्यास केला. रमेश

पानसे यांचे मार्गदर्शन लाभलेली ही शाळा. जाधव यांनी कार्यशाळा आयोजित केल्या. प्रयोगशील शाळेच्या व शिक्षणतज्ज्ञांच्या मदतीने सरकारी शाळेने एकत्र येऊन ज्ञानरचनावादाचे प्रयोग करणे, यामुळे या प्रयोगाचे मोल अधिक आहे.

या तालुक्यातील शाळांना भेटी दिल्यावर जाणवले, की फळ्यावर शिक्षकांनी शिकवण्याचे प्रमाण खूप कमी दिसते आहे. मुले गटात बसून शिकताना दिसली. ज्ञानरचनावादावर आधारित सर्वत्र प्रयोग सुरू आहेत. ज्ञानरचनावादी शाळांचे वैशिष्ट्य हे, की त्याला कोणतीच पद्धती नाही, साचा नाही आणि हे साचा नसणे हेच त्याचे सौंदर्य आहे. शिक्षक हा केवळ मदतनिसाच्या भूमिकेत आहे. शिकण्याची उत्सुकता, जिज्ञासा निर्माण करायची आहे. मुलांना त्यांच्या गतीने शिकू द्यायचे आहे. प्रत्येक शिक्षक याप्रमाणे मुलांना शिकते करण्यासाठी वेगवेगळे उपक्रम राबवतो, हे या पद्धतीचे वेगळेपण आहे. ज्ञानरचनावादी पद्धतीने संपूर्ण तालुका विकसित करण्याचा हा वाई पॅटर्न खूप महत्त्वाचा आहे. प्रयोगशील शाळा आणि सरकारी शाळा यांचा हा एकत्रित प्रयोग हा सेतु प्रयोग म्हणून सर्वत्र व्हायला हवा.

भोर तालुक्यात केंजळच्या शाळेत गेलो होतो.
"हा वर्ग कितवीचा आहे?"
"अहो काका, हा वर्ग नाही, आमची भाषा विषयाची लॅब आहे."
"अरे, मग शेजारचा वर्ग कितवीचा आहे?"
"काका, ती गणिताची लॅब आहे."
"अरे, मग तुम्ही शिकता तरी कसे?"
"असेच. ही कार्ड सोडवत सोडवत."

आम्ही आत गेलो. मुले समोरच्या तक्त्यावर कृती बघून कार्ड्स घेत होते. अपूर्णांकाच्या गणितासाठी उपयुक्त साहित्य घेत होते. शिक्षिका दुरून बघत होत्या. चार मुलांचा गट एकत्र बसून ते गणित सोडवत होते. जिथे अडेल, तिथे शिक्षिका फक्त सूचक बोलत होत्या. मुले स्वतःच शिकण्यात मग्न. हेच दृश्य राज्यातील आज ३०००पेक्षा जास्त शाळांत दिसत आहे.

ज्ञानरचनावादी पद्धतीत प्रथम घटक, उपघटक हे पाठ्यमुद्द्यात विभागले जातात. नंतर प्रत्येक कृतीसाठी साहित्य तयार केले जाते. जी कृती करायची, ते कार्ड तयार केले जाते. ते कार्ड ओळखण्यासाठी चित्रांचा वापर केला जातो. त्यांना लोगो म्हणतात. कृती व कार्ड यांची क्रमबद्ध मांडणी याला माइलस्टोन म्हटले जाते. इयत्तानुसार वर्ग असण्याऐवजी विषयनिहाय वर्ग केले जातात. शिक्षकाची भूमिका आता केवळ मदतनिसाची राहिली आहे. याचे प्रशिक्षण कृतियुक्त होते. ते शिक्षकांना खूप आवडले. शिक्षकांना मुले काय शिकली, हे लगेच लक्षात येते. शिकण्यात मागे पडणारी मुले यात स्पष्टपणे निदर्शनाला येतात. मागे पडण्याची कारणेही स्पष्ट होतात.

मुलांची अभिव्यक्ती फुलवणे, हा ज्ञानरचनावादाचा गाभा आहे. साहित्यिक असलेले गट शिक्षणाधिकारी नामदेव माळी यांच्या पुढाकाराने ३ वर्षांपासून साहित्य संमेलन भरवले जाते. संमेलनाचा अध्यक्ष हा विद्यार्थीच. ग्रंथदिंडी, पुस्तक प्रदर्शन, कवी संमेलन, कथाकथन अशी सत्रे होतात. कोल्हापूर आणि सांगली जिल्ह्यांत 'लेखक आपल्या भेटीला' हा उपक्रम 'साहित्य सभा' अनेक वर्षे घेते. त्यातून मग मुलांना लिहिते करण्याची कल्पना पुढे आली. लिहिणाऱ्या मुलांची नामदेव माळी व दयासागर बन्ने यांनी कार्यशाळा घेतली. अनुभवाचे आशयात रूपांतर करणे, योग्य शब्दांची निवड करणे, अनावश्यक भाग वगळणे असे मुले शिकली. नामदेव माळींच्या शब्दांत सांगायचे, तर ज्यांच्यात बीज आहे, त्यांना मोकळे करण्यासाठी हे केले. त्यातून *'शाळकरी मुलांच्या कविता'* हा संग्रह झाला. त्यात खार, उंदीर, गाय, फुलपाखरू, श्रावण, लग्न, बाहुली असे अनेक बालसुलभ विषय आहेत.

याच उपक्रमांतर्गत *'किलबिल गोष्टी'* हा नामदेव माळींनी संपादित केलेला मुलांच्या कथांचा संग्रह महत्त्वपूर्ण आहे. मुलांच्याच कल्पना पुढे आल्या. या गोष्टींच्या बोधकथा किंवा पारंपरिक गोष्टी होऊ दिल्या नाहीत. यात पारधी समाजातील मुलांनी त्यांच्या पारधी बोलीत लिहिलेल्या कथा खूपच अस्सल आहेत.

असाच एक उपक्रम राबवला उपक्रमशील व कवयित्री असलेल्या गटशिक्षणाधिकारी तृप्ती अंधारे यांनी. त्यांनी माजलगाव तालुक्यातील जिल्हा परिषदेच्या शाळेतल्या मुलांच्या कवितांचा *'दप्तरातल्या कविता'* या नावाने कवितासंग्रह प्रसिद्ध केला. ग्रामीण मुलांच्या अभिव्यक्तीकडे त्यातून लक्ष वेधले गेले. *'दप्तरातल्या कविता'* हे नावच इतके बोलके आहे, की त्यातून हजारो शिक्षकांना आपल्या मुलांकडून कविता लिहून घेण्याचा आत्मविश्वास मिळाला.

पुणे जिल्ह्यातील हवेली तालुक्यातही साहित्यिक उपक्रमांना बहर आलाय. शिक्षण फाउंडेशनच्या मदतीने एक दिवसांचे मुलांचे साहित्य संमेलन साहित्यिक फ. मु. शिंदे यांच्या अध्यक्षतेखाली सोरतापवाडी येथे घेण्यात आले. 'छोट्यांचे मोठ्यांविषयीचे विचार' असा एक धाडसी परिसंवाद घेण्यात आला. या तालुक्यातील वढू खुर्द येथील सचिन बेंडभर या साहित्यिक शिक्षकाने *'मनातल्या कविता'* हा शाळेतल्या मुलांच्या ७५ कवितांचा संग्रह प्रसिद्ध केला.

बालसाहित्याचे प्रभावी भाषांतरकार पृथ्वीराज तौर व प्रा. स्वाती काटे यांनी शाळकरी मुलांमधील प्रतिभा शोधण्यासाठी महाराष्ट्राच्या विविध भागांतून व इंटरनॅशनल स्कूल ते आश्रमशाळा अशा व्यापक परिघावर मुलांच्या कविता संकलित केल्या. त्यांच्याकडे ३०० कविता संकलित झाल्या आणि ४५० चित्रे जमली. त्याचा *'सृजनपंख'* हा कवितासंग्रह प्रसिद्ध केला. कल्पकता आणि स्वयंप्रेरणा या दोन निकषांवर कवितांची निवड करण्यात आली. पाठ्यपुस्तकातील कवितांचा मुलांनी बोली भाषेत अनुवाद करण्याचा तौर यांचा प्रकल्प हा मराठी भाषेला

समृद्ध करणारा आहे. मुले अनुवाद करू शकतात, हे खरेही वाटणार नाही; पण २३ जिल्ह्यांतील ८० पेक्षा जास्त शाळांतील ३३८ विद्यार्थ्यांनी गोंडी, अहिराणी, गोरमाटी अशा २६ बोली भाषांत अनुवाद केले आहेत.

असाच एक वेगळा उपक्रम. मनुष्यबळ विकास मंत्रालयाने यवतमाळच्या शिक्षणाधिकारी सुचिता पाटेकर यांनी राबवलेल्या एका उपक्रमाचे कौतुक केले आहे. ग्रामीण भागातील महिला एकमेकींची आर्थिक नड भागवायला भिशी लावतात, तशी पाटेकर यांनी प्रत्येक केंद्रातील शाळांची भिशी सुरू केली. एक केंद्र म्हणजे साधारण १० शाळा. या १० शाळांतील शिक्षकांनी १०० रुपये जमा करायचे. जिल्ह्यातील सर्व शाळांनी जमवलेली रक्कम मोजली, तर ती २३ लाख ३६ हजार रुपयांची आहे. शिक्षक व शाळांनी जमा केलेल्या या रकमेतून आज शाळांची ग्रंथालये समृद्ध होत आहेत.

प्रत्येक शाळेत पुस्तक प्रदर्शन भरवण्यात आले. मुलांना पुस्तके बघितली, तरच पुस्तकांची ओढ वाटू शकेल. पुण्या-मुंबईत सहजपणे पुस्तक प्रदर्शने होतात, पण विदर्भाच्या एका दुर्गम जिल्ह्यात हा उपक्रम खेड्यातील शाळेशाळेत होतो. दिवाळीत एक मुलगा फटाके वाजवताना भाजल्यावर पाटेकर यांनी जिल्ह्यातील सर्व शाळांतील मुलांना पत्र लिहून 'फटाके नको, पुस्तके हवीत' असे अभिनव अभियान राबवले. चंद्रपूरच्या प्रयोगशील शिक्षिका कल्पना बनसोड यांनी प्रत्येक मुलाच्या घरी ग्रंथालय असावे, यासाठी मुलांची पुस्तक भिशी ही कल्पना राबवली. महिन्याच्या शेवटच्या शनिवारी मुलांनी खाऊच्या वाचलेल्या पैशातून २० रुपये आणायचे. दोन विद्यार्थ्यांच्या चिठ्ठ्या काढायच्या आणि त्या रकमेची या मुलांच्या आवडीची पुस्तके घ्यायची.

मुलांमध्ये वाचनाची गोडी लागावी, यासाठी बुलढाणा येथील भारत विद्यालयाचे ग्रंथपाल व लेखक कार्यकर्ते नरेंद्र लांजेवार यांनी केलेले प्रयत्न असेच कौतुकास्पद आहेत. बुलढाण्याच्या ६८ गल्ल्यांमध्ये ६८ बालवाचनालये त्यांनी स्थापन केली आहेत. या वाचनालयांना इमारत, फर्निचर काही नाही. ३२ पेट्यांत १०० पुस्तके देऊन त्या भागातील एका मुलाच्या घरात वाचनालय सुरू झाले. तो मुलगा हाच ग्रंथपाल. त्या परिसरातील मुले त्या वाचनालयातली पुस्तके घेतात. महाराष्ट्रातील अनेकांचे या उपक्रमाने लक्ष वेधून घेतले. हा उपक्रम इतका सहज सोपा आहे, की कुठेही त्याचे अनुकरण होऊ शकते. माझ्या गावात मदरशात असे वाचनालय सुरू केले. मी घरात परिसरातल्या मुलांसाठी असे बालवाचनालय सुरू केले.

भारत विद्यालयात वाचनाचे अनेक उपक्रम होतात. मुले दरवर्षी एक आवडते बालसाहित्याचे पुस्तक निवडून त्याला पुरस्कार देतात. परीक्षक मात्र मुले असतात. 'सर्वोत्तम वाचक पुरस्कार' सुरू करण्यात आला. एका वर्षात मुले किमान ७० पुस्तके वाचतात. मुलांना त्यांनी कोश बघायला शिकवले आहे. वाचनालयात ५५

नियतकालिके येतात. लांजेवार यांचे विद्यार्थी आवडत्या लेखकांना पत्र लिहितात आणि स्वत:ही लेख, कविता लिहितात. एक ग्रंथपाल मुलांना किती वाचनप्रेमी बनवू शकतो, याचा नरेंद्र लांजेवार हा वस्तुपाठ आहे.

चंद्रपूरच्या वैशाली गेडाम या प्रयोगशील शिक्षिका ज्या ज्या गावात नोकरीला होत्या, तिथे तिथे त्यांनी वाचनालय उभारले. गावकऱ्यांना पुस्तकाची आवड लागावी म्हणून पिशवीत पुस्तके टाकून घरपोच पुस्तके देण्याचाही उपक्रम त्यांनी केला. मारडा या गावात रोज सकाळी ६ वाजता लाऊडस्पीकर लावून ग्रामगीतेचे वाचन केले. वाचनालय उभारण्याचा उपक्रम गावोगावी राबवणे शक्य आहे.

संगीत शिक्षणासाठीही काही ठिकाणी उपक्रम राबवले जातायेत. स्मिता गालफाडे या आसगाव येथील जिल्हा परिषद शाळेच्या शिक्षिका. संगीत शिक्षक व संगीत साहित्यासाठी शासन सुविधा देत नसतानाही भंडारासारख्या दुर्गम जिल्ह्यात त्या संगीत विषयात खूप प्रभावीपणे उपक्रम करतात. बालचित्रवाणीसाठी त्यांनी दुसरी व ६ वीसाठी कविता स्वरबद्ध केल्या. बालभारतीच्या २१ कवितांना स्वरबद्ध करून त्या प्रशिक्षणातून संपूर्ण राज्यभर पोचवल्या आहेत. शालेय पोषण आहार योजनेत मुलांच्या जेवणाच्या वेळी लावण्यासाठी त्यांनी ५० श्लोक लिहून ते स्वत: गायले आहेत.

ठाणे जिल्ह्यातील जि. प. शाळा चेरवली येथील शाळेला मी भेट दिली, तेव्हा तालवाद्यांचा वापर अतिशय थक्क करणारा वाटला. मुलेच सर्व वाद्ये वाजवत होती. शिक्षक, डॉक्टर, गंगाराम ढमके हे प्राथमिक शिक्षक यांनी गाण्यांच्या अनेक कार्यक्रमांत, ध्वनिफितींत गायन केले आहे. सोमनाथ वाळके, जि. प. कें. प्राथमिक शाळा पारगाव, जि. बीड यांनी संगीत विषयासाठी तंत्रज्ञान ही नवीन संकल्पना मांडली. शाळेत विद्यार्थ्यांचा वाद्यवृंद असून कॅसिओ, ढोल, खंजीर, ढोलकी, झांज, ट्रँगल, बिगूल अशी वाद्ये विद्यार्थी स्वत: अप्रतिमपणे वाजवतात. विद्यार्थ्यांनी गायलेल्या गाण्यांचे रेकॉर्डिंग व एडिटिंग शाळेतच केले जाते. त्यासाठी राज्यातील पहिला रेकॉर्डिंग स्टुडिओ या शाळेत उभारला आहे. या स्टुडिओमध्ये गाण्याचे रेकॉर्डिंग विविध सॉफ्टवेअर वापरून केले जाते.

श्रीकृष्ण बोराटे हे धडगाव तालुक्यातील कुवरखेतच्या जिल्हा परिषद शाळेतले शिक्षक. त्यांनी 'प्रगत शिक्षणधारा बालगीते' ही ध्वनिफीत तयार केली. त्यासाठी स्वत: ८०,००० रुपये खर्च केला. ती सीडी नंदुरबार जिल्ह्यातील प्रत्येक केंद्रशाळेला भेट दिली. ज्योती बेलवले या ठाण्याजवळील केवणीदिवे येथील उपक्रमशील शिक्षिका तंत्रज्ञानाच्या मदतीने संगीताचा शिक्षणात उपयोग करतात. त्यांनी लावलेल्या कवितांच्या चाली त्यांच्या ब्लॉगवर टाकल्या. त्या राज्यात अनेक शिक्षकांना उपयुक्त ठरल्या. ब्ल्यू टुथ स्पीकरचा आवाज खूप मोठा होतो व तो मोबाइलला जोडला जातो. त्याचा वापर करून त्या मुलांना गाणी ऐकवतात किंवा

मुलांना गाणी म्हणायला लावतात. भोंडल्याची गाणीही ऐकवतात. शाळेत गाणी गाताना माठ, चमचा, ग्लास त्या वापरतात. हार्मोनियम शाळेत एकच असते. त्यावर उपाय म्हणून अनेक पालकांचे बिघडलेले फोन त्यांनी गोळा करून ते दुरुस्त केले आणि त्यावर हार्मोनियम व इतर App डाऊनलोड केले. गाणी म्हणताना ते वापरले जाते.

झांजपथक हेही अनेक शाळांचे वैशिष्ट्य बनले आहे. गडहिंग्लजजवळ वडरगे या शाळेचे झांजपथक खूप सुंदर आहे. विविध मिरवणुकांत या पथकांना बोलावले जाते. तेथील सुहास शिंत्रे या शिक्षकांना नुकताच राष्ट्रपती पुरस्कार मिळाला. खासगी शाळा स्वतंत्र संगीत शिक्षक नेमू शकतात. अनेक वाद्यसंच घेऊ शकतात. परंतु ग्रामीण भागातील गरीब शाळा आहे त्या संसाधनांतून संगीताचा वारसा ज्या कल्पकतेने चालवत आहेत, ते खूप कौतुकास्पद आहे.

एखाद्या शाळेचा एखादा वर्ग प्रयोगशील होऊन बदलणे आपण समजू शकतो. एखादी पूर्ण शाळा बदलणे आपण समजू शकतो, परंतु एकाच अधिकाऱ्याच्या कार्यक्षेत्रातील एकदम ४० शाळा गुणवत्तेत सारख्या दर्जाने बदलणे हा काहीसा अविश्वसनीय वाटणारा प्रयोग महाराष्ट्रात सज्जनगडच्या पायथ्याशी घडला आहे. सातारा जिल्ह्यातील कुमठे बीटच्या (बीट म्हणजे विस्तारअधिकारी यांच्या नियंत्रणातील ३० ते ४० शाळा) विस्तार अधिकारी प्रतिभा भराडे यांनी हा प्रयोग गेल्या १२ वर्षांच्या अथक प्रयत्नाने यशस्वी करून दाखविला आहे. एका वर्षात एकूण ८०,००० शिक्षक व शिक्षणप्रेमींनी या शाळांना भेट दिली आहे. पहिलीच्या मुलांच्या क्षमता अविश्वसनीय वाटाव्यात इतक्या विकसित झाल्या आहेत. मी स्वत: या बीटमधील पोगरवाडी व दरे तर्फ परळी शाळेला भेट दिली. तेव्हा पहिलीच्या मुलांना शाळेत येऊन ५ महिने झाले होते, तरी ऑस्ट्रेलिया हा शब्द त्यांनी लिहून दाखवला. कोटीपर्यंत संख्या वाचून दाखवली. गणितात समीकरणाची गणिते सोडवून दाखवली. मला इंग्रजीत प्रश्न विचारून मुलाखत घेतली. आणि हे एकाच वेळी सर्व मुलांमध्ये विकसित झाले आहे. मराठीत तर मुले कविता करतात आणि गोष्टी रचतात.

कन्या शाळा सातारा येथील शिक्षिका स्मिता पोरे या इंग्रजी क्लब हा उपक्रम चालवितात. ५वी ते ७वी व ८वी ते १०वी असे दोन क्लब आहेत. या क्लबमध्ये प्रत्येक वर्गाच्या तुकडीतून तीन विद्यार्थी निवडले जातात. हे विद्यार्थी महिन्यातून एक बैठक घेतात. त्यात महिनाभरात वर्गावर्गांतून कोणते उपक्रम करायचे, हे ठरवतात व तो उपक्रम संपूर्ण महिनाभर सुरू राहतो. शिक्षक वर्गात येण्यापूर्वी एक मिनिट दिलेल्या विषयावर इंग्रजीत बोलायचे, असा उपक्रम आहे. या क्लबमार्फत इंग्रजी अंताक्षरी खेळणे, एक शब्द देऊन अनेक वाक्ये तयार करणे, तीन शब्द देऊन त्यावरून वाक्य तयार करणे असे अनेकविध उपक्रम घेतले जातात.

उस्मानाबाद जिल्ह्यातील उमरगा तालुक्यातील श्रीकृष्ण विद्यालय, गुंजोटी येथील शिक्षक महेश दूधनकर हे इंग्रजी हा विषय म्हणून न शिकवता इंग्रजी भाषा म्हणून शिकवावी, या भूमिकेतून अध्यापन करतात. मुलांचे विविध गट करून त्यांनी पोस्टर स्पर्धा घेतली. मुलांनीच विषय ठरवून इंग्रजी पोस्टर तयार केले. आपल्या पोस्टरविषयी त्यांनी इंग्रजीत माहिती सांगणे अपेक्षित असते. ६५ पोस्टर तयार झाले. महेश सर शाळेच्या वर्गात जाऊन टीव्ही चॅनेलवर बातम्या देतात, तशा शैलीत इंग्रजीत बातम्या देतात. पण त्या बातम्या शाळेत घडलेल्या घटनाविषयी असल्याने मुलांना इंग्रजीत असूनही समजतात. त्यातून काही मुलेही बातम्या देऊ लागली आहेत. विद्यार्थ्यांच्या पाककला स्पर्धा इंग्रजीत घेणे, Two minute activity यात दिलेल्या विषयावर दोन मिनिटे बोलणे असे उपक्रम ते राबवतात. Mock press conference या उपक्रमात शिक्षक कधी पक्षी, तर कधी राहुल द्रविड, तर कधी चित्रपट अभिनेता होतात आणि विद्यार्थी पत्रकार होऊन मुलाखत घेतात.

अलीकडे तंत्रज्ञानाचा उपयोग करून उपक्रम राबवणे शक्य झाले आहे. पाठावर आधारित मोबाईल वापरून व्हिडिओ तयार करता यावेत, यासाठी पेशाने इंजिनीयर असलेले भूषण कुलकर्णी आता शिक्षण विभागाच्या वतीने शिक्षकांसाठी राज्यभर कार्यशाळा घेत आहेत. या कार्यशाळेत व्हिडिओनिर्मितीसोबतच कमीत कमी खर्चात शाळा ई-लर्निंगसाठी कशी तयार करावी, यासाठी लागणाऱ्या तांत्रिक बाबींचे मार्गदर्शन केले जाते. मोबाईलवर कविता ऐकविणे, मुलांच्या उपक्रमांचे चित्रीकरण, पाठातील लेखक-कवीची फोनवर मुलाखत घेणे हे शाळेत सुरू आहे. पण त्याचबरोबर मोबाईलवर विविध ॲप्लिकेशन बनवून त्याच्या मदतीने शिक्षक मुलांना शिकवत आहेत. राज्यात अशा विविध ॲप्सचा वापर हजारो शिक्षक करत आहेत. मोबाईलचा पालकजागृतीसाठीही उपयोग होतोय, तर एका शिक्षकाने मोबाईल रेडिओ सुरू केलाय. बालाजी जाधव (जि. प. शाळा, पुळकोटी ता. माण, जि. सातारा) यांनी मोबाईलवर इंटरनेटशिवाय वापरता येणारे १६ अँड्राइड ॲप्स बनवले, जे आज दीड लाख शिक्षक वापरतात. दिल्लीत गुगलने त्यांचा ॲप्सनिर्मितीबद्दल विशेष सन्मान केला

मुख्यमंत्र्यांनी बालभारती पुस्तक QR कोड संशोधनाबाबत शिक्षक रणजित दिसले (परितेवाडी, ता. माढा, जि. सोलापूर) यांना सन्मानित केले आहे. त्यांनीही अनेक ॲप्स तयार केले आहेत. त्यांनी ॲप्ससोबतच पाठ्यपुस्तकातल्या अनेक अमूर्त संकल्पनांचा प्रत्यक्ष अनुभव देण्यासाठी Augmented Reality या तंत्राच्या साहाय्याने 3D स्वरूपात बोलके पाठ्यपुस्तक तयार केले आहे. आपला मोबाईल या पुस्तकातील पानावर धरला, की त्या पानावरील सर्व आशय आभासी स्वरूपात मोबाईल वर दिसू लागतो. त्यांनी अशी पाठ्यपुस्तके छापावी, हा प्रस्ताव बालभारतीकडे दिला आहे.

महाराष्ट्रातील सरकारी शिक्षणाला नवा चेहरा देणारे हे काही शिक्षक. महाराष्ट्रातील प्रगत शैक्षणिक कार्यक्रमात शाळा वेगाने बदलत आहेत. पण हे कौतुक करताना बदलणाऱ्या शाळांची संख्या अजूनही २० टक्क्यांच्या आसपास आहे, हे लक्षात घ्यावे लागते. याचा अर्थ सर्वशिक्षण एकदम बदलून गेले, असे म्हणणे म्हणजे दुसरे टोक गाठणे आहे. *'शाळा आहे-शिक्षण नाही'* या पुस्तकातील वास्तवही मोठ्या प्रमाणात शिल्लक आहे. तेव्हा एकाच वेळी प्रशासकीय सुधारणा करणे, शिक्षकांचे वस्तुनिष्ठ मूल्यमापन करणे, शिक्षक प्रशिक्षणाचा दर्जा सुधारणे आणि उपक्रमशील शिक्षकांना प्रेरणा देणे, अधिकाऱ्यांना प्रयोगशील बनविणे असे अनेक उपाय करायला हवे. शिक्षण बदलत गेले, *'शाळा आहे-शिक्षण नाही'* हे माझे पुस्तक कालबाह्य ठरले, तर त्याचा सर्वांत जास्त आनंद मला होईल. त्या दिवसाची वाट बघतोय.

❏

१८.

एज्युकेशन व्हाउचर्सची मांडणी करताना...

एज्युकेशन व्हाउचर ही नवी कल्पना. ती महाराष्ट्रात पोचवण्यासाठी मी धडपड केली आणि त्यावरून टीकाही ओढवून घेतली. ती पोचवण्यासाठी शेतकरी संघटनेबरोबर गावोगावी केलेली भाषणे आणि थेट ग्रामीण माणसांशी केलेला संवाद मला खूप काही शिकवून गेला.

एज्युकेशन व्हाउचरची कल्पना मिल्टन फ्रीडमन यांनी मांडल्यावर एकूण ११ देशांत १८ प्रकारचे व्हाउचर्स कार्यक्रम राबवण्यात आले. स्वीडन, चिली, कोलंबिया, इटली, डेन्मार्क, न्यूझीलंड, इंग्लंड, अमेरिका, बांगलादेश, ब्राझील इत्यादी प्रमुख देशांमध्ये व्हाउचर्सची अंमलबजावणी करण्यात आली आहे. यात शाळांना शासन अनुदान देत नाही, तर सरकार एका मुलामागे जितका खर्च करते तितकी रक्कम कूपनच्या स्वरूपात पालकांना दिली जाते. पालकांनी ते व्हाउचर त्यांना पाहिजे त्या शाळेला द्यायचे व शाळांनी त्या रकमेतून आपला खर्च भागवायचा, अशी ही कल्पना आहे. यामुळे शाळा पालकांना उत्तरदायी राहतात. पालकांना शाळा निवडण्याचा अधिकार प्राप्त होतो आणि जास्तीत जास्त कूपन मिळवायचे म्हणून पालकांमध्ये चुरस निर्माण होते. खर्च शासनच करणार आहे. परंतु फक्त अनुदान वाटपाची पद्धत बदलणार आहे. शाळेला अनुदान देण्याऐवजी पालकाच्या हातात आर्थिक सत्ता येणार आहे.

मला ही पद्धत विलक्षण भावली ती अशासाठी, की किमान ७००पेक्षा जास्त शाळा बघितल्यावर शाळांमधील सुरक्षित नोकरीमुळे किती वाटोळे झाले आहे, उत्तरदायित्व नसल्यामुळे गुणवत्ता किती रसातळाला गेली आहे, हे मी बघितले होतेच. तेव्हा नोकरीतल्या सुरक्षिततेला हादरा जर बसत असेल, तर ही पद्धत नक्कीच स्वागतार्ह होती. ग्रामीण राजकारणात आज स्पर्धा खूप वाढली आहे. तेव्हा शिक्षकांना दुखावण्यापेक्षा अनुनय करण्यात राजकीय पुढारी धन्यता मानतात. पर्यवेक्षण कडक होत नाही. व्हाउचर्समुळे हा मुद्दा निकालात निघेल. मी माझ्या

भाषणात हे बोलू लागलो. *साप्ताहिक सकाळच्या* दिवाळी अंकात यावर सविस्तर लेख लिहिला.

पण पारंपरिक समाजवादी मनाला हे रुचत नाही. मला थेट देशद्रोही ठरवण्यापर्यंत मजल गेली. *अंतर्नाद* मासिकात प्रतिक्रिया आल्या. मला जवळून ओळखणाऱ्या कार्यकर्त्या मला जागतिक बँकेसाठी काम करतो म्हणाल्या. पटपडताळणीत २० लाख बोगस मुले आढळली, तेव्हा मी व्हाउचर आणा म्हटले, तेव्हा मुंबईतल्या कार्यकर्त्यांनी निषेधाचे पत्रक काढले. मला वाईट या गोष्टीचे वाटले, की जागतिक बँकेचा तो अजेंडा असूही शकतो, परंतु एखादा कार्यकर्ता ७०० शाळा बघून सरकारी शिक्षण पद्धतीला पर्याय शोधण्याच्या निष्कर्षावर विचार करून येऊ शकतो, असे यांना का वाटत नसेल? मला अनेक वर्षांपासून ओळखणाऱ्या या जवळच्या माणसांनी आपल्याला असे म्हणावे, हा पराभवाचा क्षण असतो. आपल्याकडे खुल्या व्यवस्थेची मांडणी केली, की थेट त्याला जागतिक बँकेचा दलाल ठरवले जाते. समोरच्याच्या प्रामाणिकपणालाच वादग्रस्त बनवले, की मग प्रतिवाद करण्याची जबाबदारी येत नाही. माझ्यासारख्या आदिवासी आणि शाळाबाह्य मुलांच्या शिक्षणाचा सतत विचार करणारा कार्यकर्ता आजच्या व्यवस्थेकडून निराशा होऊन व्यवस्थेबाहेरची उत्तरे शोधण्याच्या या निर्णयापर्यंत का येतो, याचा विचार करायला हवा. ६० वर्षे आपण सरकार नियंत्रित शिक्षणाचा प्रयोग राबवला, आता किमान प्रायोगिक तत्त्वावर तरी हा प्रयोग काही वर्षे राबवून बघायला काय हरकत आहे?

अब्जावधी रुपये खर्च करूनही किमान वाचन-लेखनही बहुसंख्य मुलांना ८वीपर्यंत येत नाही. गुणवत्तेचा हा प्रश्न प्राथमिक ते महाविद्यालयीन स्तरापर्यंत आहे. जागतिकीकरणात आज रोजगाराच्या इतक्या चांगल्या संधी उपलब्ध असताना तो लाभ घेण्याची कुवतच गुणवत्ताविहीन शिक्षणातून निर्माण केली जात नाही. त्याचा परिणाम हा ग्रामीण व आदिवासी भागांचा अनुशेष वाढण्यात होतो. शहरी भागात खासगी क्लासेसची जोड असल्याने किमान ही मुले टिकू शकतात. शिक्षणाचा दर्जा वेगाने ढासळत असल्याने शहरी व ग्रामीण विषमता वाढत आहे. आज परदेशात उच्च पॅकेजच्या नोकऱ्यांना गेलेले महाराष्ट्रातील मोठ्या शहरातील किती व तालुक्यापेक्षा छोट्या गावातील किती हा आकडा शोधला, तर मुद्दा स्पष्ट होईल. आय.आय.टी.चा जो अभ्यास झाला, त्यात बहुसंख्य विद्यार्थी केवळ सात महानगरांतून आलेले आहेत. शहरातील मुले सिलिकॉन व्हॅलीत जाताना आदिवासी मुले मेळघाट व्हॅलीत पाखरे मारत आहेत.

तेव्हा व्यवस्थेअंतर्गत सुधारणा जरूर करू, पण त्या मर्यादा लक्षात घेऊन वर्तुळाबाहेरचे उत्तर शोधले पाहिजे. प्राथमिक शिक्षणाचाच नाही, तर माध्यमिक आणि महाविद्यालयीन व्यावसायिक अभ्यासक्रम यांचाही दर्जा समाधानकारक नाही. माध्यमिक शिक्षणात मध्यंतरी नववीच्या विद्यार्थ्यांचे सर्वेक्षण झाले, त्यात ६३ टक्के

विद्यार्थी अप्रगत ठरले. या सर्व परिस्थितीत मला के.जी. टू पी.जी.पर्यंत शिक्षण देण्यासाठी एज्युकेशन व्हाउचर्स हाच भारतासाठी पर्याय वाटतो. गरीब देशात प्राध्यापकांना लाखोंनी पगार देताना कॉलेजचे अनुदान पालकांच्या हातात द्यायला हवे.

आपल्या देशात अकराव्या पंचवार्षिक योजनेतील मसुदा पुस्तिकेत या कल्पनेचा पुरस्कार करण्यात आला आहे. अर्थशास्त्राच्या दृष्टीने मुद्दा हा आहे, की तुम्ही सेवा देणाऱ्यापेक्षा सेवा घेणाऱ्याला जर सबसिडी दिली, तर ती अधिक प्रभावी होते. आज बारावीला शहरी भागातील बहुसंख्य विद्यार्थी कॉलेजमध्ये केवळ ॲडमिशनपुरतेच येतात आणि क्लासच्या आधारे शिकतात. वरिष्ठ महाविद्यालयात उपस्थित विद्यार्थी व खर्च यांचे प्रमाण काढले, तर मुलांना व्हाउचरच्या आधारे बाहेरून शिकवणे परवडेल, अशीच अवस्था आहे.

प्राथमिक शाळेतील २८ टक्के मुलेसुद्धा खासगी शिकवणीला जातात. बिहार-ओरिसात तर अनेक सुशिक्षित तरुणांनी खेडेगावात शिकवणी वर्ग सुरू केले आहेत. मुलांची नावे प्राथमिक शाळेत आणि मुले या क्लासेसला बसतात. शरद जोशी एकदा म्हणाले होते, की जर क्लासेसच्या आधारेच शिकणार असतील, तर क्लासेसलाच शाळेचा दर्जा द्यायला काय हरकत आहे? तेव्हा उच्च शिक्षणात व्हाउचर्सच्या आधारे वेगळा दृष्टिकोन घ्यायला हवा.

गुणवत्तेतील महत्त्वाचा अडथळा हा नोकरीतील सुरक्षिततेचा व उत्तरदायित्व नसण्याचा आहे. एकदा पास झाल्याच्या प्रमाणपत्रावर मी ५८व्या वर्षापर्यंत चांगले काम करीन, हे गृहीत धरले जाते. मुलांच्या गुणवत्तेचा व माझ्या पगारवाढीचा काहीच संबंध नसतो. त्यामुळे नोकरीतला कायम शिक्षक हा वर्गावर ५ मिनिटे उशिरा जातो. कारण त्याची पगारवाढ त्या मुलांच्या गुणवत्तेवर अवलंबून नाही. क्लास घेणारा हा पहाटे ५ वाजता उठून तास घेतो, कारण त्याचे पोट त्या मुलांवर अवलंबून असते. तेव्हा जोपर्यंत ही नोकरीतील सुरक्षितता आपण काढत नाही, तोपर्यंत गुणवत्ता येणार नाही. व्हाउचर्स पद्धती शिक्षकांना अधिक कार्यप्रवण करील व त्यातून शाळा-कॉलेजमध्ये एक निकोप स्पर्धा निर्माण होऊन त्यातून गुणवत्ता निर्माण होईल. अर्थात प्रतिवाद म्हणून सरकारी अनुदानित शाळेत सुरक्षित असूनही अनेक शिक्षक उत्कृष्ट काम करतात, असे म्हटले जाईल. पण ही संख्या किती आहे? कोणत्याही व्यवस्थेत २० टक्के लोक स्वयंप्रेरणेने काम करणारे असतातच. पण बहुसंख्य तसे नसल्याने आपल्याला व्यवस्थात्मक बदलाची उत्तरे शोधावी लागतात. खासगी शाळा-कॉलेज दर्जेदार नाहीत, असेही म्हटले जाईल. पण पालक चांगले शिक्षण देणाऱ्या सरकारी किंवा चांगल्या खासगी शाळेला व्हाउचर देतील, त्यामुळे दोन्ही प्रकारच्या वाईट शाळा बंद पडतील.

आजची सर्वांत महत्त्वाची समस्या म्हणजे शाळांची 'गरीब व श्रीमंत' अशी

विभागणी होत आहे. आज सरकारी शिक्षणात गरीब विद्यार्थीच जास्त उरले आहेत. गरिबांसाठीच्या सुविधा नंतर अधिकच 'गरीब सुविधा (दर्जाहीन) बनत जातात' असे अमर्त्य सेन म्हणतात. याचा अर्थ कोणताच अंकुश नसल्याने या सुविधा अधिकच बेताल होत जातात. ग्रामीण रुग्णालय घ्या किंवा रेशन दुकान घ्या किंवा शाळा कॉलेज घ्या, या सर्व ठिकाणी जिथे जिथे लाभार्थींची संख्या वाढत जाते, तिथे तिथे नियंत्रणच राहत नाही. अशा वेळी या गरीब पालकांचेच ग्राहक म्हणून सक्षमीकरण करायचे, हाच मार्ग आहे. पालकांच्या हातात ग्राहक म्हणून जर सत्ता दिली, तर ते अधिक चांगले नियंत्रण ठेवू शकतील.

देशात श्रीमंतांना शाळा निवडण्याचा अधिकार आहे, पण गरिबांना तो हक्क नाही. समान शिक्षण याचा अर्थ ही सर्व गरीब मुले उचलून श्रीमंतांच्या शाळांमध्ये व खासगी मध्यमवर्गीय शाळांमध्ये व्हाउचर्स पद्धतीने दाखल करायला हवीत. श्रीमंत शाळांना त्यांना सक्तीने शिकवायला लावले पाहिजे. आजची कोंडी फोडायला हाच एकमेव मार्ग आहे.

ज्या शाळेत-कॉलेजमध्ये फक्त गरीब विद्यार्थीच जास्त संख्येने उरतील, ते बंद करायचे आणि 'व्हाउचर्स' देऊन ते विद्यार्थी त्याच शहरातील सर्व खासगी शाळांमध्ये विभागून टाकायचे. असे केले, तर विषमतेचा किमान पहिला टप्पा आपण मोडून टाकू. गरीब व श्रीमंतांना एकाच शाळेत शिकायला भाग पाडण्यासाठी हे करणे अत्यंत आवश्यक आहे.

तसेच आश्रमशाळांचे रूपांतर तालुकास्तरावर वसतिगृहांमध्ये करून त्या गावातील इतर मुलांसोबत आदिवासी मुलांना शिकवता येईल. दोनपेक्षा जास्त वसतिगृहे काढून या विद्यार्थ्यांना व्हाउचर्सद्वारे प्रवेश दिले, तर स्पर्धेतून दर्जावर नियंत्रण राहील. बालकामगार, शालाबाह्य मुले, स्थलांतरित मजुरांची मुले, वेश्यांची मुले, रस्त्यांवरची मुले यांच्यासाठी जर व्हाउचर्सची दुप्पट रक्कम देण्याची कल्पना मांडली; तर खासगी शाळा स्वत: होऊन ही वंचित मुले शोधून काढतील.

व्हाउचर्स योजनेचे शिक्षण क्षेत्रात अनेक लाभ होतील. पालकांचे शाळांवर थेट नियंत्रण राहील. गुणवत्तेबाबत शाळा-कॉलेज पालकांना उत्तरदायी राहतील. शिक्षकांना खऱ्या अर्थाने स्वातंत्र्य मिळेल. सरकारी शाळा-कॉलेजातील गुणवंत शिक्षकांना खूप मागणी राहील. शासन केवळ वर्षातून एक केंद्रिभूत परीक्षा घेईल व त्यातील पात्र विद्यार्थ्यांच्या प्रमाणातच व्हाउचर्सचा खर्च देईल. शासनाला अभ्यासक्रम ठरवणे व परीक्षा घेणे व शाळा-कॉलेजची तपासणी एवढेच काम राहील. विद्यार्थी आकर्षित करण्यासाठी शिक्षक वेगवेगळे उपक्रम राबवतील. त्यातून शाळांमधील उपक्रमशीलता उंचावेल. शाळांमधील स्पर्धा अधिक निकोप होईल. याचा अंतिम परिणाम हा शिक्षणाचा दर्जा उंचावण्यात होईल. पालकांच्या व्हाउचर्सवर मिळणारी रक्कम अवलंबून असल्याने शाळा-कॉलेज पालकांना दबतील.

वेतन ठरवण्याच्या पद्धतीतही एक योग्य पद्धत विकसित होईल. आज शिक्षक-प्राध्यापक संघटना मागतील, तितके वेतन दिले जाते. परंतु जेव्हा व्हाउचर्स पद्धती येईल; तेव्हा समाजात ज्या प्रकारचे वेतन दिले जाते, तितकेच वेतन मिळेल. आज प्राध्यापक दरडोई उत्पन्नाच्या कितीतरी पट वेतन घेतात आणि विनाअनुदानित शाळेतील शिक्षक बाजाराच्या दराने पैसे मिळवतो, ही विषमता संपू शकेल. शाळा-कॉलेजला व्हाउचर्स मिळाले, तरच नोकरी राखता येईल, अशी ही व्यवस्था आहे. त्यामुळे स्वतःला सतत सिद्ध करावे लागेल.

मात्र व्हाउचर्स आले, तरी शाळा-कॉलेजच्या तपासणीने मानांकन करून चांगल्या शाळांनाच स्पर्धेत ठेवावे लागेल. पालकांना चांगली शाळा निवडण्याचे निकष आपल्याला शिकवायला लागतील. केवळ चांगली इमारत, आकर्षक कार्यक्रम, उपक्रम यावरून ते मत बनवतात. यासाठी अगदी सोप्या पद्धतीने मुलांना त्या इयत्तेत काय यायला हवे, याचे निकष शिकवावे लागतील.

सरकारी शाळा यात बंद पडतील का, हा प्रश्न नेहमी विचारला जातो. चिलीसारख्या देशात सरसकट सर्वच मुलांना व्हाउचर्स दिले, तरीसुद्धा ५५ टक्के विद्यार्थी हे सरकारी शाळेतच शिकत होते. त्यामुळे ज्या सरकारी शाळा खूप चांगल्या आहेत, त्यांना काहीच धोका नाही. आजही राज्यात कितीतरी सरकारी शाळा अत्यंत दर्जेदार आहेत. पुणे जिल्ह्यातील शिरूर तालुक्यातील कर्डेलवाडी या शाळेत इतर गावांतील पालकांनी मुले टाकली आहेत. तेव्हा ज्या दर्जेदार शाळा आहेत, त्यांना खूप व्हाउचर्स मिळतील. पण जर गुणवत्ता नसेल, तर पालक मुलांना तेथून काढून घेतील. खासगी शाळा म्हणजे केवळ उद्योगपतींच्या नव्हे, शांतिनिकेतनपासून तर महाराष्ट्रातील सर्व प्रयोगशील शाळा यासुद्धा खासगी शाळा आहेत. असे वेगळे प्रयोग आज आर्थिक अडचणीत आहेत. पण त्यांना जर अशी व्हाउचरच्या रूपाने मदत मिळाली, तर ते प्रयोग फुलतील हेही आपण लक्षात घेतले पाहिजे. गुणवत्ता सुधारायला कॉमन स्कूल हा उपाय मांडला जातो. पण महाराष्ट्रातील छोट्या गावात तर एकच शाळा व एकच कॉलेज असते, पण गुणवत्ता अभावानेच असते.

शेतकरी संघटनेचे अजित नरदे यांनी या विषयावर मला पुस्तिका लिहायला प्रोत्साहन दिले आणि स्वतः खर्च करून पुस्तिका प्रसिद्ध केली. ती गावोगावी वितरित केली. यामुळे या विषयावर गंभीर चर्चा सुरू झाली. सातारा येथे खासगी क्लासेस घेणाऱ्या संस्थांनी अधिवेशन घेतले, त्यात आम्ही या पुस्तिकेचे प्रकाशन केले. खासगी क्लासेस हे व्हाउचर कल्पनेच्या खूप जवळ आहेत. याचे कारण ते पालकांच्या पैशावर चालतात. पालकांच्या गरजेतून निर्माण होतात आणि स्पर्धा हा त्याचा पाया आहे. या अर्थाने क्लासचालक आम्हाला जवळचे वाटले. अनेकांना क्लासचे समर्थन आवडणार नाही. लूट करणारे शहरी भागातले क्लासेस हा एक पैलू आहे, पण ग्रामीण भागात शिक्षकाची नोकरी मिळाली नाही म्हणून क्लास

चालवणारे खूप तरुण आहेत. बिहार आणि पश्चिम बंगालमध्ये तर पहिली ते चौथीचे ६० टक्क्यांपेक्षा जास्त विद्यार्थी क्लासेसला जातात. तेव्हा शिक्षणात होणारे असमाधान पालक क्लासेसमध्ये शोधतात. शिक्षणाच्या दर्जावर ही प्रतिक्रिया आहे.

आम्ही क्लासचालकांना संघटित करायचा प्रयत्न केला. इचलकरंजी आणि तासगाव येथे फडके सरांच्या मदतीने पालकसभा घेतल्या, तेव्हा पालक आणि क्लास यांचे नाते समजले. नंतर परभणीला गेलो होतो, तिथेही क्लासचालकांशी बोललो. पण लक्षात येते, की क्लासचालक हे व्यापक विचार करत नाहीत, ते त्यांच्या परिघातच मग्न आहेत. व्हाउचर पद्धती आली, तर ते त्याचे सर्वांत मोठे लाभार्थी असतील, पण ती दृष्टी अजून विकसित व्हायची आहे.

त्या तुलनेत रघुनाथदादा पाटील यांनी मात्र खरी दाद दिली आणि तो विषय खूप पुढे नेला. दादांनी आतापर्यंत अनेकदा मला निमंत्रित करून माझी व्याख्याने त्यांच्या शेतकरी संघटनेच्या अधिवेशनात ठेवली. छोट्या-मोठ्या शिबिरांत बोलावले. दादांची शिबिरे दूर कुठेतरी मराठवाड्यात असतात. पण मजल दरमजल करत तिथे पोचतो. माजलगाव, बीड, आंबेजोगाई, परभणी, शिर्डी अशा कितीतरी ठिकाणी जाऊन आलो. माझा व्यक्तिगत लाभ हा झाला, की शिक्षणविषयक लेख लिहिताना आकडेवारी, विविध अहवाल असे लिहायची सवय लागलेली. जड बोलणे म्हणजे यशस्वी भाषण अशी मनोभूमिका झालेली. पण हळूहळू सोपे बोलायला शिकलो. ग्रामीण उदाहरण द्यायला लागलो. ग्रामीण जीवनात शिक्षणाने काय घडवले नाही, शाळांनी कसे नुकसान केले? यामुळे आमची ग्रामीण माणसे कशी मागे पडली, हे सगळे बोलायचो. तेव्हा समोरच्या चेहऱ्यांवर तुम्ही मनातले बोलताय, असे भाव उमटायचे. भाषणानंतर मग लोक गावागावांतल्या शाळांविषयीच्या तक्रारी सांगायचे. मी मग शाळेवर कसे नियंत्रण ठेवता येईल? मुलांना काय शिकवले जाते? हे सोप्या पद्धतीने कसे तपासायचे, हे त्यांना शिकवायचो. यातून शेतकरी संघटनेशी जोडला गेलो.

शरद जोशी यांच्या खुल्या आर्थिक व्यवस्थेच्या विचारांची मांडणी जीवनाच्या सर्व क्षेत्रांत व्हावी, असे शेतकरी आंदोलनात नेहमीच म्हटले जाते. तो मुद्दा घेऊन शिक्षणात एज्युकेशन व्हाउचर देणे, हा पर्याय विकसित करण्याची शरद जोशींची प्रेरणा होती. ते म्हणाले की, पूर्वी गुरुपरंपरेत शिकल्याची खात्री झाली की मगच गुरुदक्षिणा दिली जायची. तेही एक प्रकारे व्हाउचरच होते की. मला एकदम चमकल्यासारखे झाले. तेव्हापासून मी जाईल तिथे हा विषय मांडत राहतो. यात दोष नक्कीच आहेत; पण आजचा हा गुणवत्ताविहीन गाडा चालवण्यापेक्षा नक्कीच कमी दोष असलेली ही व्यवस्था आहे, असे वाटते.

❑

१९.

शिक्षणगप्पा

गप्पा मारणे हा मानवी स्वभाव. मीही त्याला अपवाद नाही. फक्त शिक्षण हा आवडीचा विषय असल्याने नकळत शिक्षणावर गप्पा होतात. शिक्षणात काम करताना अनेक महत्त्वाच्या व्यक्तींशी शिक्षणावर बोलता आले. त्यातून वैचारिक स्पष्टता येत गेली.

गप्पा मेधा पाटकरांशी...

माझ्या जडणघडणीत हे एक महत्त्वाचे नाव. अगदी नव्याने लिहायला लागलो, तेव्हा मेधाताईंच्या आंदोलनाच्या बाजूने एक पत्र मी *महाराष्ट्र टाइम्स*मध्ये लिहिले होते. ते खूप गाजले. नर्मदा खोऱ्यातील शेकडो गावे कोणतेही पुनर्वसन न होता बुडणार होती आणि महाराष्ट्र शासन त्यावर काहीच कार्यवाही करत नव्हते. तेव्हा माझ्या पत्राचे शीर्षक होते 'दया पवारांची धरण कविता अभ्यासक्रमातून वगळा'. पत्रात मी लिहिले होते, की मी एक शिक्षक आहे. एकीकडे शासन धरणात शेकडो गावे बुडताना गप्प राहणार आणि आम्हा शिक्षकांना ही वेदना शिकवायला लावणार? उद्या एखाद्या विद्यार्थ्याने आम्हाला या प्रश्नावर काही विचारले, तर आम्ही काय उत्तर द्यायचे? त्यापेक्षा ही विसंगती संपवा आणि ही कविताच ठेवू नका म्हणजे आणखी गावे बुडवायला शासन मोकळे. त्यानंतर मेधाताईंच्या कार्यकर्त्यांशी मैत्री झाली.

मेधाताई जीवनशाळा चालवतात. या शाळा नर्मदेकाठी आहेत. आदिवासी जीवनाला जोडून घेणाऱ्या या शाळा आहेत. एका १५ ऑगस्टला त्या शाळा बघायला गेलो. मेधाताईंशी बोलता आले. अनेकदा आदिवासी शिक्षणाचा विषय निघाला, की आदिवासींना वेगळा अभ्यासक्रम असावा, असा मुद्दा पुढे येतो. मी विचारले की, "आदिवासींसाठी वेगळ्या शिक्षण अभ्यासक्रमाची गरज का वाटते? त्यांना आपण वेगळा अभ्यासक्रम का द्यायचा? त्यांना जर या प्रवाहातच राहायचं

आहे, तर मग प्रमाण नागरी अभ्यासक्रमच असायला हवा.'' यावर मेधाताई म्हणाल्या, ''बरोबर, असं कुणाच्याही मनात येईल, पण वास्तव काय आहे आज? आदिवासींना तुम्ही वेगळा अभ्यासक्रम न देता याच अभ्यासक्रमात ठेवणार आहात, पण त्यांना मेडिकल, इंजिनीअरिंग, होमसायन्स, हॉटेल मॅनेजमेंट या कोर्सेसला प्रवेश मिळवून देणार आहात का? तुमच्या महागड्या क्लासेसमधून या मुलांची तुम्ही सीईटीची तयारी करून घेणार आहात का?'' मी गप्प. त्या पुढे म्हणाल्या, ''त्यातून ही मुलं तिकडूनही हुकतात आणि इकडूनही हुकतात. यापेक्षा या मुलांच्या सहज विकसित होण्यासारख्या क्षमता विकसित कराव्यात. त्यांना उद्योगाभिमुख बनवायला हवे, जंगलातील कच्च्या मालावर प्रक्रिया करणाऱ्या उद्योगाचे प्रशिक्षण त्यांना द्यायला हवे. यातून ही मुले अधिक विकसित होतील. यातूनही काही मुलांना जर डॉक्टर किंवा तत्सम कोर्सेस करण्याची इच्छा असेल, तर त्याला तिकडे जाण्याची संधी असायला हवी, असे लवचीक धोरण स्वीकारायला हवे.''

नर्मदा आंदोलन ऐन भरात असताना या शाळा काढण्यात आल्या आहेत. ''या शाळा काढण्याची गरज काय?'' असे विचारल्यावर त्या म्हणाल्या की, ''खरं तर रोज नवी गावं बुडताना आमच्यापुढचे प्राधान्यक्रम खूप वेगळे होते. जगण्या-मरण्याचे प्रश्न होते, पण दुसरीकडे हेही दिसत होतं की नर्मदेकाठी शाळा नीट भरत नाहीत. शिक्षक या दुर्गम भागात येतच नाहीत. वरची पर्यवेक्षीय यंत्रणा यात सामील असते, भ्रष्टाचार होतो. गैरहजर राहण्याचे पैसे घेतले जातात. खूप तक्रारी केल्या. अगदी आर. आर. पाटील यांनी त्यांच्या भेटीत शिक्षकांना वर्गातल्या मुलांची नावं विचारली. तीही सांगता आली नाहीत. अनेक जण निलंबित झाले. शेवटी आम्हीच शाळा सुरू करायचं ठरवलं. पण शासनानं तक्रार केली की, तिथे आमच्या शाळा असताना तुम्ही शाळा काढल्याच कशा? एकीकडे शाळा चालवायच्या नाहीत आणि इतरांनी काढल्या तर कारवाई? अनेकदा कारवाई झाली. खूप संघर्ष करावा लागला.''

मेधाताईंकडून हे ऐकताना जाणवत राहते, की शिक्षणात खरेच भारत-इंडिया आहे. या प्रश्नांची उत्तरे सोडाच, हे प्रश्नसुद्धा पोचत नाहीत. एक चडफड वाट्याला येते. मेधाताईंची अस्वस्थता अक्षरशः अंगावर येते.

गप्पा यशपाल यांच्याशी...

केरळला सर्गोत्सवाला गेलो होतो. तिथे भेट झाली, प्रसिद्ध शास्त्रज्ञ यशपाल यांच्याशी. मुलांशी त्यांनी गप्पा मारल्या. ग्रामीण भागात विज्ञान पोचवण्यात यशपाल यांचा खूप मोठा वाटा आहे. एकलव्य संस्थेच्या वतीने यशपाल यांनी खूप मोठे काम केले. कार्यक्रम संपल्यावर त्यांच्याशी गप्पा मारता आल्या.

त्या काळात ज्योतिष हे विद्यापीठाच्या अभ्यासक्रमात समाविष्ट करण्याचा मुद्दा

गाजत होता. त्यावर यशपालांना छेडले, तेव्हा वैतागून ते म्हणाले, ''ज्या देशात इलेक्ट्रॉनिक्स यंत्रावर मतदान होते, अणुस्फोट केले जातात, विश्वाचा शोध घेतला जातो; त्या देशाने टेलीपथी आणि ज्योतिषाचा अभ्यास करणे हा शुद्ध वेडेपणा आहे. दूरसंचार क्रांतीद्वारे मोबाइलचे आणि टेलिपथीचे प्रेम एकाच वेळी जोपासता येणार नाही. मेंदू जर इंद्रियांशिवाय संवाद साधू शकत नाही ही वस्तुस्थिती असेल, तर परा मानसशास्त्राचे स्तोम का माजवले जाते आहे? ज्या क्षणी ज्योतिष हे विज्ञान ठरेल, त्याच क्षणी समुद्रातील लाटा या पर्वतापेक्षा उंच जातील आणि जर टेलीपथीवरच सारे चालणार होते, तर मोबाईलचा प्रसार का केला?'' असा भेदक सवाल त्यांनी केला.

स्वातंत्र्यानंतर इतके आयोग आले, पण ग्रामीण शिक्षणात परिवर्तन का दिसत नाही? असे यशपाल समितीच्या अध्यक्षाला विचारले. तेव्हा ते म्हणाले की, ''जास्त खर्चात पाडणार नाहीत अशी शिक्षणविषयक धोरणे गरिबांसाठी आखली जातात. 'फक्त साक्षरता हेच शिक्षण' ही सरकारची नवी भूमिका क्लेशदायक आहे. मध्यमवर्गीयांची मुले महागड्या इंग्रजी शाळांतून शिक्षण घेतात आणि तसाच विचार करीत मोठी होतात. हीच मुले अधिकारी होऊन ग्रामीण भारताचे भवितव्य घडवतात, असा हा गुंता आहे. एक टक्के लोकांच्या जगण्याशी संबंधित 'स्टॉक मार्केट' जणू जीवनमरणाचा प्रश्न आहे. उच्च मध्यमवर्गाचे जगणे हीच देशाची संस्कृती आहे, असे दूरचित्रवाणीवरून सातत्याने ठरवले जाते. अमेरिकन चंगळवादाच्या आहारी गेलेली ही नवमध्यमवर्गीय पिढीची विदेशी मानसिकता सोनियाच्या विदेशी मुद्द्यापेक्षा (त्याच आठवड्यात सोनियांनी पंतप्रधानपद नाकारले होते.) जास्त चिंतेचा विषय आहे,'' असेही मिस्कीलपणे ते म्हणाले.

प्राध्यापकांच्या वाढत्या पगाराविषयी त्यांना विचारले, तेव्हा उद्विग्नतेने ते म्हणाले, की पगारवाढ आणि सुट्ट्या या विषयावर या देशात फक्त चर्चाच होते, कृती होत नाही. यशपाल लहान मुलांशी खूप आवडीने गप्पा मारतात. मुलांमध्ये विज्ञान लोकप्रिय करण्यासाठी भारतभर फिरतात. आयुष्यभर शास्त्रज्ञ म्हणून काम केल्यावर आता लहान मुलांशी सोपे बोलताना अडचण आली नाही का? असे विचारल्यावर त्यांनी त्यांचा सारा प्रवास सांगितला. '' 'उत्तर देण्यापेक्षा प्रश्न विचारणे जास्त मौलिक आहे,' हे पटल्यामुळेच मी मुलांच्या जिज्ञासेला सामोरे गेलो.'' मुंबईतील होमी भाभा केंद्राचे माजी संचालक वि. गो. कुलकर्णी यांचा त्यांनी यासंदर्भात गौरवाने उल्लेख केला. अहमदाबादच्या स्पेस सेंटरमध्ये काम करताना त्यांनी लहान मुलांसाठी प्रकल्प तयार केले आहेत. ते म्हणाले की, आम्ही ग्रामीण शाळांमध्ये फिरताना खरोखर जमिनीवर आलो. प्रयोगाशिवाय विज्ञानशिक्षण व्यर्थ आहे असे जन्मभर समजणारे आम्ही जेव्हा ग्रामीण शाळा बघितल्या, तेव्हा तिथे प्रयोगशाळाच काय पण इमारतीही नव्हत्या. हे बघितल्यावर आमची विचारप्रक्रिया

बदलली. विज्ञान ग्रामीण मुलांच्या घरात, जंगलात, रोजच्या जगण्यात आहे हा विचार केंद्रिभूत ठेवून विज्ञान शिक्षणाची आखणी केली. वास्तव भारत समजल्यामुळे 'विज्ञान शिक्षण मुलांसाठी' हेच माझे जीवनध्येय नकळत बनून गेले.

त्यांच्याशी बोलताना मोठेपण अंगावर आले नाही. त्यांची स्नेहशीलता लक्षात राहिली.

अभय बंग

अभय बंग यांचा शिक्षणाशी काय संबंध, असा प्रश्न कुणी विचारील, पण अभय बंग हे सेवाग्राम आश्रमात असलेल्या नयी तालीम म्हणजे बुनियादी शिक्षणाचे विद्यार्थी आहेत. त्यांच्याकडून ही पद्धत नेमकी कशी होती, हे समजून घेतले. अभय बंग म्हणाले की शेतकरी, मजूर कसे जगतात याचा विद्यार्थिदशेत अनुभव देणारी ही पद्धत होती. दिवसभरात ३ तास उत्पादक काम करणे सक्तीचे होते. मध्यमवर्गाला श्रमाचा अनुभव ही पद्धती देत होती. सूतकताई, विणकाम, शाळेची स्वच्छता, शौचालय सफाई, स्वयंपाकगृहात काम, भांडी घासणे ही कामे प्रत्येक जण करत होता. आश्रमात आलेल्या परदेशी पाहुण्यांची मुलाखत मुले घेत. स्वातंत्र्यचळवळीचा इतिहास खुद्द स्वातंत्र्यसैनिक येऊन समजावून देत. आकाशातले तारे दाखवले जात, तर कधी झाडावर चढून कवितेचे पुस्तक आम्ही वाचत होतो.

हे ऐकल्यावर मी त्यांना मुलांची परीक्षा कशी घेतली जात होती, असे विचारले. ते म्हणाले की, "आर्यनायकम या आमच्या मुख्याध्यापकांनी ५वी ते ११वीच्या मुलांची परीक्षा घेतली. त्याआधारे मुलांचे वर्ग निश्चित केले. प्रत्येक मुला-मुलीची प्रत्येक विषयात वेगळी परीक्षा त्यांनी घेतली. कालपेक्षा तू आज पुढे सरकलास का? असा महात्मा गांधींचा दृष्टिकोन या परीक्षेत होता. प्रात्यक्षिक परीक्षेत 'स्वयंपाक करून दाखव', 'हा वाफा दिला तर त्यातून नियोजन कसे कराल?' असे प्रश्न विचारत. स्वयंपाकात भांडी घासण्यापर्यंत कामे करावी लागायची. संतांच्या अभंगावर कार्यक्रम करून दाखवा, दिलेल्या विषयावर उत्स्फूर्त भाषण करून दाखवा, असे प्रश्न असायचे. मूल्यमापन अनौपचारिक असायचे. जीवनशास्त्राचे शिक्षक आम्हाला परिसरात फिरायला नेत व झाडांविषयी प्रश्न विचारत व त्यावरून विद्यार्थ्यांचे आकलन तपासत."

इंग्रजी भाषेविषयीची भूमिका विचारल्यावर ते म्हणाले की, "इंग्रजी ही भाषा म्हणून आम्हाला ५वीपासून शिकवली जायची. मी मात्र इयत्ता ९वीपासून इंग्रजीकडे गंभीरपणे बघितले, पण उशिरा इंग्रजी शिकूनही मी त्यावर प्रभुत्व मिळवू शकलो. आई-वडील माझ्याशी घरात खेळ म्हणून इंग्रजी बोलायचे. विदेशी पाहुण्यांना प्रश्न इंग्रजीतच विचारावे लागत. त्यामुळे मातृभाषेचा मी पक्का समर्थक आहे." मी त्यांना विचारले, की आदिवासी भागात इंग्रजीबाबत कोणती भूमिका घ्यावी? ते म्हणाले

की, ‘‘बहुसंख्य आदिवासी विद्यार्थी हे जर इंग्रजीमुळे शिक्षणातून फेकले जात असतील, तर माध्यमिक शिक्षणात ‘लोअर इंग्रजी’ व ‘हायर इंग्रजी’ दोन्हीही ठेवावे. विद्यार्थ्यांना निवडीची संधी ठेवावी. त्यानंतर जे विद्यार्थी १०वी नंतर उच्च शिक्षणात जाऊ शकतील, त्यांना ११वी-१२वी इंग्रजीचे सर्वांगीण ज्ञान देणारा कोर्स असावा. जेणेकरून त्यांना पुढे अडचण येणार नाही. अशा प्रकारे गरजा लक्षात घेऊन इंग्रजी शिकवले, तर गळती होणार नाही; पण त्याचबरोबर सोप्या पद्धतीने इंग्रजी कशी शिकवावी, यावर सातत्याने संशोधन चालू राहिले पाहिजे.’’

पण आज जर ही नयी तालीम पद्धती आणायची असेल, तर त्यात कोणते बदल करावे लागतील? असे विचारल्यावर ते म्हणाले की, ‘‘टॉलस्टॉयच्या ‘इव्हान द फूल’ या कथेत एक आंधळी म्हातारी ज्यांच्या हातावर घट्टे पडले नाहीत, त्यांना जेवणाच्या ताटावरून उठवते. मला वाटते, ही मूल्यव्यवस्था शिक्षणात आणायला हवी. ‘नयी तालीम’ला केवळ व्यावसायिक शिक्षण म्हणणे मला योग्य वाटत नाही, कारण शाळेत मी केवळ शेती शिकलो नाही, तर शेतकऱ्याचा सन्मान करायला शिकलो. त्यामुळे ती जीवनदृष्टी आहे. शरीरश्रमाची साधनं गांधींनी प्रतिकात्मक निवडली. चरख्यामागे विकेंद्रित स्वावलंबन ही मूल्यं होती. आज ज्यातून ज्ञानाचं सूत निघतं, त्या पर्सनल कॉम्प्यूटरलाच चरखा मानायला हवे.’’

अभय बंग यांचे आदिवासी समस्येवर विशेष चिंतन असल्याने त्यांना त्यावर विचारले, की आदिवासी शिक्षणात कोणता दृष्टिकोन घ्यावा? परिसर कौशल्ये त्यांनी शिकावीत असे म्हणताना त्यांनी हॉटेल मॅनेजमेंट, एम.बी.ए. हे अत्याधुनिक कोर्स शिकावेत की नाही? यावर बंग म्हणाले की, ‘‘असे प्रश्न काल्पनिक आहेत, कारण ९० टक्के मुलं अशा कोर्सेसला जातच नाहीत. गावातच रोजगार शोधतात. १०वीपर्यंत नीट पोचत नाहीत. हे वास्तव असेल, तर मग धोरणे आखताना ९० टक्के आदिवासी मुलांनाच डोळ्यांपुढे ठेवून ती आखावी लागतील. अशा कोर्सेसला जाण्याची वाट त्या शिक्षणपद्धतीत असलीच पाहिजे, पण शहरात पाठवून आदिवासी मुलांना शिपायाची नोकरी आणि शिक्षक, ग्रामसेवक म्हणून आदिवासी भागांत पाठवलं जातं. अशा ठिकाणी शहरी मुलं जाण्यास तयार नसतात. त्यांना इथल्या कच्च्या मालावर प्रक्रिया करायला शिकवायला हवं. बहुतेक जण जर शेतीच करणार असतील, तर चांगली शेती व त्यावरील उद्योग हाच प्राधान्यक्रम असायला हवा. शिक्षकांची गुणवत्ता वाढवायला सॅटेलाइटद्वारा प्रशिक्षण हाच योग्य उपाय ठरेल.’’

शेवटी मी त्यांना विचारले, ‘‘जवळपास २५ वर्षं तुम्ही गडचिरोली जिल्ह्यात आहात. शिक्षणाचं वास्तव कितपत बदललं आहे?’’ त्यावर ते म्हणाले की, ‘‘शिक्षणाच्या सोयी वाढल्या आहेत हे मान्यच करावं लागेल. गैरआदिवासी समाजात महिला साक्षरतेचं प्रमाण वाढलं आहे. आश्रमशाळेत निकृष्ट जेवण व त्यापेक्षा

निकृष्ट शिक्षण आहे. गळती कमी होत नाही. शालेय गळती हा बॅलेट बॉक्स आहे, असं मला वाटतं. या शिक्षण प्रक्रियेला ती मुलं नाकारताहेत, असाच त्याचा अर्थ घ्यायला हवा. आदिवासी तरुणानं जर ८वीला नापास झाल्यावर शाळा सोडली, तर तो ७वी पास असं न सांगता ८वी नापास असंच सांगतो. जिथे तो थांबला, तीच त्याला त्याची ओळख वाटते. इतकी नापासी वर्मी लागलीय.''

शिक्षण वाढूनही शोषण प्रक्रिया तशीच राहिली. सुशिक्षित तरुण या प्रक्रियेला फारसा छेद देत नाहीत. नोकरशाहीची दहशत कायम आहे. एका कलेक्टरला आदिवासींनी भीत भीत हात लावून बघितला होता, इतकी टोकाची भीती होती. ती घालवायला शालेय अभ्यासक्रमात कायद्याचे ज्ञान शिकवायला हवे. विकासाच्या योजना अभ्यासक्रमात आणाव्या लागतील.

अभय बंग यांच्याशी बोलताना आपण नकळत चिंतनमग्न होतो.

बाबा आमटे

विदर्भात सुरुवातीला शाळा बघत फिरलो, तेव्हा चंद्रपूर जिल्ह्यात वरोरा तालुक्यातून जाताना आनंदवनात गेलो. तेथे बाबा आमटेंना भेटता आले. बाबा आमटेंच्या कवितांनी महाविद्यालयात असताना वेड लावले होते. त्यांची सुविचारात्मक काही वाक्ये प्रेरणा देतात. 'मर्यादित क्षेत्रात अमर्यादित काम' अशी काही वाक्ये किंवा 'वाट पाहणाऱ्या किनाऱ्यांना आणि लाटांच्या कल्लोळाला हेही कळू द्या की मी अजून जहाज सोडलेले नाही' अशा कवितांनी हलवून टाकलेले होते. २००६ साली म्हणजे त्यांच्या शेवटच्या दिवसांत मी त्यांना भेटलो. बाबांना भेटल्यावर म्हणालो की, ''बाबा, तुम्हाला आयुष्यात खूप उशिरा भेटतो आहे.'' तेव्हा बाबा म्हणाले की, ''केव्हा भेटलात यापेक्षा कसे भेटलात, हे जास्त महत्त्वाचं आहे.''

शाळेतून मुलांमधले क्रौर्य कमी करण्याचा काही संस्कार देता येईल का? हा एक अस्वस्थ करणारा मुद्दा. तेव्हा गुजराथमधील हिंसेचा मुद्दा चर्चेत होता. ''मानवजातीत इतकी टोकाची हिंसा का होते?'' असे त्यांना विचारले. तेव्हा बाबा म्हणाले की, ''हिंसा हा मनुष्यजातीचा मूळ स्वभाव नाही, पण अधूनमधून अशा फिट्स मनुष्यजातीला येतात. फाळणी असेल, हिटलर असेल किंवा गुजराथ या आलेल्या फिट्स असतात...''

मी नुकताच विदर्भात काही शाळा बघून आलो होतो. मुलांना लिहिता-वाचता येत नाही. लोक काम करत नाहीत. सारी कार्यसंस्कृतीच कोलमडली आहे, हे बघत होतो. त्यातून एक निराशा मनात दाटली होती. यावर काही उपाययोजना करता येतील का? याचा मी विचार करीत होतो. पण इथे आनंदवनात आल्यावर मात्र सगळीकडे माणसे मनापासून काम करताहेत. चादरी बनवणाऱ्या हातमागाच्यापुढे दोरी ओढणाऱ्या महिला. त्यांच्यावर लक्ष ठेवायला कुणी नाही. तरीही कुणी कामे टाळत

नव्हते. मला यामागील सूत्र समजून घ्यायचे होते. याचे कारण बाबांना विचारले, तेव्हा त्यांचे डोळे लकाकले. ते म्हणाले, ''जगाचे वाईट अनुभव घेऊन पोळलेली ही माणसं आहेत. दयेपेक्षा आत्मसन्मानाची प्रेरणा मोठी आहे. स्वाभिमानानं ती जगू पाहतात.'' उत्तर सापडल्यासारखे झाले.

शहाजी ढेकणे

शहाजी ढेकणे हे S.S.C. बोर्डाचे माजी सचिव. निवृत्तीनंतर ते गावोगावी शिक्षकांच्या कार्यशाळा घेतात. गुणवत्तापूर्ण शिक्षणासाठी त्यांच्या गोष्टी ऐकणे खूप आनंददायी असते. मी त्यांना म्हणालो की, ''गुणवत्तापूर्ण शिक्षणाची सक्ती नाही म्हणून असं घडते आहे का?'' ते म्हणाले, ''तसं नाही. समाजाची गुणवत्तापूर्ण शिक्षणाची मागणी नाही, रेटा नाही म्हणून हे घडते आहे.'' मी म्हणालो, ''पण कोणत्याही विषयाचं आवाहन केलं की शाळा म्हणतात, अहो, याचा शासननिर्णय आहे का?'' ढेकणे हसायला लागले. म्हणाले, ''मला सांगा, शाळा काय प्रत्येक गोष्ट शासन निर्णयाला घाबरून करतात का? एकच उदाहरण देतो, की जेव्हा शाळेची सहल जाते, तेव्हा काळजीनं मुलं सारखी मोजत असता. का बरं?''

ते म्हणाले, ''कारण आपल्याला माहीत आहे, की जर मुलं मोजून आणली नाही, तर पालक आपली मान पकडतील. मग नसेना का शासन निर्णय. करू या ना गुणवत्तेचं काम.''

त्यांच्या गोष्टी आणि रूपके मोठी छान असतात. मागच्या वर्गातील मुले अभ्यासात कच्ची आली, तर पुढचा शिक्षक तयारी करून घेत नाही. यावर ते विचारतात की, समजा, तुम्ही भिंत बांधायचे काम एखाद्या गवंड्याला दिले, आणि तो ते काम सोडून गेला, तर नवीन आलेला गवंडी लगेच विटा रचायला सुरुवात करत नाही, तर तो अगोदर केलेले काम बघतो आणि ते नीट करतो. जिथे कच्चे काम आहे, ते काम तो दुरुस्त करतो. ढेकणे थोडा पॉझ घेतात आणि म्हणतात, की जे त्या निरक्षर गवंड्याला समजते, ते आपल्यासारख्या शिकलेल्या माणसांना का समजत नसेल? मागील वर्गातून आलेल्या मुलांचे उपचारात्मक अध्यापन आम्ही सुरुवातीला का करत नाही? ग्रंथपाल मुलांना फारशी पुस्तके वाचायला देत नाहीत. तेव्हा वैतागून एकदा ग्रंथपाल संमेलनात ते म्हणाले, ''तुमचे पगार एकदम देण्यापेक्षा तुम्ही मुलांना किती पुस्तकं देता, असं एका पुस्तकावर इतकी रक्कम असं ठरवलं पाहिजे म्हणजे मग तुम्ही मुलांच्या मागे पुस्तकं घेऊन पळाल.''

माध्यमिक शाळेत फक्त १०वीच्या मुलांचीच अभ्यासाची काळजी जास्त घेतली जाते. ९वीपर्यंत काही विशेष काळजी घेतली जात नाही आणि १०वीला एकदम सगळे जागे होतात. यावर शिक्षक आणि मुख्याध्यापक समोर असले, की ढेकणे मिस्कीलपणे गोष्ट सांगतात. एक होता राजा. एकदा त्याच्या दरबारात एक माणूस

आला. माणूस काही फार जाडजूड नव्हता, पण राजाला म्हणाला की मी गाय उचलून दाखवतो. राजाने लगेच गोठ्यातून गाय आणायला सांगितली. त्या अशक्त माणसाने ती गाय उचलून दाखवली. सारे थक्क झाले. राणी तर खूपच प्रभावित झाली. तिने त्या माणसाला विचारले, "हे कसे काय केले?" तो म्हणाला, "सोपे आहे. मी वासरू जन्माला आले, त्या दिवसापासून रोज उचलायचा सराव करतो. तुम्ही केले, तर तुम्हालाही जमेल." झाले, राणीने गोठ्यात नवे वासरू जन्माला आल्यावर लगेच प्रयोग सुरू केला. रोज दिवसातून ३ वेळा ती जायची आणि वासरू उचलायची. वासराची गाय झाली. राणी आता गाय उचलू लागली. एक दिवस तिचाही दरबारात गाय उचलण्याचा कार्यक्रम झाला. ढेकणे थांबतात आणि मिस्कीलपणे म्हणतात, "१० वीलाच एकदम मुलांवर कष्ट घ्यायचे म्हणजे आपल्याला वासरू उचलायचेच नाही, तर आपल्याला एकदम गाय उचलायची आहे, ही तर खरी अडचण आहे."

विजय देऊसकर

अमरावतीत गेलो, तेव्हा पंडित पंडागळे मला आवर्जून विजय देऊसकरांकडे घेऊन गेले. देऊसकर हे महाराष्ट्राचे माजी शिक्षण संचालक म्हणून निवृत्त झालेले. पूर्वी सैन्यदलात होते. त्यानंतर शिक्षण विभागात आले. शास्त्रीय संगीत आणि नाट्यसंगीताची आवड असलेले. शिक्षणाधिकारी म्हणून त्यांनी खूप प्रभावी काम केलेले. शिक्षकांची गुणवत्ता याविषयी त्यांना विचारले, तेव्हा ते म्हणाले की, "५० वर्षांतील सर्वच क्षेत्रांतील अपयश हे सर्वच व्यवस्थेला प्रभावित करते आहे. शिक्षक याच व्यवस्थेतून आला असल्याने तसाच असणार. त्यामुळे प्रशासनात जोपर्यंत नेतृत्वगुण निर्माण होणार नाही, शिक्षकांना प्रशासन प्रेरणा देऊ शकणार नाही; तोपर्यंत शिक्षकांमध्ये बदल होणे कठीण आहे." शाळेत जाऊनही बहुसंख्य मुलांमध्ये क्षमता फुलत का नाही? असे विचारल्यावर ते अधिक गंभीर होत म्हणाले की, "मी खूप शाळा बघितल्या आहेत, मुलं बघितली आहेत. पण खरं सांगू? ज्या वयात ठणठणीत वाचता यायला पाहिजे, त्या वयात मुलांना वाचता आलं नाही, तर पुढे माणूस म्हणून जगण्यातलाच आत्मविश्वास निघून जातो. जागतिक बँकेनं जी व्यक्ती दैनंदिन व्यवहार मौखिक व लिखित करू शकत नाही, तिला निरक्षर म्हटलं आहे. पण मनोरंजनासाठी व फावल्या वेळेत ज्याला वाचावंसं वाटत नाही, तोही निरक्षर हे म्हणण्याची गरज आहे. कधी कधी वाटतं, की आपण साक्षरता, शिक्षण हे समाजावर लादत गेलो. समाजातून ज्या प्रकारच्या शिक्षणाची मागणी येईल, त्या प्रकारचे शिक्षण आम्ही तयार केलं असतं तर समाजालाही ती गरज वाटली असती."

"जेव्हा शिक्षकाच्या पायात चप्पल नव्हती, तेव्हा शिक्षण चांगलं होतं आणि

आज समृद्धी वाढते, तर गुणवत्ता मात्र नाही, हे कसं समजून घ्यायचं?'' असे म्हणत ते अस्वस्थ होतात. पहिलीपासून इंग्रजी सुरू झाले होते. त्यांना त्यावर विचारले, तेव्हा गमतीने ते म्हणाले की, ''शिक्षक आणि मुलं एकत्र शिकत होते, तिथपर्यंत ठीक होतं; पण पुढे शिक्षकाला जादा शिकायचं तिथे अडचण झाली.''

शेवटी उपाययोजना काय असे विचारल्यावर ते म्हणाले की, ''शिक्षणात लोकसहभाग वाढवणं हाच मार्ग आहे. गावाच्या हातात शिक्षण सोपवून एकदा बघायला हवं. त्यांना जबाबदारी देताना अधिकारही द्यायला हवेत. जिल्हा परिषद, पंचायत समितीवर आपण विश्वास टाकला. आता एकदा ग्रामपंचायतींवर विश्वास टाकायला काय हरकत आहे? निरक्षर माणसांवर भरवसा न टाकणं हा एक असंस्कृतपणा आहे.'' मी म्हणालो की, ग्रामपंचायती नुकसान करतील. ते मिस्कीलपणे म्हणाले की, ''आजपर्यंत अनेक सरकारांनी नुकसान केलं, मग लोकशाहीत ही संधी सर्वांनाच दिली पाहिजे.''

रमेश पानसे सर

रमेश पानसे सर मला दोन गोष्टींसाठी भावतात. एकतर प्रत्येक प्रकल्पाला ते पंगू बनवत नाहीत. अनेक ठिकाणी त्यांनी काम केले, सहकारी उभे केले व पुढच्या कामाला लागले. अत्यंत चांगल्या क्षमतेचे सहकारी त्यांना मिळाले. ग्राममंगल लर्निंग होम, शिक्षणवेध मासिक प्रशिक्षण केंद्र, साधननिर्मिती, वर्धा प्रयोगशाळा, वाई आणि आता संशोधन केंद्र असे खूप काही सर करत राहतात. प्रसाद मणेरीकरसारखा *अंतर्नाद*सारख्या मासिकात काम केलेला ताकदीचा समीक्षक संपादक-लेखक सहकारी त्यांनी हेरला. माणसे हेरणे व कामाला लावणे हा एक पैलू आणि दुसरा पैलू 'क्रियाशील पंडित' असण्याचा. पानसे सर प्रत्येक विषयात अभ्यास करून उतरतात. रिमांड होमच्या समितीवर शासनाने त्यांना घेतले. थेट बालगृहांवर धाडीच टाकल्या आणि त्यातील दुरवस्थेवर अहवाल प्रसिद्ध केला. बालवाड्यांसाठी त्यांनी केलेले काम पथदर्शक आहे. केवळ अंगणवाड्यांबाबत काय करायला हवे, याविषयी सरांनी राम जोशी समितीत 'कोंडवाडे नको, आनंदवाड्या हव्यात' असा एक अभ्यासपूर्ण अहवाल लिहिला. बालशिक्षणाची दर वर्षी अधिवेशने होतात. बालशिक्षणाकडे अभ्यासपूर्ण रीतीने त्यांनी महाराष्ट्राचे लक्ष वेधले, जेनेटिक सायन्सपासून मेंदूशास्त्रासह अभ्यास करून मग बालकाच्या विकासाकडे ते येतात आणि मग शिक्षणाची चर्चा करतात. बालशिक्षण व ज्ञानरचनावादाला एक अभ्यासपूर्ण पाया घालण्याचे खूप मोठे काम पानसे सरांनी केले आहे.

एन. डी. पाटील सर

एन. डी. पाटील या वळणाला महाराष्ट्रातल्या कोणत्याच क्षेत्राला ओलांडून

जाता येत नाही, अशी स्थिती आहे. राज्यातील सामाजिक कार्यकर्ते, राजकीय कार्यकर्ते, शिक्षक, प्राध्यापक, संचालक या सर्वांना सर 'आधारवड' वाटतात. त्यांना खरेतर व्याख्यानांतूनच खूप ऐकले. 'मेकॉले ते मुरलीमनोहर' हा शिक्षणाचा अभ्यासपूर्ण प्रवास वाशीच्या विचारवेध संमेलनात ऐकला आणि तेव्हापासून सरांचे आकर्षण वाटत राहिले. वेतन आयोगाच्या माझ्या भूमिकेवर टीका होताना सरांनी माझी पाठराखण केलेली. त्यांच्याशी ४ ते ५ भेटींत गप्पा झाल्या. मला त्यांची रूपके खूप भावायची. ते बोलता बोलता विविध रूपके सांगत राहतात. ते म्हणतात, "शासनाचं शिक्षणाच्या सार्वत्रिकीकरणाचं धोरण कसं आहे तर वीजमंडळासारखं." आपल्याला ही तुलना काहीच कळत नाही. पुढे ते म्हणतात, "वीजमंडळाच्या दृष्टीनं एखाद्या खेड्यात विजेचा खांब गेला, पाटलाच्या घरात वीज गेली, की ते गाव विद्युतीकरणाच्या यादीत येतं, तसं यांचं शिक्षणाचं सार्वत्रिकीकरण. गावात शाळा गेली की शिक्षण झालं, मग दलित आदिवासींची पोरं तिथं येतात की नाही, याचं कुणाला पडलं नाही."

पुरकेंचा वाचन-लेखन प्रकल्प आला. तेव्हा ते गमतीने म्हणाले, "आता शाळेतही प्रत्येक वर्गाचे दोन वर्ग करावे लागतील. एक वाचता येणाऱ्यांचा आणि न येणाऱ्यांचा." गळतीबद्दल त्यांची अस्वस्थता थेट पोचते. जेव्हा त्यांना कुणी म्हणते, की शिक्षणाने कितीतरी तरुण अनेक क्षेत्रांत चमकतात, तेव्हा ते म्हणाले, "तुम्ही मलई काढली आहे दुधाची, पण ती कशी? १०० लिटर दुधातून ५ लिटर दूध बाजूला काढता, ते उकळता आणि त्याची मलई काढून म्हणता हे आमचे क्रीम. हे चालणार नाही. १०० लीटर दूध उकळा आणि मग मलई काढा, तेव्हा आम्ही मान्य करू." एकदा मी त्यांना म्हटले, "वेतन आयोगातले पगार व किमान वेतनाचे दर यांत फरक किती तीव्र आहे." त्यांनी खास ग्रामीण ढंगात म्हटले, "अरे, शेतकरी जसा बैल मरू नये एवढा चारा त्याला टाकत राहतो, तसं कष्टकरी माणसं काम करण्यापुरती जगली पाहिजेत, मरता कामा नये तेवढीच मजुरी देण्याचं, किमान मजुरी देण्याचं असं हे धोरण."

कोल्हापूर महापालिकेच्या एका व्याख्यानात मी म्हणालो होतो की, "एन. डी. पाटील आणि लीला पाटील दोघेही एकाच कॉलनीत राहतात. पाटील सर शिक्षणातल्या सामाजिक प्रश्नांविषयी, धोरणांविषयी बोलतात; तर लिलाताई वर्गातल्या शिक्षणाविषयी, शिक्षणाच्या आशयाविषयी बोलतात. इथून पुढे आपल्याला शिक्षणात भूमिका घेताना या दोन पाटलांची बेरीज करून दोन्हीही एकदम बोलावे लागेल आणि ते अगदी गरजेचे आहे."

डॉ. नरेंद्र दाभोळकर

शिक्षणाच्या परिक्रमेच्या रस्त्यावर भेटलेले डॉ. नरेंद्र दाभोळकर यांना विसरताच

येत नाही, इतके या माणसाचे माझ्यावर ऋण आहेत. मी आज शिक्षणक्षेत्रात काम करण्याचे श्रेय डॉक्टरांना आहे. २००५ साली मी वॉशिंग्टनच्या कुऱ्हाडीसारखी सर्वच विषयांवर लेखणी चालवायचो. एकदा आदिवासी मुलांच्या निसर्गविषयक ज्ञानावर 'या प्रतिभेचं काय करायचं' हा लेख *सकाळ*मध्ये लिहिला. लगेच डॉक्टरांचा फोन. मला वाटले, लेख आवडला म्हणून केला असेल, पण साने गुरुजी स्मृती विशेषांक शिक्षणावर काढायचा, त्याचं संपादन तू करायचं हे त्यांनी सांगितले. एका लेखावरून माणसे हेरण्याचे मलाच आश्चर्य वाटले. तो अंक *'वंचितांचे शिक्षण'* नावाने प्रसिद्ध केला. पुढच्या वर्षी मला त्यांनी 'मुलींचे शिक्षण व अपंगांचे शिक्षण' या विषयावर अंक संपादित करायला सांगितला. अपंगांचे प्रश्न मला काहीच माहीत नव्हते. पण या तीन अंकांच्या निमित्ताने या विषयांचा अभ्यास झाला. माझे इतर लेखन थांबले आणि मी शिक्षणात काम करू लागलो. केवळ अनेक विषयांवर शेरेबाजी करणाऱ्या मला त्यांनी एका विषयात गंभीरपणे काम करायला प्रवृत्त केले. असे अनेकांना अनेक क्षेत्रांत त्यांनी ओढले.

'वंचितांचे शिक्षण' हा विशेषांक विजया चौहानांच्या मदतीने युनिसेफमार्फत महाराष्ट्रातील ७०००० हजार शाळांपर्यंत त्यांनी पोचवला. माझी उमेद उंचावणारा तो सन्मान होता. *साधना*ने पुस्तक प्रकाशन सुरू केल्यावर प्रतिभा भराडी या उपक्रमशील विस्तार अधिकारीचे पुस्तक प्रसिद्ध केले. खेड्यातील शाळांविषयी त्यांना फार कौतुक असायचे. शिक्षणात जे जे चांगले, ते ते ही ३ पुस्तके प्रसिद्ध करून त्यांनी व्यक्त केले.

*साधना*ने शिक्षणात प्रत्यक्ष काम करावे, असे त्यांना खूप वाटायचे. महाराष्ट्रात शिक्षण सुधारायला ग्रामशिक्षण समित्या जागृत करायला हव्यात, असे ते नेहमी म्हणायचे. मृत्यूअगोदर १५ दिवस ५ ऑगस्टला जवळपास २० मिनिटे ते व्यवस्थापन समित्या स्थापन झाल्यावर नेमका काय बदल झाला, हे समजावून घेत माझ्याशी बोलत होते. त्यांची कल्पकता व नेमकेपणा, अंमलबजावणी बघून मला सामाजिक चळवळींचे ते सी.ई.ओ.च वाटत. प्रत्येक पत्राला सर उत्तर पाठवत.

५ ऑगस्टला रात्री मी त्यांना काटेमूंढरीचे मुनघाटे गुरुजी वारल्याचे सांगण्यासाठी फोन केला, तेव्हा कल्पनाही नव्हती की मृत्यू इतका जवळ उभा राहून आमची मृत्युचर्चा ऐकत होता. त्यातही ते आश्रमशाळांतल्या मुलांचे अंधश्रद्धाविरोधी प्रशिक्षण घेण्याची कल्पना मांडत होते. ग्रामशिक्षण समित्यांवर बोलत होते.

शिक्षणगप्पा लोकांशी...

महाराष्ट्रात मराठवाड्यात आणि पश्चिम महाराष्ट्रात मोठ्या संख्येने व्याख्यानमाला आहेत. शेकडो लोक ऐकायला असतात. या व्याख्यानमाला हे महाराष्ट्राचे खूप मोठे सामर्थ्य आहे, असे मला नेहमी वाटते. कारण या निमित्ताने विचार करण्याची प्रवृत्ती

वाढीस लागते आणि नव्या पिढीला आपले विविध क्षेत्रांतील वैचारिक संचित कळते. बहुतांश व्याख्यानमाला या अनेक सार्वजनिक वाचनालयांनी चालवलेल्या आहेत. त्यातून या शहरात वाचनसंस्कृती निर्माण व्हायला मदत होते. सांगली जिल्ह्यात तर अगदी खूप छोट्या गावांतही व्याख्यानमालांना जाऊन आलो आहे.

लिहिणे हे सोपे वाटते, कारण ते आपल्या सोयीच्या वेळी आपण करू शकतो; पण व्याख्यानमालांचे तसे नाही. तिथे प्रवास करून जायचे असते. नाकेरी करून फिरण्यावर खूप बंधने येतात. व्याख्याने संध्याकाळी असतात. ती करून दुसऱ्या दिवशी शाळा गाठायची, तर रात्री प्रवास करावा लागतो. एकदा गडहिंग्लजला व्याख्यान होते. माझ्या गावावरून सकाळी ६ वाजता एस.टी.ने निघालो आणि संध्याकाळी ७ वाजता पोचलो. व्याख्यान झाले. दुसऱ्या दिवशी सकाळी निघालो आणि रात्री गावी पोचलो. दोन दिवस २६ तास प्रवास आणि दीड तासांचे भाषण हा हिशोब काही केल्या जुळत नाही. एक तासासाठी इतका वेळ घालवावा का? इतका वेळ देऊन खरेच काही घडते का? हे सारे प्रश्न नक्कीच मनात येतात. पण या फिरण्याचे फायदेही आहेत. गेल्या १० वर्षांच्या या व्याख्यानांत मी नागपूर, नांदेड, परभणी, हिंगोली, जालना, बीड, सातारा, सांगली, कोल्हापूर, ठाणे, पुणे, जळगाव अशा राज्यातील सर्वच भागांत फिरलोय. शिक्षण परिषदा आणि व्याख्याने अशा निमित्ताने गेलो आहे. यात समोरची संख्या आणि जाण्या-येण्याचे तास हा हिशोब जरी निराश करणारा असला, तरीसुद्धा त्याचे फायदेही खूप आहेत.

सगळ्यात महत्त्वाचे म्हणजे आपल्याला आपल्या लिखाणाचा, पुस्तकांचा, कामाचा फीडबॅक मिळतो. अनेकदा आपण लिहीत राहतो, पण त्यावर फार प्रतिसाद येत नाही. आपण जो विचार करतो, तो योग्य आहे की अयोग्य, ते कळत नाही. पण अशा फिरण्यात लोक भेटतात आणि आपल्याला आपल्या लेखांचे तपशील सांगतात. मला तर माझ्या लेखांची कात्रणे जमवलेले अनेक जण भेटतात. एकाने एका लेखाच्या शेवटच्या ४ ओळी जशाच्या तशा म्हणून दाखवल्या होत्या. यातून आपला लेखक म्हणून आत्मविश्वास वाढतो. आत्मस्तुतीचा दोष पत्करून एक नम्रपणे सांगतो, की माझ्या लेखनात लोकांना मी त्यांच्या खूप मनातले बोलतो आहे, अशी भावना असते. तळातले वास्तव आणि जमिनीवरचे प्रश्न मी मांडतो, अशी सर्वसाधारण भावना असते आणि लेखनाची शैली त्यांना भिडते. यातून आपण असेच लिहीत राहिले पाहिजे, असे मला वाटत राहते. लेखनावरची श्रद्धा दृढ होते.

फिरण्यातून समविचारी कार्यकर्ते भेटतात. ते कार्यकर्ते कामाशी जोडले जातात. शिक्षण व सामाजिक क्षेत्रात काम करणारे राज्यभरातले अनेक मित्र मिळाले. या फिरण्यातून विविध भागांत काम करणाऱ्या स्वयंसेवी संस्थांचा परिचय होतो. त्या भागात शिक्षणाचे काम, शिक्षणाचे प्रश्न, दर्जा, विविध उपक्रम कसे सुरू आहेत,

हे कळते. यातून आपण वास्तवाच्या अधिक जवळ जातो. अन्यथा आपण आपल्या आजूबाजूच्या वास्तवावरून मत बनवतो. रत्नागिरी जिल्ह्यात एका व्याख्यानाच्या निमित्ताने गेलो आणि कोकणातल्या शाळा थेट वेंगुर्ल्यापर्यंत बघितल्या आणि तिथला दर्जा आणि माणसांची नम्रता, कामावरचे प्रेम, उपक्रमशीलता, गावाचे आणि शाळेचे नाते बघून मी हरखून गेलो. *'शाळा आहे - शिक्षण नाही'* या पुस्तकातले वास्तव आणि हे यात खूप अंतर होते. असे आपण अधिक वास्तवदर्शी होत राहतो, हा प्रत्यक्ष फिरण्याचा फायदा आहे.

शेतकरी संघटनेच्या सोबत 'एज्युकेशन व्हाउचर' या विषयावर अनेक व्याख्याने खेड्यापाड्यांत दिली, तेव्हा लक्षात आले की, आपण ज्या प्रकारे व्याख्यानमालेत बोलतो, ती शैली आणि मांडणी इथे उपयोगी नाही. त्यासाठी अधिक सोपे आणि आक्रमक बोलायला हवे. मग मी आकडेवारी, विविध आयोगांची भूमिका असला तपशील काढून आक्रमकतेने बोलायला लागलो. ग्रामीण भागातील रूपके जाणीवपूर्वक निवडायचो. थोडे पसरट बोलायचो. त्यातून मला ग्रामीण माणसांशी कसे बोलले पाहिजे, याची जाणीव झाली.

पण तरीही या व्याख्यानमालांविषयी काही प्रश्न नक्कीच मनात आहेत. व्याख्यानाचा परिणाम किती काळ टिकतो, याचा काही अभ्यास झालाय का? श्रोत्यांचे ते तात्पुरते स्मशानवैराग्य असते का? यातून काही चळवळ उभी राहते का? दुसरा मुद्दा हा, की व्याख्यानमालेवर जितका खर्च होतो, त्या तुलनेत त्याचा लाभ घेण्याचे प्रमाण खूपच कमी आहे. व्याख्यानमालांवर दोन लाखांपेक्षा जास्त खर्च होतो, पण उपस्थिती २०० ते ७०० अशी असते. तेव्हा एका व्यक्तीवर जितका खर्च होतो; त्या खर्चात भाषणांच्या मोफत सीडी देणे, मोफत काही पुस्तके भेट देणे असे खूप काही करता येईल का? असेही प्रश्न मी अनेक ठिकाणी संयोजकांना विचारले. तेव्हा प्रत्यक्ष वक्ता समोर असणे याला एक वेगळा अर्थ असतो, त्यातून लोक जास्त विचारप्रवण होतात, असे काही संयोजक म्हणाले. गावातील केबल नेटवर्कवरून व्याख्यानाचे थेट प्रक्षेपण करण्याचा पर्याय वापरावा, असेही मी अनेक ठिकाणी सुचवले आहे.

गर्दी कमी होते आहे आणि यासाठी नवी नवी माध्यमे वापरायला हवीत, हे नक्की. पण या मर्यादेतही व्याख्यानमाला हे महाराष्ट्राचे सांस्कृतिक वैभव आहे, हे नक्की.

आज माध्यमांमुळेही लोकांपर्यंत थेट पोचता येते. निखिल वागळेंनी 'आजचा सवाल'मध्ये चर्चेला बोलावले होते. चॅनलचा पहिला अनुभव, घाम पुसत बोलायला लावणारा. मी आपले बोलता बोलता शिक्षकांची सुरक्षितता काढायला हवी, असे बोललो आणि निखिल वागळेंनी तोच चर्चेचा केंद्रबिंदू केला. त्यातून मग मी व्हाउचर सिस्टीम मांडली. परदेशात शिक्षकांना शासन पगार देत नाही, तर एका

मुलावर शासन जितका खर्च करते; तितकी रक्कम मुलांच्या पालकांना देते, पालक त्यांना हव्या त्या शाळा निवडतात, ते आपणही केले पाहिजे, असा धक्कादायक मुद्दा मांडला आणि चर्चा शिक्षकांच्या कार्यसंस्कृतीभोवती फिरत राहिली.

त्यानंतर वेगवेगळ्या वेळी आय.बी.एन.वर, राजीव खांडेकरांच्या ए.बी.पी. माझावर आणि उदय निरगुडकरांच्या कार्यक्रमांत जात राहिलो. माझा पहिला कार्यक्रम झाल्यावर मध्ये ३ वर्षे गेली. एकदा मी कोल्हापूरला चाललो होतो. तिकिट काढायला कंडक्टर आला. माझ्याकडे बघत म्हणाला, ''कुठलं तिकिट देऊ हेरंब कुलकर्णी?'' परक्या जिल्ह्यात मला हा कंडक्टर नावाने ओळखत होता. पुढे चहाला गाडी धाब्यावर थांबली. त्याने आय.बी.एन.वरील चर्चेत बघितल्याचे सांगितले. आश्चर्य मला पुढच्या गोष्टीचे वाटले. त्याने तीन वर्षांनंतर मी काय बोललो, व्हाउचर्सचा डिबेट काय आहे, हेसुद्धा मला सांगितले. मी विचारले, रोज आपण इतके कार्यक्रम बघतो मग हे लक्षात कसे राहिले. म्हणाला, ''तुम्ही मनापासून बोलत होता आणि मलाही आवडलं म्हणून राहिलं लक्षात.'' मला माध्यमांची ताकद कळली.

अनेकदा खूप लिहून, काम करून त्याचे दृश्य परिणाम दिसत नाहीत किंवा आपण लिहिलेल्या लेखाचा फीडबॅक येत नाही. असे वाटते, की लोक आपले वाचत नसावेत किंवा त्यांना पटलेले नसेल. आपण निराश होतो, पण आपल्या म्हणण्याचा प्रतिसाद इतका दूरवर पसरलेला असतो. कदाचित आपल्याला हे कळत नाही.

❑

२०.
परिक्रमेच्या वळणावर स्वल्पविराम घेताना...

अवघ्या १० वर्षांच्या अनुभवाची ही माझी शिक्षण परिक्रमा. हे आत्मचरित्र नाही. शिक्षण क्षेत्रातील माझ्या भटकंतीच्या या केवळ आठवणी, निरीक्षणे आहेत. या १० वर्षांत मला फिरता आले आणि अनुभव घेता आले. आश्रमशाळांपासून तर इंटरनॅशनल स्कूलपर्यंत, गावाच्या चावडीपासून तर केंद्रीय नियोजन आयोगापर्यंत, केंद्रसंमेलनापासून तर पंचतारांकित परिषदांपर्यंत, सरपंचापासून तर मुख्यमंत्र्यांपर्यंत. ते अनुभव विविधांगी आहेत आणि समाजमन आरपार तळातून दाखवणारे आहेत. शाळेच्या एका खोलीत घडणाऱ्या शिक्षणावर किती तरी घटक परिणाम करणारे असतात, याचे भान या अनुभवांनी मला दिले. राजकारण, सामाजिक प्रश्न, नोकरशाहीची मानसिकता, भ्रष्टाचार, सांस्कृतिक वेगळेपण, दारिद्र्याचा शिक्षणावर होणारा परिणाम हे ताणेबाणे मला उलगडले.

या १० वर्षांच्या भटकंतीतून काय पदरात पडले? नर्मदा परिक्रमा करताना साधक नर्मदेला काही देऊ शकत नाही, तर नर्मदाच त्याला उच्च अनुभवाने समृद्ध करते. इतक्या विस्तीर्ण प्रदेशातील शिक्षणव्यवस्थेत आपण काही बदल घडवू शकतो, हा अहंकार तर नक्कीच नव्हता. पण माझ्यामुळे शिक्षण बदलले नसले, तरी मी मात्र या अनुभवांनी समृद्ध झालोय. माझ्या जीवनविषयक धारणा मुळातून हलल्या. आता कोणत्याही प्रश्नाचा विचार करताना नंदुरबारच्या टेकड्या दिसतात, मेळघाटातील ती केविलवाणे माणसे दिसतात, गडचिरोलीचे विस्तीर्ण जंगल दिसते आणि शहरी भागातील मोठ्या पुलाखाली झोपलेली माणसेही दिसतात.

खरे तर मी एका मध्यमवर्गीय कुटुंबात जन्मलो. गरिबी वगैरे काही माहीत असायचे कारणच नव्हते. मध्यमवर्गीय मुलांच्या जशा करियरच्या कल्पना असतात, तशा माझ्याही कल्पना होत्या. पण पुढे वाचन करताना सामाजिक वास्तवाची जाणीव सखोल होत गेली आणि प्रत्यक्ष नोकरीत आल्यावर जेव्हा झोपडपट्टी बघितली, तेव्हा मध्यमवर्गीय संस्कारांना धक्के बसू लागले. आपण जगतो, त्यापलीकडे एक अभावाचे

जग आहे, याने हललो. त्यातून एक कायमचा तुलना करणारा अपराधीभाव आला. नोकरीला लागलो, तेव्हा पाचवा वेतन आयोग आला. त्या काळात या अपराधी भावनेने मला वेतनवाढ घेणे बोचू लागले. त्यातून मी मला वेतनवाढ नको, असे प्रतिज्ञापत्र शासनाला पाठवले. त्यात भाबडेपणा होता, अपराधीपणा होता. माझे वय तेव्हा अवघे २७ वर्षांचे होते. त्या कृतीने सारा संघटित वर्ग माझ्यावर तुटून पडला. शिव्यांपासून विविध टोकांचे अनुभव घेतले. हादरून गेलो. पण त्या निमित्ताने सर्व सामाजिक चळवळींशी नकळत जोडला गेलो. 'नाही रे' वर्गाचे विश्व परिचित झाले.

त्यानंतर सामाजिक ललित लेखन करायला लागलो. विविध राजकीय, सामाजिक विषयांवर विडंबन कविता करायचो, विनोदी लेखन करायचो, वृत्तपत्रांत लेख लिहायचो. पण दिवंगत नरेंद्र दाभोळकर यांनी मला *वंचितांचे शिक्षण* या अंकाचे संपादन करण्याची जबाबदारी दिली. त्यातून पुढे सर्वशिक्षण अभियानात काम करण्याची संधी मिळाली. महाराष्ट्रात फिरता आले, दुर्गम आदिवासी भाग बघता आला आणि माझे अनुभवविश्वच बदलून गेले. माझ्यासारखा इंडियात जगणारा माणूस भारताशी जोडला गेला, हे श्रेय या माझ्या शिक्षण परिक्रमेला आहे. मी जर वंचितांचे शिक्षण या विषयाकडे वळलो नसतो, तर खूप भरकटलो असतो.

लेखन ही या परिक्रमेतील माझी सांत्वना आहे. लेखन हीच माझी ऊर्जा आहे. मी काम खूप कमी केले, पण लेखनातून सतत व्यक्त होत राहिलो. या लेखनातून एखाद्या प्रश्नाला गती मिळते, हे जसे मी अनुभवले; त्याचप्रमाणे अनेकदा लक्षात आले, की ज्या माणसांना विशिष्ट प्रेरणेने काम करताना एकटेपणा वाटतो, त्या माणसांसाठी माझे लेखन एक सांत्वना आणि सोबत म्हणून काम करते आहे. आपण जे बोलू शकत नाही, ते प्रश्न या लेखनात वाचायला मिळतात अशी भावना अनेकदा ऐकायला मिळाली. लेखनातून गावोगावी आपल्याशी मनाने जोडलेले प्रियजन भेटतात. अनेक जण माझे लेख, कापून ठेवलेली कात्रणे दाखवतात. कोणत्या लेखात मी काय म्हटले होते हे सांगतात, तेव्हा खूप भरून येते. तुमचे लेख वाचून नैराश्य गेले, असे ऐकून आपले नैराश्य जाते. हे एक प्रकारचे विरेचन झाले. या विरेचनाने मी नॉर्मल राहिलो. वामन निंबाळकरांची कविता माझ्यासाठी अगदी खरी आहे,

स्वतःवरचा, जगावरचा विश्वास जेव्हा उडून जातो
माऊलीची कूस बनून शब्दच मला जवळ घेतात

माझ्यासाठी या लेखनाने हे काम नक्कीच केले आहे. याचे कारण एखाद्या दुर्गम गावाला भेट दिल्यावर, आश्रमशाळेला भेट दिल्यावर पर्यटकाच्या आनंदात तुम्ही परत येऊ शकत नाही. आश्रमशाळेत जेवण आणि शिक्षण न मिळणारी मुले बघून, दुर्गम भागांतील अमानुषतेने उद्ध्वस्त केलेले जगणे बघून तुम्ही संतापाने थरथरता,

तुमच्यातला माणूस अश्रूंचा आधार शोधायला लागतो आणि हे बदलण्यासाठी आपण फार काही करू शकत नाही, या अगतिकतेने चडफडत राहतो. ते वास्तव आपल्याला विषण्ण करून टाकते. अशा वेळी लेखन आपल्याला आधार देते, सांत्वना देते आणि विरेचन करते. या लेखनाने मला समतोल ठेवले आहे. इतरांना मी या वेदनेचे भागीदार बनवले आहे.

माझे लेखक मित्र शांताराम गजे नेहमी म्हणतात की, ''एखादा प्रश्न जर सुटायचा असेल, तर त्या विषयाचे साहित्य निर्माण व्हावे लागते, त्यामुळे तो प्रश्न सुटायला मदत होते. दलित साहित्य निर्माण झाले आणि त्याने दलित चळवळ उभी राहायला खूप मदत केली.'' मला नेहमी वाटते, की शिक्षण हा सामाजिक महत्त्वाचा प्रश्न व्हायचा असेल, तर ग्रामीण भागांतील शिक्षणाचे प्रश्न, आश्रमशाळा, शालाबाह्य मुले, ग्रामीण शिक्षणाचे प्रश्न हे समाजाच्या केंद्रस्थानी येण्यासाठी ते प्रश्न साहित्यात यायला हवेत. याचे कारण असे, की समाजातील मध्यमवर्ग आणि बोलका वर्ग हा शहरात राहतो. हे प्रश्न त्यांच्या अनुभवाचा भाग नाहीत. त्यामुळे शहरी माणसांच्या खेड्यातील शिक्षणाच्या काहीशा रोमँटिक कल्पना असतात. त्याखाली खरे चित्र आणि प्रश्न झाकले जातात. वस्तुनिष्ठ चित्र पोचत नाही. ग्रामीण राजकारण, अध्यापन पद्धती, कार्यसंस्कृती, संघटना, सरकारचे दुर्लक्ष, ग्रामीण माणसांची शिक्षणातील समज वाढवणे, शहरी भागाच्या तुलनेत ग्रामीण शाळातील कमी सुविधा असे सारे कवेत घेणारे साहित्य निर्माण व्हायला हवे. अशा प्रकारची साक्षरता शहरी मध्यमवर्गीय वाचकात निर्माण होण्यासाठी लेखनामुळे मदत झाली, असे मला इतकी वर्षे सतत लिहिल्याने नम्रपणे वाटते आहे. जे कार्यकर्ते आणि नेते प्रत्यक्ष कामासोबत लेखन करू शकले त्यांचे काम अधिक प्रभावी झाले, हे आपल्याला गांधी, आंबेडकर, शरद जोशी ते महाश्वेतादेवीपर्यंत लक्षात येते.

पण लेखनाच्या काही मर्यादाही अलीकडे त्रास देतात. लेखनातून प्रश्न मांडावा आणि तो लेख सरकारी अधिकाऱ्यांनी वाचावा आणि त्यावर काहीतरी करावे, असे वाटणे स्वाभाविक आहे. पण सरकारी अधिकारी महत्त्वाच्या वृत्तपत्रांत प्रसिद्ध झालेले लेख वाचतसुद्धा नाहीत, असा अनेकदा अनुभव येतो. त्यावर कृती तर दूर राहिली. अशा वेळी निराशा येते. ज्या समाजाच्या प्रबोधनासाठी आपण हे सारे लिहितो, तोही त्यावर व्यक्त होत नाही. पूर्वी सामाजिक संघटना नावाचा घटक असायचा. एखादा लेख आला, की त्यावर लगेच काहीतरी कृती करायचे. पण आज लेखनातून आपण ओरडलो आणि आपला अपराधीभाव कमी झाला, इतकेच फक्त समाधान उरते.

एक उदाहरण देतो. शिक्षक संघटना अधिवेशनाच्या काळात अधिकृत शासकीय सुटी मिळवतात. त्यासाठी पावती फाडून शिक्षकांकडून पैसे गोळा करतात आणि महाराष्ट्रातील शाळा एक आठवडा बंद राहतात. हा प्रश्न आतापर्यंत प्रत्येक अधिवेशन काळात मी मांडला. त्यावर लिहिले. टीव्हीवर चर्चेच्या कार्यक्रमात प्रश्न मांडला.

पण त्यावर ज्यांची मुले तिथे शिकतात, त्या गावातील गावकऱ्यांनी आक्रमक व्हायला हवे होते, जाब विचारायला हवा होता. पण काही घडले नाही. याउलट शिक्षक संघटना आक्रमक आणि संघटित होत्या. त्यांनी विरोध करणाऱ्यांना लक्ष्य करीत सोशल मीडियात मेसेज फिरवले. अशा वेळी लेखन परिणाम करत नाही, असे वाटते. सोशल मीडियात आपण लेख टाकावेत, तर न वाचताच लाईक येतात किंवा कमी लोक वाचतात. हे केवळ शिक्षणविषयक नाही, तर सर्वच सामाजिक विषयांबाबत खरे आहे. इतर माध्यमे फारशी नसतानाच्या काळात लेखन समाजावर आणि शासनावर प्रभाव टाकत होते. पण त्याची परिणामकारकता आज कमी होते आहे. लेखनाचा जाणीवजागृतीसाठी नक्की उपयोग होतो आहे; पण प्रत्यक्ष एखादा प्रश्न सोडवायला ते कमी पडतेय, ही खंत परिक्रमेवरून परतताना मनात आहे.

शाळा वेगाने बदलू लागल्यात, शिक्षणाच्या प्रश्नाबाबत लोकांत जागृती होऊ लागली आहे; पण तरीसुद्धा गेल्या १० वर्षांत शहरी आणि ग्रामीण भागांतील शिक्षणसुविधा आणि वेग यांत खूप अंतर पडते आहे. भारत आणि इंडिया यांतील अंतर सांधण्यापलीकडे जाऊ लागले आहे, हे मात्र तीव्रतेने जाणवते आहे. एकीकडे पुण्या-मुंबईतल्या बिल्डिंगमधली मुले सिलिकॉन व्हॅलीत शिकत आहेत, तर तिकडे आदिवासी पोरे मेळघाट व्हॅलीत पाखरे मारत आहेत. आपली मुले हातात लॅपटॉप घेऊन बसताना तिकडे आदिवासी खेड्यांत अजून धड पाटीवर मुले अक्षरही गिरवत नाहीत. इकडे आमची मुले फास्ट फूड खाताना तिकडे मुलांना आश्रमशाळेत नीट खायला मिळत नाही आणि आमची मुले वेगवेगळ्या प्रवेश परीक्षा देताना तिकडे अनेक आदिवासी गावांत पन्नास वर्षे शाळा असूनही धड सातवी शिकलेला पोरगा सापडत नाही, हे अंतर कसे सांधायचे, ही चिंता आहे.

मेळघाटात फिरताना एका गावाबाहेर एका तरुण मुलाने गाडीला हात केला. त्याला गाडीत घेतले आणि त्याचे गाव येईपर्यंत गप्पा मारल्या. तो निरक्षर होता. त्याला मी पंतप्रधान आणि मुख्यमंत्री कोण, हे विचारले. त्याला फक्त गावचा सरपंच माहीत होता. त्याने सर्वांत मोठे शहर म्हणजे फक्त जवळचे अमरावती बघितले होते. मी त्याला शेवटचा प्रश्न विचारला, की लोक कधी भारत म्हणतात, तर कधी इंडिया म्हणतात. तर मग हा एक देश आहे की दोन देश आहेत? तो गंभीरपणे म्हणाला, "साहब, नाम दो है, इसका मतलब देश भी दो होंगे ना." शिक्षण, आरोग्यापासून जीवनाच्या सर्वच क्षेत्रांत हा भारत-इंडिया कसा मिटवायचा, हा खरा प्रश्न आहे.

शिक्षणात इतके विदारक अनुभव घेतल्यामुळे माझ्या एकूण व्यक्त होण्यात काहीसा कडवटपणा आणि तिरकसपणा आला आहे. वास्तवाचे इतके वाईट अवतार बघितल्यामुळे सरकार नावाची यंत्रणा काही बदलू शकेल, असे वाटतच नाही किंवा जरी ती बदलू शकेल, तरी तिला बदलण्यासाठी हलवण्याचे काम आपल्या आवाक्याबाहेरचे आहे, असेच वाटू लागले आहे. ही निराशा असेल किंवा

अगतिकता, पण माझ्यासारख्या मन:स्थितीतून आज सर्व क्षेत्रांत काम करणारे कार्यकर्ते जात आहेत. सरकारी यंत्रणा आज सर्व विभागांत ज्या प्रकारे काम करते आहे, त्याचे समर्थन करणे मुश्कील आहे आणि त्याला पर्याय म्हणून खासगी व्यवस्थेचे समर्थन करणे अवघड जाते. या कोंडीत आज कार्यकर्ते सापडलेत. सरकारी शाळा नीट चालेनात म्हणून लोक इंग्रजी शाळेकडे जातात. सरकारी दवाखान्यात डॉक्टर भेटेना म्हणून लोक खासगी दवाखान्यात जातात. पोस्टाचे टपाल वेळेत मिळेना म्हणून लोक कुरियर शोधू लागतात. खासगी पर्याय हा लूटमार करू लागतो आणि सरकारी पर्याय हा अकार्यक्षमतेने नाकारला जातो. हे कसे समजून घ्यायचे? आज सरकारी शाळेत पुस्तके आणि जेवण मिळत असूनही झोपडपट्टीतली माणसे खासगी शाळेचा पर्याय निवडतायेत. याचा अर्थ तो पर्याय दर्जेदार नाही, पण ती प्रतिक्रिया आहे. तेव्हा गावातील या सेवा सुधारण्यात कार्यकर्त्यांनी आयुष्य घालायचे की काय? त्यामुळे सरळ सरकारने व्हाउचर द्यावेत आणि बाजूला व्हावे, या टोकाच्या निष्कर्षावर येऊन परिक्रमेच्या शेवटी मी थांबलो आहे. मला मान्य आहे, की यात धोके आहेत पण असंवेदनशील प्रशासन, उत्तरदायित्व नक्की नसलेली यंत्रणा आणि राजकीय व्यवस्था याची जास्त भीती वाटते. कधीकधी खूप निराश होऊन या परिक्रमेत डोहात उडी टाकून स्वत:ला संपवून टाकावेसे वाटते. पण अशा वेळी एखाद्या वाडी-वस्तीवरचा प्रयोगशील शिक्षक, एखादा ध्येयवेडा अधिकारी मला हाकारतो आणि निराशेच्या डोहाकडून मी पुन्हा मागे फिरतो आणि परिक्रमेला पुन्हा नव्या उमेदीने चालायला लागतो.

उत्तर न सापडलेली ही माझी प्रश्नयात्रा आहे. नर्मदा परिक्रमेसारखी ही शिक्षण परिक्रमा. शिक्षण शतकानुशतके नदीसारखे वाहतेच आहे. माझ्यासारखे हजारो पथिक परिक्रमा करतच आहेत. मी फक्त काही घाट उतरून पाण्यात उतरलो इतकेच. शिक्षणाची ही नदी लाखो पांथस्थांना तृप्त करते आहे. या वाटेवरून चालताना अनेकदा नैराश्य आले, पण चालत राहिलो. या परिक्रमेने आपण इतरांना काही देऊ की नाही हे माहीत नाही, पण आपण खूप समृद्ध झाल्याची भावना आहे.

हा शिक्षणाचा शतकानुशतकाचा प्रवाह. गुरुकुलापासून आता ऑनलाइन होमस्कुलिंगपर्यंत वाहतो आहे. फक्त वंचित लेकरांच्या शिक्षणासाठीची आणि गुणवत्तेसाठीची भळभळती जखम तशीच ठसठसते आहे. नर्मदेकाठच्या जंगलातल्या अश्वत्थाम्यासारखी. नर्मदा परिक्रमेत कुठेतरी भळभळती जखम वाहणारा अश्वत्थामा एकदा भेटतो, अशी श्रद्धा आहे. मला या शिक्षण परिक्रमेत डोक्यावर चिरंतन दारिद्र्याची भळभळती जखम वाहणारा या देशातील शेवटचा माणूस भेटला. त्या जखमेवर तेल घालायला उर्वरित आयुष्य समर्पित व्हावे, असे वाटते.

❏

या पुस्तकातील कोणताही मजकूर, पाने किंवा चित्रे यांचे
फोटो काढून, स्कॅनिंग करून, टाईप करून, फोटोकॉपी करून
किंवा कोणत्याही स्वरूपात वा माध्यमात पुन:प्रकाशित अथवा प्रसारित करणे हा दंडनीय गुन्हा आहे.
असा गुन्हा करणारे कायदेशीर कारवाईस पात्र ठरतील.

कोणत्याही माध्यमातून, पुस्तकाचा कोणताही भाग प्रसारित अथवा संग्रहित करण्यासाठी
लेखक आणि प्रकाशक दोघांचीही लेखी पूर्वसंमती घेणे बंधनकारक आहे.

हे पुस्तक अथवा त्याचा कोणताही भाग ऑडिओ स्वरूपात अथवा माध्यमांतर करून
समाजमाध्यमांवर (मेल, व्हॉट्स अॅप, फेसबुक इत्यादी) प्रसारित करण्यापूर्वी
लेखक आणि प्रकाशक या दोघांचीही लेखी पूर्वसंमती घेणे बंधनकारक आहे.

पुस्तकाचे मुखपृष्ठ, आतील मांडणी, अक्षरजुळणी आणि
निर्मितिसंलग्न सर्व बाबी यांवरचे सर्वाधिकार प्रकाशकाकडे आहेत.
कोणत्याही स्वरूपात त्यांचा वापर वा पुन:प्रकाशन करण्यासाठी
प्रकाशकाची लेखी परवानगी घेणे बंधनकारक राहील.

पायरेटेड पुस्तकांची खरेदी-विक्री हा कायद्याने गुन्हा आहे आणि
अशा गुन्ह्याविरोधात कायदेशीर कारवाई होऊ शकते.

या पुस्तकातील मते, वर्णने, घटना यांची सर्व जबाबदारी लेखकाची आहे.
त्याच्याशी प्रकाशक आणि संपादक सहमत असतीलच असे नाही.

राजहंस प्रकाशन प्रा. लि.

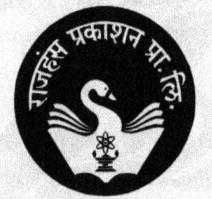

www.ingramcontent.com/pod-product-compliance
Lightning Source LLC
Chambersburg PA
CBHW020755160426
43192CB00006B/335
* 9 7 8 9 3 8 6 6 2 8 2 0 6 *